D1772063

ஓர்
ஐக்கியக் குடும்பச்
சரித்திரம்

SPARROW

ஓர் ஐக்கியக் குடும்பச் சரித்திரம்

V.S. விசாலாக்ஷியம்மாள்

தன் குடும்பத்தின் சரித்திரத்தை எழுதியிருக்கும் V.S. விசாலாக்ஷியம்மாள், பிரபல கல்வியாளர், சமூகச் செயல்பாட்டாளர் சகோதரி R.S. சுபலக்ஷ்மி (சுப்பலக்ஷ்மி என்றும் எழுதுவதுண்டு சிலர்) அவர்களின் அன்னை ஆவார். அவர் எழுத்தாளர் இல்லை. இந்த நூலைத் தவிர்த்து வேறு நூல்களை அவர் எழுதவில்லை. கூட்டுக் குடும்பத்தில் உறவுகள், பகை, கல்வி, திருமணம், சடங்குகள், பெண்–ஆண் உறவு இவை பற்றிய தகவல்கள், காலப்போக்கில் நேர்ந்த மாறுதல்கள் இவற்றைப் பதிவு செய்யவே இதை எழுத முற்பட்டார் விசாலாக்ஷி. இதை அவர் குடும்பமே வெளியிட்டுள்ளது.

சி.எஸ். லக்ஷ்மி

பதிப்பாசிரியர்

வரலாற்றாசிரியர்; புது தில்லி ஜவஹர்லால் நேரு பல்கலைக் கழகத்தில் முனைவர் பட்டம் பெற்றவர். நாற்பது ஆண்டுகளுக்கு மேலாகப் பெண்கள் வரலாறு, வாழ்க்கை பற்றிய ஆய்வில் ஈடுபட்டிருப்பவர். பெண் எழுத்தாளர்கள், பெண் இசைக் கலைஞர்கள், பெண் நடனக் கலைஞர்கள் குறித்து இவர் மேற்கொண்ட ஆய்வுகள் *The Face Behind the Mask, The Singer and the Song, Mirrors and Gestures* என்னும் புத்தகங்களாக வெளிவந்துள்ளன. 1988இல் மும்பையில் நிறுவப்பட்ட இந்த ஆவணக் காப்பகத்தின் தற்போதைய இயக்குநர்.

V.S. விசாலாக்ஷியம்மாள்

ஓர் ஐக்கியக் குடும்பச் சரித்திரம்

பதிப்பாசிரியர்
SPARROW
Sound & Picture Archives for Research on Women
சார்பாக
சி.எஸ். லக்ஷ்மி

காலச்சுவடு பதிப்பகம்

SPARROW

- அன்பார்ந்த வாசகருக்கு,

வணக்கம்.

காலச்சுவடு நூலை வாங்கியமைக்கு நன்றி.

நூலின் உள்ளடக்கம், உருவாக்கம், அட்டைப்படம் இன்ன பிற அம்சங்கள் பற்றிய உங்கள் கருத்துகளையும் ஆலோசனைகளையும் காலச்சுவடு வரவேற்கிறது. தகவல், எழுத்து, வாக்கியப் பிழைகள் தென்பட்டால் அவசியம் தெரிவித்து உதவுங்கள். நூல் தயாரிப்பில் கடும் குறைபாடு இருப்பின் மாற்றுப் பிரதி உங்களுக்குக் கிடைக்கக் காலச்சுவடு ஏற்பாடு செய்யும்.

மின்னஞ்சல்: **publisher@kalachuvadu.com**

காலச்சுவடு நாகர்கோவில் அலுவலகத்திற்குக் கடிதம் அனுப்பலாம்.

தங்கள்
எஸ்.ஆர். சுந்தரம் (கண்ணன்)
பதிப்பாளர் — நிர்வாக இயக்குநர்

SPARROW
Sound & Picture Archives for Research on Women

ஓர் ஐக்கியக் குடும்பச் சரித்திரம் ❖ குடும்ப வரலாறு ❖ ஆசிரியர்: V.S. விசாலாக்ஷியம்மாள் ❖ பதிப்பாசிரியர்: SPARROW (Sound & Picture Archives for Research on Women) சார்பாக சி.எஸ். லக்ஷ்மி ❖ பதிப்புரிமை: SPARROW ❖ முதல் பதிப்பு: 1935 ❖ காலச்சுவடு முதல் பதிப்பு: ஜூன் 2024 ❖ வெளியீடு: SPARROW (Sound & Picture Archives for Research on Women) மற்றும் காலச்சுவடு பப்ளிகேஷன்ஸ் (பி) லிட்., 669, கே.பி. சாலை, நாகர்கோவில் 629001

காலச்சுவடு பதிப்பக வெளியீடு: 1228

oor aikkiya kuTumpac carittiram ❖ Family History ❖ Author: V.S. Visalakshi Ammal ❖ Edited on behalf of SPARROW by C.S. Lakshmi ❖ Editorial © SPARROW ❖ Language: Tamil ❖ First Edition: 1935 ❖ Kalachuvadu First Edition: June 2024 ❖ Size: Demy 1 x 8 ❖ Paper: 18.6 kg maplitho ❖ Pages: 184 + 8 A3 Paper

SPARROW (Sound & Picture Archives for Research on Women), The Nest, B-101, 2021, 301, Patel Apartment, Maratha Colony Road Dahisar (ϵ), Mumbai 400 068. Cell: 9967337734, 9867660354, e-mail: sparrow 1988@gmail.com and Kalachuvadu Publications Pvt. Ltd., 669, K.P. Road, Nagercoil 629001, India ❖ Phone: 91-4652-278525 ❖ e-mail: publications@kalachuvadu.com ❖ Printed at Mani Offset, Chennai 600077

ISBN: 978-81-19034-93-2

06/2024/S.No. 1228, kcp 4815, 18.6 (1) 9ss

அர்ப்பணம்

மிகுந்த ஒற்றுமையுடன் தங்கள் சரீர சம்பத்தையெல்லாம் குடும்பத்தவர்களுக்கே அர்ப்பணம் செய்து அபரிமிதமான ஐக்கியத்துடன், "தனக்கென வாழா பிறர்க்குறியாளன்" என்றபடி தங்கள் வாழ்க்கையையே பந்துக்களுடைய நன்மைக்கு ஈடுபடுத்திய என் அருமையான தகப்பனார் சாமண்ணா அவர்களுக்கும், என் சிறிய தகப்பனார் நடராஜய்யரவர்களுக்கும் இந்த அருமையான சரித்திரத்தைச் சமர்ப்பிக்கிறேன்.

V.S. விசாலாக்ஷியம்மாள்

முன்னுரை

குடும்பங்களும் கதைகளும்

தமிழ்நாட்டுப் பெண்களின் சமூக வரலாறு குறித்த ஆராய்ச்சியை 1974இல் நான் தொடங்கிய போது பல தன் வரலாற்று நூல்கள், குடும்ப வரலாறுகள், பெண்கள் ஆசிரியராக இருந்த இதழ்கள், கதைகள் இவற்றைப் படிக்க முற்பட்டேன். அப்போது வேறு பல நூல்களுடன் என் கையில் கிடைத்தது வி.எஸ். விசாலாக்ஷியம்மாள் எழுதிய 'ஓர் ஐக்கியக் குடும்பச் சரித்திரம்' நூல், 'ஒரு ஐக்கிய குடும்ப சரித்திரம்' என்ற தலைப்பில். அப்போதே அதை நகலெடுத்துக்கொண்டேன். சில ஆண்டுகளுக்கு முன் வரலாற்றாசிரியர் மாலதி ராமனாதனைச் சந்திக்க நேர்ந்தது. அவர் சகோதரி சுபலக்ஷ்மி (சுப்பலக்ஷ்மி என்றும் கூறுவர்) குறித்து மிகச் சிறந்த நூலை எழுதியவர். அவரிடம் மூல நூலும் சற்றுச் சிதைந்த நிலையில் இருந்தது. அதைத் தமிழில் மீள் பதிப்பாகவும் ஆங்கில மொழிபெயர்ப்பாகவும் கொண்டுவந்தால் சிறந்த தரவாக இருக்கும் என்று தோன்றியது இருவருக்கும். அப்படி உருவானதுதான் இந்த நூல்.

வைகளத்தூர் என்ற கிராமத்தில் இருந்த ஒரு பிராமணக் கூட்டுக் குடும்பத்தின் வரலாறு இது. பத்தொன்பதாம் நூற்றாண்டின் இறுதியிலிருந்து இக்குடும்பத்தின் கதையைக் கூறுகிறது. குடும்பம் ஐக்கியமாக இருக்கத் தன் தந்தை முத்து சிவனின் காலத்துக்குப் பிறகு குடும்பத்தின் தலைவரான சாமண்ணா மேற்கொண்ட அயராத முயற்சிகளும்

அவர் காலத்துக்குப் பின்னும் அவர் குடும்பத்தார் ஐக்கியக் குடும்பம் உடையாமல் இருக்கப் பாடுபட்டதையும் விவரிக்கும் வரலாறு.

இத்தகைய குடும்பங்களின் அன்றாட வாழ்க்கையின் அரசியலில் பெண்கள் எப்படிப் பல தளங்களில் செயல்பட்டார்கள் என்பது இந்த நூலில் விவரிக்கப்படுகிறது. அதில் கனிவுடனும் அன்புடனும் நடந்துகொண்ட ஆண்களும் இருந்தார்கள்; அதிகாரத்தைக் காட்டிய ஆண்களும் இருந்தார்கள். கடமையை மட்டும் செய்து எதிலும் பட்டுக்கொள்ளாமல் சந்நியாசிபோல் இருந்த ஆண்களும் உண்டு. ஒரு கட்டத்தில் அதிகாரத்தைக் காட்டிய ஆண்கள் இன்னொரு கட்டத்தில் பாசத்தையும் பொழிகிறார்கள். ஆங்கிலக் கல்வி ஆண்களுக்கே வாய்ப்பதும் அதை ஒட்டிக் குடும்பக் கிளைகள் விரிவதும் பயணங்கள் அமைவதும் குடும்பச் சூழ்நிலைகள் அதற்கேற்ப மாறுவதும் பற்றியெல்லாம் சுவைபடக் கூறுகிறது நூல். பொறுப்பற்றுத் திரிந்த ஆண்களையும் இழுத்துவைத்துக்கொண்டு ஓடுகிறது குடும்பம். பெண்கள் குடும்ப அமைப்பின் பல பொறுப்புகளை ஏற்கிறார்கள்; உரிமைகளையும் விட்டுக்கொடுப்பதில்லை. எல்லா முடிவு களுக்கும் குடும்பத்தினர் கலந்தாலோசிக்கும் ஆளுமைகளாகவும் பெண்கள் இருக்கிறார்கள். பதினோரு–பனிரெண்டு வயதுச் சிறுமி தன் திருமணம் நிச்சயமான பின் அதற்கான ஏற்பாடுகள் நடக்கும்போது, தனக்குத் தன் அத்தையின் மகனைத்தான் மணக்க விருப்பம் என்று அழுத்தமாகக் கூறும்போது திருமணம் நிறுத்தப்பட்டு அவள் விருப்பத்துக்கு ஏற்பத் திருமணம் நடக்கிறது. பெண்களின் கல்வி வீட்டிலும் பள்ளிகளிலும் அமைகிறது. இசை, இலக்கியம் இவற்றை அவர்கள் கற்க வீட்டிலுள்ள ஆண்கள் உதவுகிறார்கள். உடல் நலம் குன்றிய நேரங்களிலும் பிரசவ சமயங்களிலும் பெண்கள் ஒருவருக்கொருவர் காட்டும் பாசமும் அன்பும் வெகு இயல்பாக நடக்கிறது. கண் பார்வையை இழந்த வீட்டின் மூத்த நபரான பெண்மணியை யாரும் உதாசீனமாகப் பேசி நடத்துவதில்லை. குடும்பத்தின் எல்லா நிகழ்வுகளிலும் அவர் பங்கு இருக்கிறது.

கூட்டுக் குடும்பத்தில் சண்டை சச்சரவே கிடையாதா வேறு பிரச்சினைகளே கிடையாதா என்றால் அவையும் உண்டு. எல்லாவற்றுக்கும் அழுது ஆர்ப்பாட்டம் செய்யும் பெண்கள், மிக இளம் வயதுத் தாயார்களுக்கு ஏற்படும் பயங்கரமான பிரசவ வேதனைகள், குழந்தை பிறந்தபின் உடல் நலம் தேராமல் ஏற்படும் இறப்புகள், பிரசவத்துக்குப் பின் நேரும் மன அழுத்தங்கள், பிறந்த உடனேயும் பிறந்த சில நாட்களுக்குப்

பின்னும் இறக்கும் சிசுக்கள், மன வளர்ச்சி குன்றிய குழந்தைகள், செவி கேளாக் குழந்தைகள், பிடிவாதமும் முரட்டுக் குணமும் வீம்பும் உள்ள குழந்தைகள், கல்வியில் நாட்டமில்லாத இளையர்கள் என்று பலதரப்பட்ட நிகழ்வுகளும் நபர்களும் குடும்பத்தில் உண்டு. எல்லாவற்றையும் இணைத்துக்கொண்டு ஓடுகிறது குடும்ப வண்டி.

ஆண்டு முழுவதும் நடக்கும் பண்டிகைகள், திருமணங்கள், பூப்பெய்தும் சடங்குகள், இறுதிச் சடங்குகள் இவை பற்றி விவரமாக விசாலாக்ஷியம்மாள் கூறுகிறார். அவற்றுக்கான உணவு வகைகள், அவற்றுக்கான சம்பிரதாயங்கள், பழக்க வழக்கங்கள், அவற்றை ஒட்டி நடக்கும் புராணக் கதைகள் கூறும் நிகழ்வுகள் எனப் பல விவரங்கள் நூல் முழுவதும் விரவிக் கிடக்கின்றன. விசாலாக்ஷியம்மாள் பொதுவாக வாழ்க்கையில் உள்ள பாரபட்சங்கள், பாகுபாடுகள், சாதி குறித்த கருத்துகள் பற்றிக் கூறுகிறாரா என்றால் அவர் நேரடியாக எதையும் கூறுவதில்லை என்றுதான் சொல்லவேண்டும். ஆனால் சிறுமியாக இருக்கும்போது முறையாகக் கல்வி கற்க விசாலாக்ஷி எவ்வளவு ஆசைப்பட்டாள் என்பது அவள் கல்வி கற்ற விதத்தைக் கூறும்போது தெரிகிறது. விதவையான பெண்ணை யாரும் உதாசீனம் செய்வதில்லை, அவளை மிகவும் கனிவுடனும் மரியாதையுடனுமே நடத்துகிறார்கள் என்றாலும் குடும்பத்தின் தலைவியாகக் கருதப்படும் பாலாம்பாள் அம்மாளின் கணவர் இறந்ததும் அவர் தலை மழிக்கப்படுகிறது. அவர் கணவர் சடங்குகளிலும் பல ஆன்மிகச் செயல்பாடுகளிலும் பற்றுக்கொண்டவர் என்பதால் பாலாம்பாள் அம்மாளே முன்வந்து ஏற்றுக்கொள்ளும் சடங்கு இது. மற்ற விதவைகளுக்கு இது நேர்வதில்லை. மிகவும் சிறு வயதிலேயே, திருமணமான சில மாதங்களிலேயே, கணவனுடன் வாழாமலேயே விதவையாகி விடும் விசாலாக்ஷியின் தங்கை வாலாம்பாள் சித்தப்பா வீட்டிலும் பின்பு கண்ணிழந்த தன் அருமைப் பாட்டி அன்னம்மாளைப் பார்த்துக்கொள்வதிலும் காலத்தைக் கழிக்கிறார்.

சடங்குகள் பற்றிக் கூறும்போது சடங்குகளில் உள்ள பாரபட்சம் தெரிகிறது. மரணத்தை ஒட்டிய சடங்குகள் முடிந்ததும் உப்பில்லாமல் செய்த உணவு வகைகள் ஒரு துணி மூட்டையில் வைத்து ஊரிலுள்ள ஒரு விதவைப் பெண்ணுக்குத் தரப்படுகின்றன. அதை அவர் எடுத்துப் போகும்போது அவரை யாரும் பார்க்கக் கூடாது என்ற வழக்கம் இருக்கிறது. அதே போல் 'ஒத்தன்' என்றழைக்கப்படும் புரோகிதர் ஒருவர் இறந்த நபருக்குப் படைக்கப்படும் உணவை உண்பதற்கென்றே இருக்கிறார். இவர் இறந்த நபருக்கு ஈடாக இருப்பவர்.

மற்றச் சாதியினர் பற்றி இழிவாகவோ தரக்குறைவாகவோ எந்தப் பேச்சும் இல்லை. ஆனால் தொழில்முறையில் அவர்கள் குறிப்பிடப்படும்போது ஒருமையிலேயே குறிப்பிடப்படுகிறார்கள். நூலின் ஓர் இடத்தில் இறக்கும் தறுவாயில் இருக்கும் சாமண்ணா விடம் அவர் மனம் சமாதானமடைய அவர் குழந்தைகளின் நல்ல இயல்புகளைக் கூறும் உறவினர், கிராமத்திலுள்ள மற்றக் குழைந்தைகள்போல விளையாடுவது இல்லை, அநாகரிகமாக இல்லை, கெட்ட வார்த்தைகள் பேசுவதில்லை என்று சொல்கிறார். வந்திருந்த சில நாட்களை வைத்து அவர் கூறினாலும், கிராமத்துக் குழந்தைகளுடன் விசாலாட்சியும் அவள் வீட்டு மற்றக் குழந்தைகளும் விளையாடுவது பல இடங்களில் குறிக்கப்படுகிறது. தொழில்முறை உறவுகளுடன் மற்ற வகைகளிலும் எல்லோரும் சேர்ந்தியங்கினர் என்றே தெரிகிறது. இத்தகைய உறவுகளில் இழிவான பேச்சோ செயல்களோ இல்லை. உதாரணமாக, கேரளத்தில் வியாபாரம் செய்த குடும்ப உறுப்பினர் திடீரென்று இறந்ததும் அவர் பணியாளர்கள் அவர் உடலைத் தகனம் செய்து அவர் மனைவியைப் பல்லக்கில் வைத்துப் பல மைல்கள் தூரம் பல நாட்கள் நடந்து வீட்டுக்குக் கூட்டிவருகிறார்கள். நூலின் முடிவில் வரும் மங்களம் பாட்டில் "பிரஹசரணப் பிராமணர்களின் பெருமை விளங்கவே" என்று கூறினாலும் இது பிராமணர்களின் உயர்வைக் கூறுவது என்று கொள்ள முடியாது. இது ஓர் இனத்தின் வாழ்க்கைமுறையின் பெருமைகள், அதில் பொதிந்திருக்கும் நற்பண்புகள் என்றும் இருக்கட்டும் என்று சொல்லப்படுவது என்றே கொள்ளவேண்டும்.

பிற்காலத்தில் யூக்லிட் சீனிவாசய்யர் போன்ற ஆளுமைகள் உருவான பெரிய குடும்பம் இந்த வரலாற்றில் வரும் குடும்பம். இந்நூலின் ஆசிரியர் V.S. விசாலாக்ஷியம்மாள் யூக்லிட் சீனிவாசய்யரின் தம்பி சுப்பிரமணியரின் மனைவி. யூக்லிட் சீனிவாசய்யரும் விசாலாக்ஷியம்மாளின் கணவர் சுப்பிரமணியரும் விசாலாக்ஷியின் அத்தை பாலம்மாளின் மகன்கள். சகோதரி சுபலக்ஷ்மியின் மருமகள் லலிதா, நோபல் பரிசு பெற்ற எஸ். சந்திரசேகரின் மனைவி. ஆரம்பக் காலத்தில் இந்தக் குடும்பத்தைச் சிறப்பாக நடத்திச் சென்ற சாமண்ணா, நூலாசிரியர் விசாலாக்ஷியின் தந்தை. விசாலாக்ஷியும் அவர் உடன்பிறப்புகளும் அவர்கள் சிறு வயதிலேயே தாயை இழக்கின்றனர். பிறகு தந்தையும் காலமாகிவிடுகிறார். பல தொல்லைகளைச் சித்தியால் அனுபவித்தாலும் கல்வி கற்கும் ஆசையில் சித்தப்பா வீட்டில் இருக்கிறார் விசாலாக்ஷி. பிறகு இறப்பதற்கு முன் தன் தந்தை கூறிய தன் அத்தை மகனையே மணந்து குடும்பம் நடத்துகிறார். தன் குடும்பம் பற்றியும் தான் வளர்ந்த விதம் பற்றியும்

அந்தக் கால வாழ்க்கை குறித்தும் தன் குடும்பத்தின் இளைய தலைமுறைக்குக் கூறும் ஆர்வத்தில் விசாலாக்ஷியம்மாள் இந்தக் குடும்ப வரலாற்றை எழுதுகிறார். கவனத்துடன் செய்யப் பட்ட ஏழு வம்சாவளிக் குறிப்புகள் இணைக்கப்பட்டு அவர் குடும்பமே 1935இல் வெளியிட்ட நூல் இது.

பின்னுரையில், அவர் எழுதிய காலகட்டத்தில் உள்ள குடும்ப உறுப்பினர்களின் நிலைமை என்ன, என்னென்ன செய்கிறார்கள், எப்படிக் கீர்த்தியுடன் வாழ்ந்து மறைந்தார்கள், விசாலாக்ஷியம்மாளின் சொந்தக் குடும்பத்தினர் எப்படிப் பெண்– ஆண் என்ற பேதமின்றி உயர் கல்வி கற்கிறார்கள், வெறும் பேச்சுடன் நிற்காமல் உண்மையாகவே சீர்திருத்தத் துறையில் ஈடுபாட்டுடன் இருக்கிறார்கள் என்பதை விவரமாகக் கூறும் விசாலாக்ஷியம்மாள் ஒரு விஷயத்தை மட்டும் கூறுவதைத் தவிர்க்கிறார். அதைச் சொல்ல அவரால் முடிவதில்லை. அது அவர் உயிராக நேசித்த முதல் பெண் சுபலக்ஷ்மி சிறு குழந்தை யாக இருக்கும்போதே விதவையான நிகழ்வு. பிற்காலத்தில் உயர் படிப்பு படித்து சகோதரி சுபலக்ஷ்மி என்று அழைக்கப்பட்டு, 1912இல் பிராமணப் பெண்களுக்கான இல்லத்தை தன் வீட்டிலேயே அமைத்து பிறகு இப்போது விவேகானந்தர் இல்லம் என்றழைக்கப்படும் ஐஸ் ஹவுஸில் அதை நிறுவியவர் சுபலக்ஷ்மி. தன் முதல் பெண், குழந்தையாக இருக்கும்போதே விதவையானதைச் சொல்ல விசாலாக்ஷியம்மாள் என்னும் அன்னைக்கு மனம் வருவதில்லை. ஆனால் நாற்பதுகளின் இறுதியில் தொடங்கி தன் சுயசரிதையை ஒரு தொடராக ஜகன்மோகினி பத்திரிகையில் சகோதரி சுபலக்ஷ்மி எழுதினார். ஸ்பாரோவின் அடுத்த பதிப்பு அதுதான். பிறகு தன் கதையை மோனிகா ஃபெல்டன் எழுத அனுமதித்தார் சகோதரி சுபலக்ஷ்மி (Monica Felton, A Child Widow's Story, 1967). அதைத் தமிழில் மொழிபெயர்த்தவர் எழுத்தாளர் அநுத்தமா. கல்கி இதழில் 'சேவைக்கு ஒரு சகோதரி' என்ற தலைப்பில் தொடராக வந்து பின் அல்லயன்ஸ் மூலம் நூலானது.

மூல நூலை மீண்டும் தட்டச்சு செய்வதா என்ற அயர்ச்சியும் மலைப்பும் தோன்றியபோது அலகிட்ட பக்கங்களைத் திருத்தம் செய்யக்கூடிய கோப்பாக மாற்றித்தர உற்சாகத்துடன் முன்வந்தார் 'குவிகம்' கிருபானந்தன். அவர் உதவியிராவிட்டால் இந்த மறுபதிப்பு சாத்தியம் இல்லை. அவருக்கு மிக்க நன்றி. இந்தப் பகுதியைக் குறித்துத் தொடர்ந்து எழுதிவரும், ஆர்.வி.எஸ். என்று எல்லோரும் அழைக்கும் வெங்கட சுப்பிரமணியம் ராமமூர்த்தி, பழக்க வழக்கங்கள், ஊர்ப்பெயர்கள் இவற்றைக் குறித்த ஐயங்களைத் தீர்த்துவைத்தார். அவருக்கும் மிக்க நன்றி.

மூல நூலிலிருந்த சில சொற்பிழைகளைத் திருத்தி, அந்தக்காலத் தமிழ் எழுத்துருக்களைத் தற்கால அமைப்பில் மாற்றி உருவாக்கப்பட்ட நூல் இது.

எட்டு வம்சாவளிப் படங்கள் குறித்து எழுந்த ஐயங்களைத் தீர்த்துவைத்தார் மாலதி ராமனாதன். அவருக்கு நன்றி. வம்சாவளிப் படங்களை மீண்டும் அதே கவனத்துடன் உருவாக்குவது மிகப் பெரிய சவாலாக இருந்தது. நூல் பிரதியை வெளியிட வடிவமைக்கும் பொறுப்பை ஏற்ற, காலச்சுவடு பதிப்பகத்தில் பணியாற்றும் பா. கலாவும் ஹெமிலா ராஜசேகரும் இந்த நெட்டி முறிக்கும் வேலையை அவர்களுக்கே உரிய பொறுமையுடனும் கவனத்துடனும் செய்துமுடித்தனர். கவலையுடன் முணுமுணுத்தபடி அவர்கள் அருகில் நின்றுகொண்டு தொல்லை தந்த என்னைப் பொருட்படுத்தாமல் தங்கள் வேலையைச் செய்த அவர்களுக்கு மிக்க நன்றி. இந்த நூலின் மறுபதிப்பை ஸ்பாரோ அமைப்புடன் இணைந்து பதிப்பிக்க முன்வந்த காலச்சுவடு கண்ணனுக்கு என் நன்றி.

இன்னும் பல மறுபதிப்புகளை வெளியிடும் கனவு ஸ்பாரோவுக்கு உண்டு. அவற்றையும் காலச்சுவடு பதிப்பகம் குறையற நிறைவேற்றும் என்ற நம்பிக்கையும் உண்டு.

நவம்பர் 2023 **சி.எஸ். லக்ஷ்மி**
மும்பாய்

முகவுரை

இது எங்கள் மூதாதைகளின் சரித்திரம். பந்துப் பிரியமும், வைகளத்தூர் கிராமத்தில் அபிமானமும் காவிரி நதி ஸ்நானத்தில் ஆவலும் நீடாமங்கலத்தில் கோவில் கொண்டெழுந்தருளியிருக்கும் விசாலாக்ஷியம்மன் விசுவநாதர் மீது அபரிமிதமான பக்தியும் உள்ள எங்கள் அருமைத் தாயார் விசாலாக்ஷியம்மாளால் எழுதப்பட்டது. அவர் இந்தச் சரித்திரத்தில் குறிப்பிட்டுள்ள சாமண்ணா என்பவரின் புதல்வி. மிகுந்த ஆர்வத்துடன் தன் பெரியவர்களின் ஜீவிய சரித்திரத்தை அவர்களது சந்ததியாரேயன்றி மற்றவர்களும் படித்து ஆனந்திக்கவேண்டுமென்னும் அவரது விருப்பத்திற்கிணங்க அவர் எழுதி வைத்திருந்த இச்சரித்திரத்தைப் பதிப்பிக்க முன்வந்தோம்.

இதிலிருந்து நாம் அறிந்துகொள்ளக்கூடிய விஷயங்கள் பல உண்டு.

1. கிராம வாழ்க்கையின் மேன்மைகள். “எளிய வாழ்க்கையும் உயர்ந்த நோக்கங்களும்” என்னும் பழமொழிப் பிரகாரம், கிராமத்திலிருந்து நமது பெரியவர்கள், ஓடுகின்ற குளிர்ந்த நதிகளில் ஸ்நானம் செய்து, திறந்த வெளிகளில் இருந்து நல்ல காற்றை சுவாசித்து, புஷ்டியான சரீர சௌக்கியத்துக்கு வேண்டிய ஆகாராதிகளை உட்கொண்டு, அதிக நேரம் விழித்திராமல் இரவில் சீக்கிரத்திலேயே படுத்து சுகமான நித்திரை செய்துகொண்டு உண்மையான தெய்வ பக்தியுடன் நீண்ட ஆயுள் ஆரோக்கியத்துடனிருந்தார்கள்.

2. கூட்டுக் குடும்பங்கள் சர்வசாதாரணமாயிருந்தன. குடும்பத்துக்கு ஒரு பெரிய தலைவர் இருக்கும்வரைக்கும், அவரது புதல்வர்கள் பேரன்மார்கள் யாவரும் ஒரே குடும்பமாய்த் தலைவருக்கடங்கி வாழ்ந்தனர். இதனால் குடும்பக் கட்டுப்பாடும் ஒற்றுமையும் பந்துப் பிரியமும் மிகுதியாக இருந்தது.

3. பல குடும்பத்தவர்களின் கூட்டுறவு. பல குடும்பங்கள் ஒரே கிராமத்தில் சேர்ந்திருக்கும்போது சுபாசுப காரியங்கள் பந்தக் குடும்பத்தில் ஏற்பட்டாலும், மற்றவர்கள் யாவரும் அவற்றைத் தங்கள் குடும்பங்களில் நடப்பதாகவே கருதி "கிணற்றுத் தவளைக்கு நாட்டு வளப்பமேன்" என்றிராமல் ஒற்றுமையாய்க் கைகொடுத்து உதவினார்கள்.

4. அந்தக் காலத்துப் பழக்க வழக்கங்கள், சுபாசுப காலங்களில் செய்யும் காரியங்கள், ஒவ்வொருவருடைய வாழ்க்கையிலும் நடக்கும் சடங்குகள் இவற்றையெல்லாம் நாம் தெரிந்துகொள்ளலாம்.

ஆங்கிலப் படிப்பு ஏற்பட்ட பிறகு, கிராமத்தவர்கள் ஆங்கிலம் படித்துப் பொருள் தேடும் அவாவுடன், கிராமத்தி லுள்ள தங்கள் நிலம், கரை, வீடுகளையெல்லாம் விற்றுவிட்டு கிராம வாழ்க்கையில் சலிப்புடன் வெளியேறிவிட்டமையால், கிராமங்களே பாழடைந்துபோய், பெரியவர்கள் இருந்த காலத்தில் உள்ள களையே போய்விட்டது. மேலும் இவர்கள் ஆங்கிலம் கற்று மேல்நாட்டுப் பழக்க வழக்கங்களை மேற்கொண்டு, அதனால் அதிகப் பணச் செலவு, ஆடம்பரம், சௌக்கியக் கேடு இவற்றுக்கெல்லாம் ஆட்பட்டிருக்கின்றார்கள். ஆங்கிலம் படித்துப் பெரிய பரீட்சைகளில் தேறி சரீரம் மாத்திரம் ஆரோக்கியமான திடகாத்திர வளர்த்தியில்லாத தற்கால மாணவ மாணவிகளையும் கிராமத்தில் இருந்து வளர்ந்துள்ள திடகாத்திரமானவர்களையும் ஒப்பிட்டுப் பார்த்தால் கிராம வாழ்க்கை, பட்டின வாழ்க்கை இவற்றின் வித்தியாசம் தெரியும். ஆகவே மேல்நாட்டுப் பழக்க வழக்கம் காரணமாய், நமக்கிருக்க வேண்டிய சுயமானம், தேசாபிமானம், பாஷாபிமானம், ஜனாபிமானம், மதாபிமானம் இவற்றையெல்லாம் இழந்து இரண்டுங்கெட்ட நிலைமை யிலிருக்கிறோம், 70, 80 வருஷங்களாய் தங்களை மறந்து இந்த நிலைமையில் இருந்த பலர் மறுபடியும் தற்சமயம் அதை மாற்றுவதற்கான ஒரு தேசாபிமானக் கிளர்ச்சியை அடைந்து, பழைய பழக்க வழக்கங்களையும், கிராம வாழ்க்கையையும் புனருத்தாரணம் செய்யவேண்டுமென்னும் ஆவலுடனிருக்கின்றனர். இது எவ்விதம் முடியும் என்பது போக போகத்தான் தெரிய வேண்டும்.

இச்சரித்திரத்தில் பல சுபாசுப வழக்கங்கள் திரும்ப திரும்ப வருவதைப் படிப்பது சிலருக்கு அலுப்பாயிருக்கலாம். சொன்னதையே சொல்லுதல் என்னும் குற்றமாகவும் கருதப்பட லாம். ஆனாலும் தாயுமான ஸ்வாமிகள் சொன்னதுபோல் "யோசிக்கும் வேளையில் பசி தீர உண்பதும் உறங்குவதும்" விவாகம் செய்துகொண்டு பிள்ளை குட்டிகளைப் பெற்று வளர்ப்பதுமேதான் எல்லாக் குடும்பங்களிலும் திரும்ப திரும்ப அலுப்பின்றி நடந்துகொண்டே வருகிறது, கதைகளிலும், சரித்திரங்களிலும் நாவல்களிலும் "ஒரே ஒரு ஊரிலே ஒரே ஒரு புருஷன் மனைவி" என்று ஆரம்பித்து வாழ்க்கைச் சம்பவங்களைத்தாம் படிக்கிறோம். ஆகவே, இச்சரித்திரத்தி லுள்ள பெரியவர்கள் பரம்பரையில் உள்ளவர்கள் தங்கள் பெரியவர்களைப் பற்றிப் படிக்கும்போது அதில் சலிப்பு ஏற்படாது என்னும் நம்பிக்கை ஒன்றேதான் இந்தக் குற்றத்துக்குப் பரிகாரம்.

இச்சரித்திரத்திலுள்ள பெரியவர்களின் சந்ததியார் ஆங்காங்கு பல்கிப் பெருகிப் பலவிடங்களிலும் பரவியிருப்பதால் அவர்களது இருப்பிடமும் விலாசமும் தெரிந்துகொண்டு ஒவ்வொருவரும் இந்தப் புத்தகத்தைப் பரவச்செய்வதில் ஊக்கங் காட்டக் கேட்டுக்கொள்கிறோம். மேலும் நூற்றுக்கணக்கான இப்பெரிய குடும்பத்தினர்கள் பல இடங்களில் சிதறிப்போய்விட்டமையால் அவர்களைப் பற்றிய விருத்தாந்தங்கள், வம்சாவளியிலுள்ள பெயர்கள் முதலியன விட்டுப்போயிருந்தாலும், அல்லது தவறுதலாயிருந்தாலும், மன்னிக்கும்படியும் குணத்தைக் கொண்டு குற்றத்தை விடும்படியும் கேட்டுக்கொள்கிறோம். வம்சாவளிகளைப் பூர்த்திசெய்து திருத்தி அனுப்பினால் அடுத்த பிரதியில் வெளியிட அனுகூலமாயிருக்கும்.

இப்புத்தகத்திலுள்ள சொற்குற்றம், பொருட்குற்றங்களை எல்லாம் பாராட்டாமல் பெரியவர்களிடத்திலுள்ள பக்தியின் பொருட்டு அறிவிற் சிறியவர்களான நாங்கள் வெளியிட்ட இப்புத்தகத்தைப் படித்து ஆனந்திக்கும்படி வணக்கமாய்க் கேட்டுக்கொள்ளுகிறோம்.

R.S. பாலாம்பாள்.

R.S. சாவித்திரியம்மாள்.

SRI VILAS, Mylapore, April 1935.

ருதி கோத்திரம்)

வைத்தினாதய்யர்
சுப்ரமணியசிவன்
ஆனை அய்யர்
நாராயணசிவன்
சங்கரசிவன்
துரையப்பஅய்யர்
அப்பாசாமி
வெங்கப்பையர்
ர்
சுந்தரசிவன்
மணியசிவன்
முத்துவைய்யர்
ஆனைஅய்யர்
கிருஷ்ணய்யர்
+
தர்மாம்பாள்
III
சிதம்பர சிவன்
சங்கரசிவன்
வைத்திசிவன்
காளஹத்திசிவன்
வைத்தியநாதய்யர் (S) +
ரிஷியூர் காமாக்ஷியம்மாள்
சாமிஅய்யர்
ஸ்வாமிநாதன்
மஹாதேவன்
பஞ்சாமிகேசன்
ராமச்சந்திரபாகவதர்
நாராயணசாமிஅய்யர்
தர்மராஜய்யர்
ராஜம்மாள்
செல்லம்மாள்
ராஜா
கைலாசம்
சுப்பரமணியன்
கிருஷ்ணசாமி
நடராஜன்

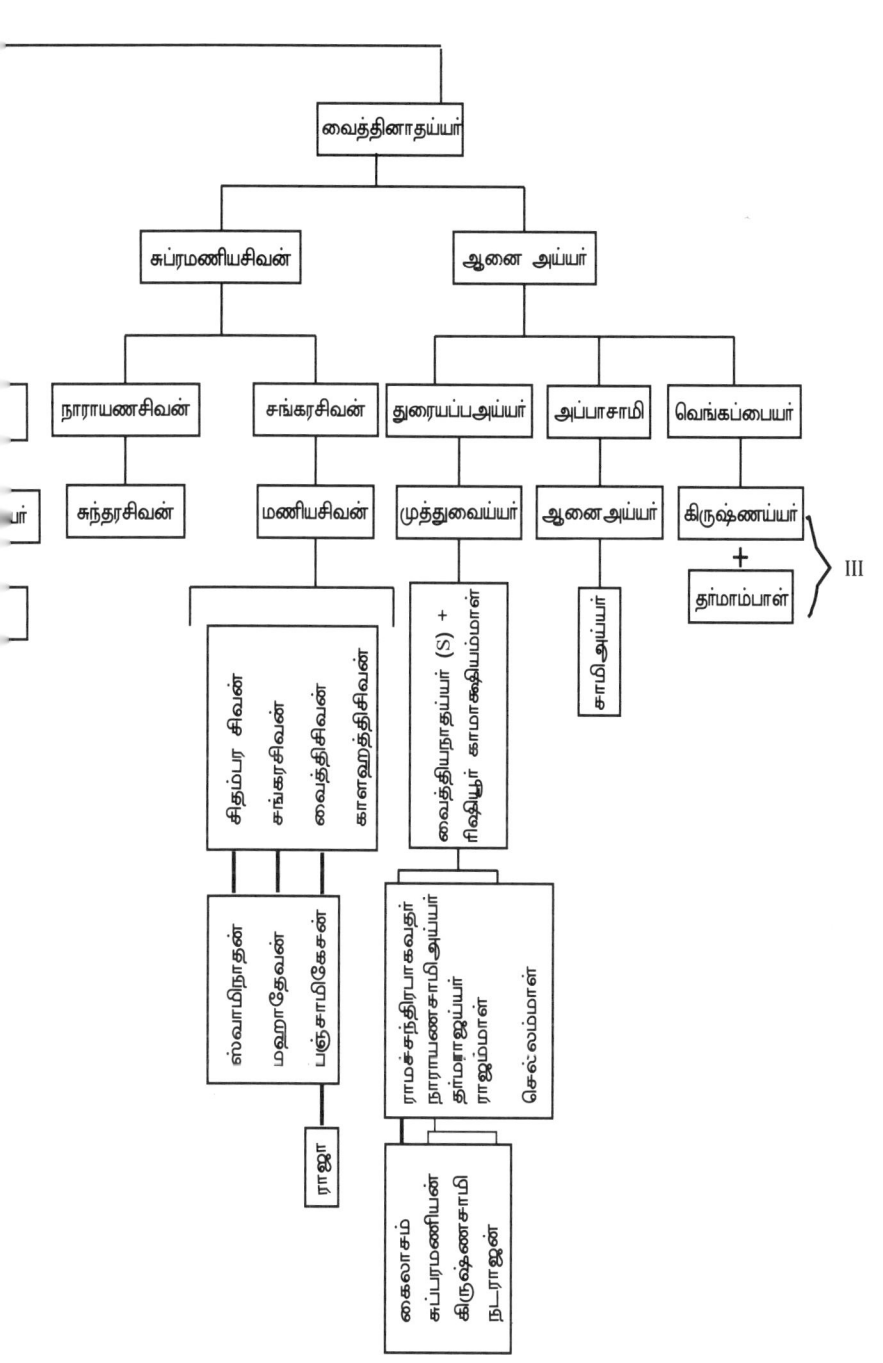

ஈசுவர அய்யர் (ஸங்
தர்மராஜய்யர்
விருத்தாசலய்யர்
வெங்கடேசய்யர்
கைலாசய்யர்
நாராயணய்யர்
வெங்கடராமய்யர்
சதாசிவய்யர்
சத்குணய்யர்
சேஷகிரி அய்யர்
வெங்கடசிவய்யர்
பஞ்சனதய்யர்
வைத்திலிங்கம்
பஞ்சந
II
சுப்புகுட்டி அய்யர்
வெங்கடராமய்யர்
குப்பைய்யர்
ராஜு அ
நாராயணய்யர்
வேம்புவைய்யர்
அய்ய
+ SONS
விஸ்வநாதன்
கிருஷ்ணசாமி
நாராயணன்

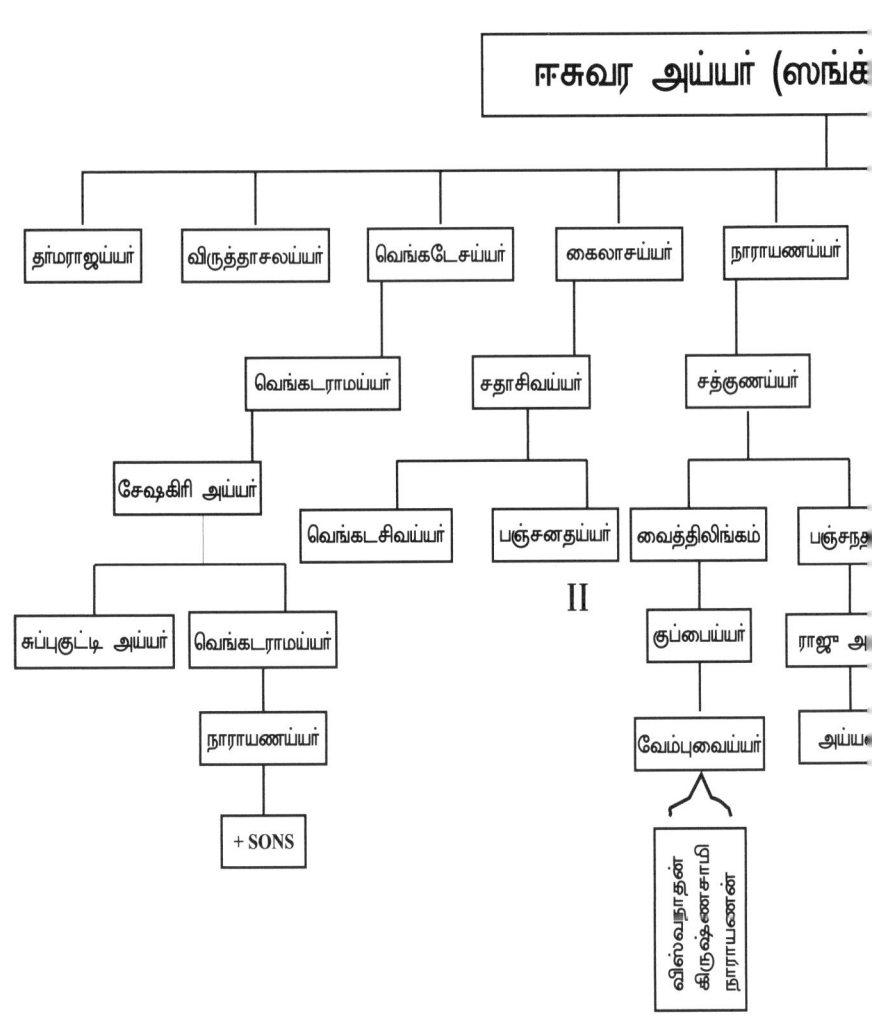

1

தஞ்சை ஜில்லாவில் அநேகம் பெரிய குடும்பங்கள்.

காவிரி தீரத்தில் இருந்து வளர்ந்து அவற்றிலிருந்து ஆயிரக்கணக்கான அறிவாளிகள் முன்வந்து பல துறைகளில் பலருக்குப் பயன்படுமாறு வேலை செய்திருக்கிறார்கள். அவ்விதக் குடும்பம் ஒன்றைப்பற்றிய சரித்திரமே இது. இன்றைக்கு சராசரி 200 வருஷங்களுக்கு முன்பு ஆரம்பித்த சரித்திரம். பிராம்மண வகுப்பாரில் பல பிரிவுகள் உண்டு. பிரஹத்சரணம், வடமர், அஷ்டஸஹஸ்ரம், வாத்திமர் இவர்கள் ஸ்மார்த்த வகுப்பினர். வடகலையார் தென்கலையார் இவர்கள் வைஷ்ணவ வகுப்பினர். விபூதிப் பண்டுதர் கரிக்கோடு பண்டுதர் இவர்கள் மத்துவ வகுப்பினர். இந்த வகுப்புகளுக்குள் அநேகம் உட்பிரிவுகள் உள.

நிற்க.

நமது சரித்திரம் மழை நாட்டு[1] பிரஹசரணத்தைச்[2] சேர்ந்த ஒரு குடும்பத்தைப் பற்றியது. இக்குடும்பத்தின் முன்னோர்கள் முதன் முதல் மாங்குடி என்னும் கிராமத்தில் இருந்து பிறகு யமுனாம்பாள்புரம் என்னும் கிராமத்தில் குடியேறினார்கள் என்று சொல்லுவார்கள். யமுனாம்பாள்புரத்தின் சமீபத்தில் இரண்டு மூன்று மைல்களுக்குள் ரிஷியூர், முல்லை வாயில், பூவலூர், பெரம்பூர், பழங்களத்தூர், பயத்தஞ்சேரி, அனுமந்தபுரம், வாழவந்தாள்புரம் என்றும் அநேக கிராமங்கள் இருக்கின்றன. வாழவந்தாள்புரம் என்பது தற்காலம் வைகளத்தூர்[3] என்று வழங்கும். யமுனாம்பாள்புரம் என்பது தற்காலம் நீடாமங்கலம் என்று சொல்லப்படுகிறது.

வாழவந்தாள்புரம் என்னும் வைகளத்தூர் கிராமத்தில் அக்கிரகாரம் என்னும் முக்கியத் தெருவில் சிவபக்தியிற் சிறந்த சுமார் 20 குடும்பத்தினர் தெருவின் இருமருங்கிலும் குடியிருந்த இத்தெருவின்

ஒரு கோடியில் அழகிய ஒரு பொற்றாமரைக்குளமும் அதன் மருங்கில் ஒரு சிவாலயமும் உண்டு. மற்றொரு கோடியிலிருந்து ஒரு பர்லாங்கு தூரத்துக்குள் பொன்னிநதியாம் காவிரியாற்றின் ஒரு பிரிவாகிய வண்ணாறு ஓடுகின்றது. இது அருங்கோடையிலும் வற்றாமல் சலசலவென்று சிறிதளவு ஜலமாவது ஓடிக்கொண்டே யிருக்கும். கிராமத்தின் அருகில் அழகிய ஒரு விஷ்ணு ஆலயம், அக்கிரகாரத்தின் பக்கத்துத் தெருக்களில் பிராம்மணர் அல்லாத வகுப்பினர் பலர். சிறிது தூரத்தில் அநேகம் தென்னை மரங்களுக்கு இடையிலுள்ள அநேகம் குடிசைகள் புலைச்சேரி உண்டு. கிராமத்தைச்சுற்றிலும் கண்ணுக்கெட்டிய தூரம்வரைக்கும் கண்ணைக்கவரும் இனிய பசுமையான வயல்கள். “உழுதுண்டுவாழ்வார்க்கு ஒப்பில்லை கண்டீர்” என்றபடி அக்கிராமவாசிகள் யாவரும் சுதந்திரமாய் வேண்டிய நன்செய், புன்செய், வயல்கள் வைத்துக்கொண்டு ஏர் உழுது பயிர்த்தொழில் நடத்தி, மிகுந்த ஒற்றுமையுடன் வாழ்ந்து வந்தனர். அக்காலத்துத் தஞ்சை சமஸ்தான அரசர்கள் ஏற்பாட்டின்படி கிராமத் தலைவர்கள் ஒவ்வொருவரும் தங்கள் தங்கள் நிலங்களைச் சாகுபடி செய்து அறுவடையாகும் சமயத்தில் முதன் முதல் கிராம தேவாலயங்கள், தர்ம அன்ன சத்திரங்களுக்கும் தானியங்களையே அளந்து பகுதி கட்டவேண்டும். பண்ணையாட்கள், பட்டாமணியன், கணக்குப்பிள்ளை, தலையாரி முதலானவர்களுக்கெல்லாம் அவரவர்கள் வீதப்படி நெல் முதலிய தானியங்களை (சம்பாநெல், கார்நெல் முதலானவைகள் அறுவடையாகும் அந்தந்தக் காலங்களில்) அளந்து கொடுத்து வருவது வழக்கம். ஒவ்வொரு கிராமத்திலும் பொதுவாக ஒரு வண்ணான், தட்டான், அம்பட்டன், குயவன், கன்னான் முதலிய தொழிலாளிகள் இருப்பார்கள். கிராமவாசிகள் இவர்கள் செய்யும் வேலைக்கு நாணய மாற்றாகக் கூலி கொடுப்பது கிடையாது. அக்காலத்தில் பண்டமாற்றே அப்பியாசத்திலிருந்தது. (இந்தக் காலத்திலும் கறிவேப்பிலைக்கு அரிசி கொடுத்து வாங்குவதுபோல்) அப்படியே கறிகாய்கள், பழங்கள், புஷ்பங்கள் இவைகளைத் தெருவில் விற்று வருபவர்களுக்கு நெல் அல்லது அரிசி கொடுத்தே வாங்குவார்கள். வருஷத்துக்கு ஒன்றிரண்டு முறை அவரவர்களுக்கு ஏற்பட்ட கூலி நெல்லை அளந்து கொடுத்துவிட்டால் வருஷ முழுவதும் வெற்றிலைக்கொடிக்காரன் தினந்தோறும் வெற்றிலை கொண்டு வந்து கொடுத்துவிடுவான். குயவன் சங்கராந்தியன்று புதிய சட்டிபானைகள் கொடுத்துவிட்டு அரிசி, வெல்லம், காய்கள், பழங்கள் முதலிய சன்மானங்களைப் பெற்றுப்போவான். வண்ணான் மாதம் ஒருமுறை துணிகள் வெளுத்துக் கொடுப்பான். ஒவ்வொரு தடவையும் தனி தனியாய்க்

கூலி கொடுக்கவேண்டிய அவசியம் இல்லை. தட்டான் கலியாணத்துக்கு மங்களகரமாய்த் திருமங்கலியம் முதலிய நகைகள் செய்து கொடுத்தால் அவன் திருப்தியடையும்படி ஒரு ஜதை வேஷ்டி, சாப்பாடு, தாம்பூலம் முதலிய சன்மானங்களைக் கொடுப்பார்களேயன்றி நாணய மூலமாய்க் கூலி கொடுப்பதில்லை. அறுவடைக் காலத்தில் நெல்லு கொடுத்துவிடுவதால் ஒடிந்த நகைகள், திருகாணி முதலிய சில்லறை வேலைகளை கூலியின்றியே ஒக்கப்பண்ணிக் கொடுப்பான். பெரிய புதிய நகைகளுக்கு மாத்திரம் கூலிவாங்குவான். வைதிகர்கள்கூட அமாவாசை, துவாதசி முதலிய தினங்களிலும் மற்று சுபாசுப காரியங்களுக்கும் அரிசி, பருப்பு, இலை, கறிகாய்கள் முதலிய சாமான்களை வாங்கிக்கொள்வார்கள். மற்று, துலா புராணம்[4], மாகபுராணம்[5] இவைகளை அந்தந்தக் காலங்களில் படித்து அர்த்தஞ் சொல்லி தானியங்களைச் சன்மானமாகப் பெற்றுப் போவார்கள். ஒவ்வொரு கிராமத்திலும் ஒன்றிரண்டு வைதிகக் குடும்பத்தினர் ஏற்பட்டு, கிராமத்தில் நடக்கும் வைதிகக் கிரியைகளைச் செய்துவைப்பார்கள்.

இத்துணை வசதிகளமைந்துள்ள வைகளத்தூர் கிராமத்தில் 200 வருஷத்திற்கு முன்பு முத்து சுப்ரமணிய அய்யர் என்னும் ஒரு பெரியவர் தன் தர்மபத்தினி அன்னபூரணியம்மாளுடன் இன்பமாக இல்லறம் நடத்திவந்தார். இவருக்கு 'ஐயர்' என்னும் செல்லப்பெயருள்ள வைத்தினாத ஐயர், சேதுராமையர், சிவராமையர் என்னும் மூன்று புதல்வர்கள் இருந்தனர். அக்காலத்து வழக்கப்படி புதல்வர் மூவருக்கும் வேதாத்தியயனம் செய்யப் பழக்கி வைத்ததில் மூத்தவராகிய ஐயர் என்பவர் மற்றவர்களை விட அதிகமாகத் தேர்ச்சியடைந்து 'கனம்', 'கனாந்தம்', 'ஜடை' முதலிய வேத சாகைகளைக் கற்றுத் தேர்ந்து "ஜடா" வல்லவராய் அவரது கல்வித் தேர்ச்சியின் பொருட்டுக் கிடைத்த சன்மான வெகுமானங்களைப் பெற்று காலக்கிரமத்தில் ஒரு பெண்மணியை மணந்து இல்லறம் நடத்துங்காலத்து இவருக்கு அப்பாத்துரை என்னும் 1 புதல்வனும் 3 பெண்களும் பிறந்தனர். தன் ஒரு புதல்வனுக்கு வேண்டிய வித்தையைக் கற்பித்துவைத்தார். புதல்வனும் சம்ஸ்க்ருதம், தமிழ், கணிதம், கீழ்வாய்க் கணக்குகள், வான சாஸ்திரம் முதலியவற்றை ஐயமறக் கற்று அக்கிராமத்தில் ஒரு திண்ணைப்பள்ளிக்கூட வாத்தியாராய் அமர்ந்தார். இவரை ஜடாவல்லவ அப்பாத்துரை 'ஐயா' என்று யாவரும் அழைப்பார்கள். அவரது பள்ளிக்கூடத்துக்கு 'ஐயா பள்ளிக்கூடம்' என்று பெயர். கிராமத்துக் குழந்தைகள் எல்லோரும் இவரிடத்தில் ஆரம்பப்படிப்பைப் பிரியத்துடன் கற்றுக்கொண்டார்கள். இங்கனம் படித்த மாணவர்களில் சிலர் வெளியூர்களுக்குச் சென்று ஆங்கிலம் படித்து பெரிய பட்டதாரிகளாகி உயர்ந்த உத்தியோகம்

வகித்துள்ளார்கள். நிற்க. 'ஐயா' என்பவர் மிகுந்த அன்புடன் தன்னிடம் வரும் மாணவர்களுக்கு வித்தை கற்பித்து அதனால் கிடைக்கும் ஊதியத்தையும் அரசாங்கத்திலிருந்து கிடைத்த 'கிராண்ட்' என்னும் உதவித் தொகையையும் வைத்துக்கொண்டு தன் அருமைமனைவி சிவப்பிரியை என்னும் மாதரசியுடன் இல்லறம் நடத்திவந்தார். கடவுள் கிருபையில் இவர்களுக்கு 7 பெண்மக்கள் மாத்திரமே பிறந்தனர். பெண்களே பிறக்கின்றனவே என்று தாயார் சலிப்படைந்து வருந்துவாள். ஆயின் தகப்பனாராகிய 'அய்யா' மிகுந்த சந்தோஷத்துடன் ஒவ்வொரு குழந்தைக்கும் 7வது நாள் காப்பரிசி கிளறி, குழந்தைக்கு வேப்பிலைக் காப்பிட்டு 11ஆம் தினத்தன்று புண்ணியாகவாசனம், ஜாதகர்மம்[6], நாமகர்மம்[7] எல்லாம் முறைப்படி செய்து தொட்டிலில் இட்டுத் தாலாட்டி, கிராமத்துக் குழந்தைகள் பெரியவர்களையெல்லாம் அழைத்து மஞ்சள் குங்குமம் தாம்பூலாதிகள் வழங்கி அனுப்புவார். மனைவியைப்பார்த்து 'ஏண்டி வருந்துகிறாய்? சும்மாயிரு, ஒரு பிரம்மசாரி பிழைத்துப் போகிறான்' என்று சமாதானப்படுத்துவார். தக்ஷப்பிரஜாபதி பெண் மக்கள் பலரைப் பெற்றுப் பெருமை யடைந்த விதமாய் தன் அருமையான 7 பெண்களுக்கும் அம்பிகையின் பெயராகிய பாலாம்பாள், சரஸ்வதி, லக்ஷ்மி, பார்வதி, சங்கரி, நாராயணி, சம்பூர்ணம் என்னும் நாமங்களிட்டு அருமையாக நாளொரு வண்ணமும் பொழுதொரு மேனியுமாக வளர்த்து உரிய காலத்தில் அவர்களை நல்ல குடும்பங்களில் விவாகம் செய்துகொடுத்தார். இந்தக்காலம்போல் எதிர் ஜாமீன் கொடுக்கும் வழக்கம் இருந்திருந்தால் பாவம், அய்யா அவர்கள் இந்த 7 பெண்களையும் விவாகம் செய்துகொடுக்கும் விஷயத்தில் மிகுந்த திண்டாட்டத்தை அடைந்திருப்பார். ஆயின் அக்காலத்து விவாக வழக்கம் அவருக்கு அனுகூலமாயிருந்தது. அதாவது, பிள்ளையைப் பெற்றவர்களே பெண்களிருக்கும் இடம் தேடிச் சென்று பெண்ணின் பெற்றோருக்கு பரிசப்பணம் கொடுத்து பெண்ணுக்கு நகைகள் போட்டு மாங்கலியம் கூரைப்புடவை களுடன் சென்று தங்கள் பிள்ளைக்கு விவாகம் செய்து மருமகளை அழைத்துச்செல்வார்கள். பெண்ணைப் பெற்றவர்கள் தங்கள் சக்திக்கேற்ப சீர்வகைகள் எடுத்துக்கொடுத்து முடியுமானால் மஞ்சள்காணியும் (மஞ்சள் குங்குமம் வாங்கிக்கொள்ள ஒருகாணி அல்லது பலகாணி நிலம்) கொடுத்து அனுப்புவார்கள். தற்காலத்தில் போல 'காபி'ச் சண்டை 'சீர்'சண்டை இவைகளின்றி மங்களகரமாய் ஒற்றுமையாய் அக்காலத்து விவாகம் செய்து முடிப்பது வழக்கம். தங்கள் பிள்ளைக்கு நல்ல குடும்பத்திலிருந்து பெண் கிடைத்தாள் என்று சந்தோஷித்து மஞ்சள் வேஷ்டியுடனும் மணவாளக் கோலத்துடனும் விளங்கும் தங்கள் புதல்வனையும் மங்களகரமாய் சோபிக்கும் தமது மருகியையும் பார்த்து, மகிழ்ந்து

பெண்ணின் பெற்றோர்கள் அவர்களது சக்திக்கேற்றபடி கொடுத்த சீர்வரிசைகளைப் பிரியத்துடன் ஏற்றுக்கொண்டு மணமகன் மணமகளைத் தங்கள் வீட்டுக்கு அழைத்துச்சென்று 'கிரகப்பிரவேசம்' செய்து பெண்ணின் பெற்றோர்களை அவர்களது இஷ்ட ஜன பந்துக்களுடன் உபசரித்து விருந்திட்டு முகமலர்ந்து அகமகிழ்ந்து அளவளாவி வழியனுப்புவார்கள். இவ்விதம் அக்காலத்தில் விவாக சம்பந்தம் ஏற்படும் குடும்பத்தினர் ஒருவருக்கொருவர் சண்டைசச்சரவில்லாமல் குழந்தைகளின் க்ஷேமத்தையும் அபிவிருத்தியையும் சந்தோஷத்தையுமே கருதி நடப்பார்கள். ஆகவே நமது அய்யாவும் அதிகச் செலவின்றி தன்னுடைய 7 பெண்களுக்கும் விவாகம் செய்துமுடித்தார். ஆயின் அவரது அருமைப்பெண்கள் எழுவரும் ஒவ்வொரு பிரசவத்துக்கும் பிறந்தகம் வந்துவிடுவார்கள். பிரசவத்துக்கு முன்னும் பின்னுமாக சராசரி 6 மாதகாலம் அவர்களது முன்னிணை பின்னிணை, கைக்குழந்தை முதலியவர்களுடன் செல்வமாக பெற்றோர்களிடம் இருந்துவிட்டுப் புகுந்தகம் போகும்போது ஒவ்வொரு தடவையும் ஒரு ஜாடி நிறைய சுக்குத் திப்பிலி மருந்து, ஒரு படி திரட்டுப் பால், பாக்குவெற்றிலை, பழம், குழந்தைக்கு நல்லதாய் ஆட்டின நல்லெண்ணெய், சித்தாமணக்கெண்ணெய், சங்குப்பாலாடை, இவைகளுடனும் தங்களுக்குப் புதுப்புடவை, தங்கள் புருஷனுக்குப் புதுவேஷ்டி முதலிய வரிசைகளுடன் போவார்கள். இவ்விதம் 7 பெண்களும் அநேகமாய் மாற்றி மாற்றி வந்து பிறந்தகத்துச் செல்விகளாய் இருந்துவிட்டுப் போவார்கள். இவர்களது குழந்தைகள் வீடு நிறையக் கலகலப்பாய் இருந்துகொண்டு பாட்டனாராகிய 'ஐயா' அவர்கள் பள்ளிக்கூடத்திலேயே படித்துக்கொண்டிருந்தார்கள்.

முத்து சுப்ரமணியருடைய இரண்டாவது குமாரரான சேதுவையர் என்பவர் அந்தத் தெருவிலேயே வீடு கட்டிக்கொண்டு தன் தர்மபத்தினியுடன் இல்லறம் நடத்திவரும் காலத்தில் கோதண்டராமய்யர் என்னும் புதல்வனைப் பெற்று வளர்த்து வந்தார். இவன் சாமானியமான அறிவுடன் தமிழ் மாத்திரம் எழுதப்படிக்கத் தெரிந்துகொண்டு தகப்பனாருக்கு உதவியாய் கிருஷித்தொழிலைக் கவனித்துவந்தார். பக்கத்து கிராமத்தி லிருந்து சம்பூர்ணம் என்னும் ஒரு பெண்ணை இவருக்கு மணஞ்செய்வித்தார்கள். ஒற்றுமையான இத்தம்பதிகளுக்கு "காயும் பழமும் கலந்து பறித்தது"போல் 4 பிள்ளைகளும் 5 பெண்களும் பிறந்தார்கள். வைத்தி, சேது, அப்பாத்துரை, தர்மன் என்று புதல்வர்கள் பெயர். ரங்கம்மாள், பாலாம்பாள், சுப்பம்மாள், சீதா, தையு (தைலம்மாள்) ஐவரும் பெண்கள். 4 புதல்வர்களும் அதிகக் கூர்மையான சூக்ஷ்ம புத்தியின்றிச்

சகோதர ஐக்கியமும் அதிகமில்லாமல் ஏதோ ஒரு விதமாய் வாழ்க்கையைக் கடத்தினார்கள். மூத்தவராகிய வைத்தி என்பவர் மிகவும் நல்ல குணமுடையவர். ஆயின் அவர் தகப்பனார் காலமான சிறிது காலத்தில் இவரும் மனைவி குழந்தைகளை நிராதரவாய்த் தவிக்கவிட்டுக் காலஞ்சென்றார்.

அடிக்குறிப்புகள்:

1. **மழை நாடு:** "சோழவள நாடு சோறுடைத்து" என்று ஔவையார் குறிப்பிட்ட சோழநாடு.

2. **ப்ரஹத்சரணம்:** பெரியகால் அல்லது நீண்டகால் – பகைவர்களுக்குத் தப்பி அதிக தூரம் நடந்து சென்றார்கள் என்பதற்காக ப்ரஹத்சரணத்தார் என்று இவ்வகுப்பினருக்குப் பெயர் வந்ததாகக் கூறுவர் பெரியோர்.

3. **வய(ல்)களத்தூர்:** நூலில் இது வயகளத்தூர், வைகளத்தூர் என்று இரு வகைகளில் குறிக்கப்பட்டுள்ளது. வலையில் இது வயகளத்தூர் என்று குறிக்கப்பட்டாலும் பேச்சுவழக்கில் இது வைகளத்தூர் என்றே இருப்பதால் இந்தப் பதிப்பில் இது வைகளத்தூர் என்றே குறிக்கப்படுகிறது.

4. **துலா புராணம்:** காவேரி நதியின் பெருமையையும், துலா மாதத்தில் அதில் குளிப்பதினால் கிடைக்கும் புண்ணியத்தையும் விவரிக்கின்றது. காவேரி ஆற்றின் பெருமையை அகஸ்தியர் மற்றும் நாரத முனிவர்கள் போன்றவர்கள் மன்னன் அரிச்சந்திரனுக்கும் தர்மருக்கும் திரௌபதிக்கும் பல கதைகளை கூறி விளக்குவதாகவும், அகஸ்தியருக்கே பகவான் சில கதைகளைக் கூறியதாகவும் எழுதப்பட்டு உள்ளது. அது மட்டும் அல்ல வியாச முனிவர் அர்ஜுனனுக்கும் இதன் பெருமையைக் கதையாகக் கூறி விளக்கி உள்ளார். ஆக மொத்தத்தில் இந்தப் புராணத்தில் கதைக்குள் பல கதைகள் உள்ளன.

   முன்னொரு காலத்தில் கவேரா எனும் மன்னன் இருந்தான். அவனுக்கு மாயா தேவியானவள் ஒரு பெண்ணாகப் பிறக்கின்றாள். பின்னர் அவளே ஒரு நதியாகி சமுத்திரராஜனை மணக்கின்றாள். அப்படிக் காவேரா எனும் மண்ணுக்குப் பிறந்தவளே காவேரி என்ற பெயரைப் பெற்று நதியானவள். அவள் சமுத்திரராஜனை மணப்பதினால் அனைத்து நதிகளும் அவளிடம் வருகின்றன. அதனால்தான் காவிரியில் கங்காதேவியும் வாசம் செய்வதாகத் துலா புராணம் தெரிவிக்கின்றது. ஆயிரம் வருஷம் கங்கையில் தினம் குளித்தால் என்ன புண்ணியம் கிடைக்குமோ அந்தப் புண்ணியம்

ஐப்பசி மாதத்தில் காவிரியில் ஒரு நாள் குளித்தாலே கிடைத்துவிடும் என்பது ஐதீகம். வான் பொய்த்தாலும் தான் பொய்க்காத காவிரி என காவிரியின் பெருமையை விவரிப்பதே துலா புராணம் ஆகும். (சாந்திப்பிரியாவின் *Santhipriya Pages* என்ற வலைப்பக்கத்திலிருந்து)

5. **மாக புராணம்**: திலீப் சக்கரவர்த்திக்கு வசிஷ்ட முனிவர் அருளிய மாக மாத தீர்த்தமாடல் பற்றிய புண்ணிய கதை. மாசி மாதத்தில் நீராடுவதை 'மாகஸ்நானம்' என்று கொண்டாடுவது வழக்கம். இந்த நீராட்டு விழா பற்றிய கதைகளைக் கூறுவது மாக புராணம். இது வடமொழிப் 'பாத்ம புராணம்' என்னும் நூலில் சொல்லப்பட்டுள்ளதாம். அந்த நூலிலிருந்து இந்தத் தமிழ்நூல் மொழிபெயர்க்கப்பட்டுள்ளது. அநேக மடாலயங்களிலும் மாக தீர்த்தமாடும் காலங்களிலும் மற்றைய புண்ணிய காலங்களிலும் பாராயணம் செய்துவரப்பட்டது. 'நைடதம்' போன்ற நூல்களை எழுதிய அதிவீரராமபாண்டியர் பிற்கால பாண்டிய மன்னர்களுள் ஒருவர். 16ஆம் நூற்றாண்டில் வாழ்ந்த இவர் ஏறக்குறைய 40 ஆண்டுகள் (1564–1604) ஆட்சி புரிந்ததாகத் தெரிகிறது. இவர் அரசர் என்பதோடன்றித் திறமையான தமிழ்ப் புலவராகவும் விளங்கினார். அவரால் எழுதப்பட்ட இது இராமலிங்கசுவாமிகளால் பல ஏட்டுப் பிரதிகள் ஒப்புநோக்கப்பட்டு, ஆனூர் எதிராஜ முதலியாரின் சென்னை சூளையில் இருந்த ப்ரின்ஸ் ஆஃப் வேல்ஸ் அச்சகத்தில் 1904இல் அச்சு கண்டது.

6. **ஜாதகர்மம்**: பெற்றோர்கள் பிறப்பின் குறிப்பு எழுதுவதற்குப் பெயர் ஜாதகர்மம்.

7. **நாமகர்மம் அல்லது நாமகரணம்**: பிறந்த குழந்தைக்குப் பெயரிடுதல்.

2

இனி முத்து சுப்ரமணியரின் மூன்றாவது புதல்வர் சிவராமய்யர் என்பவரைப்பற்றிக் கூறுவோம். இவர் நற்குலத்தில் பிறந்த நற்குணங்களமைந்த நங்கை நல்லாள் ஜானகியம்மாள் என்னும் தனது நற்பத்தினியுடன் நல்மனை ஒன்று அமைத்துக்கொண்டு இல்லறம் நடத்தி நான்கு புதல்வர்களைப் பெற்றெடுத்தார். மூத்தவர் அவரது பாட்டனாரின் பெயரன், அதாவது முத்துசுப்ரமணியன். பெரியவர்களின் பெயரை இட்டால் பெரியவர்களின் பெயரையே சொல்லியழைப்பது மரியாதைக்குறைவு என்பதற்காக வேறு ஒரு செல்வப் பெயர் ஏற்படுவது வழக்கம். அவ்விதமே இவரையும் முத்துசாமி என்றும் சிவன் என்றும் அழைப்பது வழக்கம். இரண்டாவர் ஸ்ரீராமர் என்று பெயரிடப்பட்டு ராமு என்று அழைக்கப்பட்டார். மூன்றாவரது திருநாமம் வைத்தீஸ்வரன் கோவிலில் திருக்கோவில் கொண்டெழுந்தருளியிருக்கும் குலதெய்வத்தின் பெயராகும். ஆயின் சுப்பராயன் என்பது சுப்புக்குட்டியென்னும் செல்வப்பெயராயிற்று. நான்காவரது பெயர் அவரது குலத்தவர் பூர்வீகர் ஒருவரது பெயராகிய தர்மராஜய்யர். ஆயின் அவருக்கும் ஒரு செல்வப் பெயர் துரையப்பா என்பது ஏற்பட்டது. சிவன், ராமு, சுப்புக்குட்டி, துரையப்பா என்னும் இந்நால்வரும் தசரத சக்கிரவர்த்தியின் நான்கு மைந்தர்களைப்போல மிகுந்த ஒற்றுமை அன்பு ஆதரவுடனும் மிகுந்த மரியாதை நாகரிகத்துடனும் வளர்ந்து தங்களது பெற்றோர்களைப்போலவே மிகுந்த பெருந்தகைமையுடன் நற்பெயரெடுத்து வாழ்ந்தனர். சிவராமய்யர் வீட்டுக்கு மூன்றாவது கிரகத்தில் ராமஸ்வாமி அய்யர் என்பவர் அருங்குணங்களும் அழகும் ஒருங்கமைந்த குஞ்சம்மாள் என்னும் செல்வப்பெயருடைய மகாலக்ஷ்மி என்னும் தன் இல்லக்கிழத்தியுடன் இனிது வாழ்ந்து ஐந்து

அழகிய பெண்களுக்குத் தகப்பனாயிருந்தார். ராமஸ்வாமி, குஞ்சம்மாளாகிய தம்பதிகளுக்குப் புத்திரபாக்கியமில்லை. ஆயினும் தங்கள் அருமையான அன்னம்மாள், நாராயணி, ஆனந்தவல்லி, தைலம்மாள், தர்மாம்பாள் என்னும் பெண்களை மிகவும் செல்வமாக வளர்த்துவந்தனர். சிவராமையர் தனது செல்வப் புதல்வனாகிய சிவனுக்கு ராமஸ்வாமி அய்யரின் மூத்த பெண் அம்மணி என்னும் அன்னம்மாளை விவாஹம் செய்துவைத்துக் களித்தார். அம்மணி பெரியவளாகிப் பிறகு சாந்தியாகிப் புருஷன் வீடு வந்து சேர்ந்தவுடன் தன் மாமன் மாமி மைத்துனர் முதலானவர்களிடம் மிகுந்த மரியாதை கீழ்ப்படிதலுடன் நடந்துகொண்டு எல்லோரும் கொண்டாடும்படி குடித்தனம் செய்துகொண்டு ஒழிந்த வேளைகளில் தன் பிறந்தகம் சமீபத்தி லேயே இருந்தமையால் அங்கு சென்று பெற்றோர்களுடனும் அருமைச் சகோதரிகளுடனும் குலாவிக்கொண்டு இருப்பாள்.

இதற்கிடையில் முத்து சுப்ரமணியர் காலமாக அவர் மனைவியாகிய அன்னபூர்ணியம்மாள் மூத்த புதல்வர்களின் பிள்ளைகளாகிய தன் பேரன்மார்கள் ஜடாவல்லவ அப்பாத்துரை, கோதண்டராமய்யர் இவர்களது ஆதரணையிலிருக்க இஷ்டமின்றி தங்களிடம் மிகுந்த அன்பும் ஆதரவுமாயிருந்த கடைப்பிள்ளை சிவராமய்யர் அவரது மனைவி ஜானகி இவர்களிடத்திலேயே வசிக்கலானாள். இவர்களது பிள்ளைகள் நால்வரும் அன்னபூர்ணி பாட்டியிடம் மிகுந்த வாஞ்சையுடன் இருப்பார்கள். பாட்டிக்கும் இந்தப் பேரன்மார்களிடம் அபரிமிதமாக அன்பு. பேரன் மனைவி அன்னம்மாள் தன்னிடம் மிகுந்த பிரேமையுடன் பணிவிடை செய்துவந்தமையால் அவளிடம் பாட்டிக்கு மிகுந்த வாஞ்சை. அன்னம்மாளின் அடக்கமும் வணக்கமும் அவளது உயர்ந்த உத்தமமான குண விசேஷங்களுமே இவளிடத்தில் எல்லோருக்கும் மிகுந்த அபிமானம் உண்டானதற்கு முக்கிய காரணம். பாட்டிக்கு அன்னம்மாள் மீது அந்தரங்கமான உள்ளன்பு மிகுதியென்பதற்குக் கீழ்கண்ட ஓர் உதாரணம். அன்னபூர்ணி பாட்டியின் இரண்டாவது குமாரன் வழிப்பேரன் கோதண்டராமன் மனைவி சம்புவும் மூன்றாவது குமாரன் வழிப் பேரன் சிவன் மனைவி அன்னம்மாளும் சமவயதுள்ளவர்கள்; ஒரே மாதத்தில் இருவருக்கும் தலைச்சன் குழந்தைகள் பிறந்தன. முதலில் சம்புவுக்கு ஓர் ஆண் மகவு பிறந்தது. உடனே இந்த சந்தோஷ சமாசாரத்தைப் பாட்டியிடம் வந்து "பாட்டி உங்களுக்குக் கொள்ளுப்பேரன் பிறந்திருக்கிறான்" என்று சொன்னார்கள். பாட்டி அன்னம்மாளுக்குத்தான் குழந்தை பிறந்துவிட்டதாக நினைத்து இடைகழியில் (இரேழி) படுத்திருந்தவள் மிகுந்த ஆவலுடன் எழுந்து "என் அன்னம்மாளுக்குப் பிள்ளை பிறந்ததா?" என்று கேட்டுக்கொண்டு மருமகளைக் கூவி கூவி, "அடி ஜானகி

சர்க்கரை கொண்டுவா, பேரன் பிறந்திருக்கிறான் எல்லோருக்கும் கொடுக்கவேண்டும்” என்று சொல்லும்போதே, “இல்லை. பாட்டி உமது பேரன் மனைவி சம்புவுக்குப் பிள்ளை பிறந்தது அன்னம்மாளுக்கல்ல” என்று சொல்லும்பொழுதே, பாட்டி “அப்படியா குழந்தையும் தாயாரும் சௌக்கியமாயிருக்கட்டும்” என்று சொல்லி, அபரிமிதமாய் ஏற்பட்ட முதல் ஆவலை அடக்கிக்கொண்டு படுத்துவிட்டாள். சம்புவிடம் பாட்டிக்கு பிரியமே ஆயினும் அவளது மாமிமாமனாராகிய தனது இரண்டாவது நாட்டுப்பெண்ணும் புதல்வனும் தன்னிடம் மரியாதையாக நடந்துகொள்ளவில்லையென்பதில் சலிப்பு ஏற்பட்டுவிட்டது. சம்பு பிரசவித்த சில நாட்களுக்குப் பிறகு அன்னம்மாள் பிரசவித்து ஒரு பெண் குழந்தை பிறந்தது. இந்தச் சுப சமாசாரத்தைக் கேட்ட அன்னபூர்ணி பாட்டி அகமகிழ்ந்து அன்னம்மாள் பிரசவித்திருந்த அவளது பிறந்தகத்துக்கு மெல்ல மெல்ல தடியூன்றிச் சென்று அறை வாயிற்படியில் அமர்ந்து “அன்னம்மா, எங்கண்ணே, பெற்றுப் பிழைத்தாயா? பெண் குழந்தை பிறந்ததா? பெண் குழந்தை பிறந்ததுதான் உன் மாமியாருக்கும் எனக்கும் இஷ்டம். என் ஜானகி 4 பிள்ளைகளைப் பெற்றுவிட்டுத் தனக்கு அருமைக்கு ஒரு பெண் குழந்தையில்லையே என்றும், உன் மைத்துனப் பிள்ளைகளும் தங்களுக்கு அருமையாய் ஒரு சகோதரியில்லையே என்றும் ஏங்கியிருக்கின்றனர். உனக்கும் “சமர்த்தி என்ன பெற்றாள்? தலைச்சன் பெண்ணைப் பெற்றாள்” என்றபடி தாய்க்குத் தலைக்குழந்தை பெண்ணாயிருந்தால்தான் கைக்கெளிதாய் கூடமாட காரியஞ் செய்துகொண்டு ஆதரவாயிருக்கும்” என்று இவ்விதமாய்ப் பன்னி பன்னிப் பேசிக்கொண்டு பெருமையுடன் கொள்ளுப்பேத்தியின் அழகிய முகத்தை அன்புடன் பார்த்து “ஆகா! என்ன அழகு, என் கண்ணான குழந்தை மிகுந்த அதிருஷ்டசாலியாயிருக்கப்போகிறாள்” என்று சொல்லிப் பூரித்துப் பரவசத்தையடைந்துவிட்டாள். அன்னம்மாளின் தாயாராகிய குஞ்சம்மாள் 5 பெண்களையே உடைய நமக்குப் பேரன் பிறக்காமல் பேத்தி பிறந்ததேயென்னும் துக்கத்தையும் மறந்து பாட்டியின் சந்தோஷத்தில் ஈடுபட்டு “பாட்டி! உங்கள் ஆவலடங்க உங்கள் பூர்ண ஆசீர்வாதத்துடன் உங்களுக்குக் கொள்ளுப்பேத்தியே பிறந்தாள்” என்று உபசார வார்த்தை பேசி ஒரு படி சீனிச் சர்க்கரையும் கற்கண்டும் தட்டில் கொண்டுவந்து பாட்டிக்கு எதிரில் வைத்து வணங்க, பாட்டியும் ஒரு கற்கண்டுத்துண்டைத் தித்திப்பாய் தன் வாயிலடக்கிக் கொண்டு மற்றதைப் பலருக்கும் வழங்கும்படி தன் மருமகள் ஜானகியம்மாளிடம் சொல்லி மெல்லெனத் தன் வீடு சேர்ந்து பிள்ளை பேரன்களிடம் கொள்ளுப் பெயர்த்தி பிறந்த

விஷயத்தைப்பற்றிச் சந்தோஷமாய் அளவளாவிக் குதூகலத்துடன் இருந்தாள். பிரசவித்த ஏழாம்நாள் குழந்தைக்கு ஒருவிதக் குறைவுமின்றி கடவுள் காப்பாற்றவேண்டுமென்று வேண்டி, காப்பிட்டனர். வெள்ளிக்கம்பி, செப்புக்கம்பி, இரும்புக்கம்பி மூன்றையும் சேர்த்து முறுக்கி, பூட்டுவாயிட்ட முக்காப்பு குழந்தையின் காலுக்கும், கைக்குப் பொன் காப்பும் செய்து கொண்டு காப்பரிசியுடன் சென்று குழந்தைக்குக் காப்பிட்டுக் களித்தனர். வந்திருந்த பந்துஜன மித்திரர்களுக்கெல்லாம் காப்பரிசி பாக்கு வெற்றிலை பழம் வழங்கினர். காப்பிட வந்த சம்பந்திகளுக்கு குஞ்சம்மாள் தேங்காய்ப்பால் காய்ச்சி விருந்திட்டுத் தாம்பூலமளித்துச் சந்தோஷமாய் வழியனுப்பினாள். பிறகு பதினொன்றாவது நாள் காலையில் பிரசவித்த தாய்க்கும் குழந்தைக்கும் மங்களஸ்நானம் செய்துவைத்தனர். பிரசவித்த அறையைச் சுத்தம் செய்தனர். அன்னம்மாளின் புருஷன் வீட்டார் யாவரும் வந்திருந்து குடும்ப வைதிகர்களைக் கொண்டு புண்ணியாகவாசனம் செய்தனர். பிரசவித்த அறையில் வைக்கோலைப் போட்டு எரியவிட்டு ஒரு பசுவை அந்த அக்கினியைப் பிரதக்ஷிணமாக வரச்செய்து பிறகு புண்ணிய தீர்த்தத்தை அறை முழுவதும் புரோக்ஷித்து மந்திர பூர்வகமாய்ச் சுத்தம் செய்தனர். பிறகு மங்களஸ்நானம் செய்த அன்னம்மாளின் கூந்தலுக்குச் சாம்பிராணிப் புகையேற்றிக் காயவைத்து முடிந்து புஷ்பஞ்சூட்டி நெற்றியில் குங்குமமிட்டு கோமயம் சிறிது கலந்து மந்திரிக்கப்பட்ட கோக்ஷீரத்தை மூன்று உத்திரணி ஆசமனம் செய்யும்படி செய்து இவ்விதம் உள்சுத்தம் வெளிச்சுத்தமான பிறகு மாமனார் வாங்கிக் கொடுத்த புது வேஷ்டியுடன் மணையில் வீற்றிருந்த அவளது புருஷன் சிவன் என்பவரின் வலப்பக்கத்தில் உள்ள மணையில் அன்னம்மாளை அவள் குழந்தையுடன் வீற்றிருக்கச் செய்தனர். வேதோக்தமாய்த் தகப்பன் மடியில் பிறந்த குழந்தையைக் கிடத்தி ஜாதகர்மம் நாமகர்மம் செய்து வந்திருந்த பெரிய சாஸ்திரிகள் பெரியவர்கள் எல்லோரும் மணையில் மங்களகரமாய் வீற்றிருந்த தம்பதிகளையும் குழந்தையையும் ஆசீர்வதித்துக் கொடுத்த மங்களாக்ஷதையை தம்பதிகளிருவரும் தலையிலேற்றுப் பெரியவர்கள் யாவரையும் வணங்கி அவர்களது ஆசியைப் பெற்றனர். பிறகு பெரிய சுமங்கலிகள் இருவர் ஆலாத்தி சுற்றி, திருஷ்டி கழித்தவுடனே தாயையும் குழந்தையையும் ஓர் அறையில் சிரம பரிகாரம் செய்துகொள்ளும்படி விட்டனர். வந்திருந்த வைதிகர்களுக்கெல்லாம் ஒவ்வொருவருக்கும் குருணி நெல் விதை தானம், வெற்றிலை பாக்கு தக்ஷிணை கொடுத்தனுப்பினர். இதெல்லாம் புருஷன் வீட்டாருடைய செலவுதான். இதன்பிறகு அவர்கள் தங்கள் வீட்டுக்குச் சென்று, இஷ்டமித்திர பந்துக்களுடனும் சம்பந்திகளுடனும்

விருந்து சாப்பிட்டனர். குழந்தைக்குத் தங்கள் குலதெய்வமாகிய பாலாம்பிகையின் பெயரிட்டு அன்று மாலையில் வழக்கப்பிரகாரம் குழந்தையைத் தொட்டிலில் வளர்த்தி வந்தவர்களுடன் தாலாட்டுப்பாடி மகிழ்ந்தனர். குழந்தைக்கு 3 மாதமான பிறகு அன்னம்மாளும் உடம்பு சற்றுத் திடமான பிறகு குழந்தையுடனும் ஸ்ரீதன வரிசைகளுடனும் புருஷன் வீடுவந்துசேர்ந்தாள். புக்ககத்துப் பாட்டி மாமியார் முதலானவர்களுக்கு வேண்டிய இதமான பணிவிடைகளைச் செய்துகொண்டும் வீட்டு வேலைகளையும் சரிவரச் செய்துகொண்டும் "மாமியார் மெச்சின மருமகளில்லை" என்பதைப் பொய்யாக்கி எல்லோருக்கும் கண்ணாக நல்ல பெயரெடுத்து வந்தாள். குழந்தையைப் புருஷன் வீட்டார் யாவரும் கொஞ்சிக் குலாவிச் சீராட்டிப் பாராட்டி அருமையாய் வளர்த்தனர். குழந்தையின் தகப்பனாராகிய சிவன் மட்டும் குழந்தையை எடுத்துக் கொஞ்சவே மாட்டார். முற்காலத்திலேயே பொதுவாகத் தான் பெற்ற குழந்தைகளைத் தானே எடுத்துப் பெரியவர்களுக்கு எதிரில் கொஞ்சி லாலனை செய்வதற்குப் பெற்றோர்கள் வெட்கப்படுவது வழக்கம். அதிலும் சுபாவத்திலேயே அதிகமாய் யாருடனுமே பேசும் பழக்கமில்லாத சிவன், தன் மனைவி மக்களிடத்தில் பேசுவதே கிடையாது. அவரது தம்பிமார்கள்தாம் தமையன் குழந்தைகளைத் தங்கள் குழந்தைகளைப்போலவே எடுத்து வளர்க்கும் வழக்கம் அந்தக் குடும்பத்தில் ஏற்பட்டிருந்தது. பாலாம்பாள் என்னும் குழந்தைக்கு ஒருவயது பூர்த்தியாகி ஆண்டு நிறைவுக் கொண்டாட்டம் ஆன பிறகு சிவராமய்யர் தாயாராகிய அன்னபூர்ணியம்மாள் சிவலோகப் பிராப்தியடைந்தாள். அவளது கடைசிக் குமாரனாகிய சிவராமையரே அவளது உத்தரக் கிரியைகளை எல்லாம் செய்து முடித்தார். இதன்பிறகு ஜானகியம்மாளே குடும்பத்தலைவியாய் வீட்டுக்காரியங்களை எல்லாம் கவனித்துவந்தாள். வந்தாள். அன்னபூர்ணி பாட்டியின் வருஷாப்தீகம் ஆன பிறகு அன்னம்மாளுக்கு ஓர் ஆண் குழந்தை பிறந்தது. பெண் குழந்தை பிறந்தபோது சந்தோஷத்துடன் கொண்டாடினதைவிடப் பதின்மடங்கு அதிகமாய்ச் செய்யவேண்டியதெல்லாம் செய்து கொண்டாடி, தங்கள் குலதெய்வத்தின் பெயராகிய சுவாமிநாதன் என்னும் பெயரை அக்குழந்தைக்கிட்டு நாளொரு வண்ணமும் பொழுதொரு மேனியுமாக அருமையாய் வளர்த்துவந்தார்கள். மூத்த பெண்ணாகிய பாலாம்பாள் தன் தம்பியாகிய சுவாமிநாதன் மேல் மிகுந்த அன்பும் வாஞ்சையும் வைத்து அவனுடன் விளையாடிப் பொழுது போக்கினாள். சிவராமய்யர் தன் பேரனை மிகுந்த பிரியத்துடன் தூக்கியெடுத்து அவனது மழலைச்சொல் கேட்டு மகிழ்ந்து அருமையுடன் வளர்த்தார். ஆயினும் அதிக நாளிருந்து குழந்தைகளைக் கண்டு களிப்பதற்கில்லாமல் போனது.

(பேரனின்) ஐந்தாவது வயதிலேயே இவ்வுலகை நீத்தார். அவரது முதற் புதல்வனான சிவன் என்பவர் அவருக்குச் செய்யவேண்டிய கருமங்களையெல்லாம் சிரத்தை பக்தியுடன் செய்து முடித்துப் பிறகு தம்பிமார் மூவருடனும் தாயார் ஜானகியம்மாளுடனும் குடும்ப பாரத்தை வகித்துச் சரிவர நடத்தலானார்.

முத்துசாமி சிவன் தன் மனைவி அன்னம்மாளுடனும் குழந்தைகளுடனும் சரசமாய்ப் பேசுவதுமில்லை கலகலப்பா யிருப்பதுமில்லை. ஆயினும், இரண்டு வருஷத்துக்கு ஒன்று வீதம் அன்னம்மாள் 10 குழந்தைகளைப் பெற்றுச் சலித்தாள். மாமியாராகிய ஜானகியம்மாள் ஒண்டியாக வீட்டுக் காரியங்கள் எல்லாம் பார்க்கவேண்டியிருந்தமையால் ஒவ்வொரு பிரசவத்துக்கும் அதிக நாள் பிறந்த வீட்டில் போயிருக்கவும் முடியவில்லை. பிரசவநோய் ஆரம்பிக்கும் வரைக்கும் வீட்டு வேலையை அலுப்பின்றி செய்துகொண்டிருந்துவிட்டு, பிரசவ வேதனை ஏற்பட்ட பிறகு மாமியாரிடம் வணங்கி விடைபெற்றுக்கொண்டு – அவள் கையினால் விபூதியிட்டுக்கொண்டு ஒரு கொத்து வேப்பிலையை யும் எடுத்துக்கொண்டு – இரண்டாவது புடவையுடன் பிறந்தகம் போவாள். தன் அருமை அன்னை குஞ்சம்மாளின் ஆதரணையில் பிரசவிப்பாள். பிரசவமான பிறகு அவள் மாமியாரான ஜானகியம்மாள் வந்து பார்த்துவிட்டு வந்தவர்களுடன் பேரன் பிறந்தான் பேத்தி பிறந்தாள் என்று பெருமை கொண்டாடி வீட்டுக்குச் சென்று வாயில் மெழுகிக் கோலமிட்டு வீட்டு வேலைகளைக் கவனிப்பாள். பிள்ளை பெற்றவளின் தாயார் பெண் பிரசவத்துக்கு வருமுன்பே மருந்துப்பொடி தயார் செய்து வைத்துக்கொண்டு பிரசவித்த பெண்ணுக்கு உள்ளிப்பூண்டு வாங்கி அதை உரித்து வேண்டிய அளவு உள்ளிப்பருப்பை நெய்யில் பொன்போல் வதக்கி அத்துடன் பனைவெல்லம் மருந்துப்பொடி இரண்டையும் சேர்த்து அம்மியில் வைத்து நன்றாயரைத்து காலை மாலை இரண்டு வேளையும் நெல்லிக்காய் பரிமாணமுள்ள 8 அல்லது 10 உருண்டை உருட்டி உருட்டி அவளை விழுங்கும்படி செய்வாள். பிரசவமானவளுக்கு இடுப்பிலும் உடம்பிலும் நல்ல வலுவுண்டாகும்படி இந்த மருந்து கொடுக்கப்படுவது வழக்கம். இந்த மருந்து ஜீரணமாவதற்காக ஒவ்வொருநாளும் ஏழெட்டு முறை கொட்டைப்பாக்குச் சீவலுடன் 50 அல்லது 60 வெற்றிலைக்குச் சுண்ணாம்பு தடவி, மடித்துக் கொடுத்துப் போட்டுக்கொள்ளச் செய்யவேண்டும். அதை நன்றாய்ச் சுவைத்து சாற்றை விழுங்கிவிட்டு வெற்றிலைச் சக்கையைப் பக்கத்திலுள்ள ஒரு பெரிய வாட்டியில் துப்பிவைக்கவேண்டும். பிரதிதினமும் பிரசவித்த 10 நாளும் குஞ்சம்மாள் பிரசவித்தவளுக்காகக் காலையில் 3 அல்லது 4 மணி நேரம் வேலை செய்யவேண்டும். அறையில் சென்று வாணாய் முறம் வரட்டிகளிலிருக்கும் அசுத்தங்களையும்

ஓர் ஐக்கியக் குடும்பச் சரித்திரம்

வெற்றிலைச் சக்கைகளையும் கொல்லைப்புறத்திலுள்ள எருக்குழியில் கொட்டி அவற்றைச் சுத்தம் செய்து அறையையும் நன்றாய்ப் பெருக்கி சுத்தம் செய்து ஒழித்து வைத்துப் பிறகு பிறந்த சிசுவை வெந்நீரில் ஸ்நானமாட்டி உச்சிக்கு விளக்கெண்ணெய் தடவி சிறிதளவு ஆமணக்கெண்ணெய்யை தாய்ப்பாலுடன் மத்தித்து உள்ளுக்குப் புகட்டி தொப்புள் கொடி எடுத்த இடத்தில் சிறிதளவு மருந்துப்பொடியைத் தூவி அமுக்கி சுத்தமான துணியில் தாயினருகில் குழந்தையைப் படுக்கவிட்டுக் காற்றுப்படாமல் குழந்தையைத் துணியினால் மூடிவிட்டு குழந்தையின் மலஞ்சலம் பட்டு அழுக்கடைந்து ஒரு கூடையில் போட்டு வைத்திருக்கும் துணைகளையெல்லாம் கொண்டுபோய் கொல்லைக்குளத்தில் நன்றாய்த் தோய்த்துப் பிழிந்து அறையிலுள்ள கொடியில் உலரப் போட்டுவிட்டு பிரசவித்தத் தாயின் உடைகளைக் களைந்து வெந்நீரினால் உடம்பைத் துடைத்து வேறு உலர்ந்த உடையை உடுத்திக்கொள்ளச்செய்து பிறகு பத்தியமாகச் சமைத்து வைத்திருக்கும் ஆகாராதிகளைச் சமீபத்தில் இருந்து அவளுக்கு உண்பித்து அதன்பிறகு குடிப்பதற்கு வெந்நீர் தீர்த்தம் கொடுத்து வாய் நிறைய வெற்றிலைபாக்குக் கொடுத்து அவளைப் படுக்கச்செய்து விட்டு பிறகே அவள் ஆற்றங்கரைக்குச் சென்று பிரசவ அறைக்குள் சென்று பிரசவித்தவளைத் தொட்ட தீட்டு போக 32 முழுக்கு ஓடும் ஜலத்தில் முழுகிவிட்டு விபூதியணிந்து சூரிய நமஸ்காரம், பஞ்சாக்ஷரஜபம்[1] செய்து வீட்டுக்குத் திரும்பி மடியுடுத்தி ஈரத்தைக் காயவைத்து சாப்பிடுவதற்குப் பிற்பகல் 3 மணியாகிவிடும். இதன்பிறகு மறுபடி அறைவாயிற்படியில் வந்து உட்கார்ந்து பெண்ணுடன் பேசிக்கொண்டு மற்றவர்களுடைய கண் திருஷ்டி படக்கூடாது என்று உள்ளிப்பூண்டை மடியிலேயே மறைத்து வைத்துக்கொண்டு ஒவ்வொரு பருப்பாய் உரித்தெடுத்து வதக்கி மறைவான இடத்தில் பிரத்தியேகமாய் போட்டுவைத்திருக்கும் அம்மியில் காலையில் செய்தது போலவே மருந்துப்பொடி வெல்லம் இவற்றுடன் இழைத்து, தீபம் ஏற்றுவதற்குமுன் ஒருமுறை மருந்து கொடுத்து பத்தியமாய்ச் சாப்பாடுபோட்டு வெற்றிலையை மெல்லும்படி கொடுப்பாள். இவ்விதம் 10 நாட்களுக்குச் செய்து பதினொன்றாம் நாள் ஸ்நானமாகி புண்ணியாகவாசனம் ஆகி வெளியில் வந்தபிறகு 10நாட்களுக்கு அன்னம்மாளே தன் வேலையையும் தனக்குப் பிறந்த குழந்தையின் வேலையையும் தாயாருக்குச் சிரமங்கொடுக்காமல் தானே செய்துகொள்ளுவாள். இவ்விதம் ஒரே மாதம் பிறந்தகத்திலிருந்து பாலுந்தயிரும் நெய்யும் மருந்தும் தாராளமாய்ச் சாப்பிட்டு உடம்பில் சற்றுப் பலம் வந்தவுடன் குழந்தையுடன் புருஷன் மனைக்கு வந்து மிகுந்த பொறுமையுடன் குழந்தைகளைப் பேணுவதிலும் மாமியார் மற்றுமுள்ளவர்களை உபசரிப்பதிலும் வீட்டு வேலைகளைச்

செய்வதிலும் காலத்தைக் கடத்துவாள். அன்னம்மாளின் அடுத்த சகோதரிகள் நாராயணி, ஆனந்தவல்லி, தைலம்மாள் என்னும் மூவரும்கூட வைகளத்தூரிலேயே பெரிய குடும்பங்களில் வாழ்க்கைப்பட்டு அவர்கள் புருஷன் வீட்டாரிடம் நல்ல பெயரெடுத்து வாழ்ந்து வந்தனர். அன்னம்மாளைப்போலவே அவர்களும் ஒவ்வொரு பிரசவத்துக்கும் தங்கள் அருமையான பெற்றோர் வீட்டுக்கு வந்துவிடுவார்கள். தாயாராகிய குஞ்சம்மாள் மிகுந்த வாஞ்சையுடன் ஒவ்வொரு பெண்ணும் மாற்றி மாற்றிப் பிரசவத்துக்கு வரும்போது அவர்களுக்கு அருமைபெருமையுடன் வேண்டியதைச் செய்து இரண்டு மூன்று மாதம் வீட்டிலேயே வைத்துக்கொண்டிருந்து புஷ்டியான நெய் தயிர் பால் முதலிய ஆகாரங்களைக் கொடுத்து உடம்பைத் திடப்படுத்திப் பிறகு அவரவர்களின் புருஷன் வீட்டுக்கனுப்புவாள். ராமஸ்வாமி அய்யர் குஞ்சம்மாள் வீடு எப்போதும் பேரன் பேத்திகள் நிறைந்து கலகலப்பாய் மங்களகரமாயிருக்கும். புத்திரனில்லாக் குறைவையும் மறந்து இந்த உத்தமமான தம்பதிகள் உள்ளூரிலேயே வாழ்ந்துவந்த 4 பெண்களையும் அவர்கள் குழந்தைகளையும் கண்டு மகிழ்ந்து இனிது வாழ்ந்தனர்.

பாலாம்பாள், ஸ்வாமிநாதனுக்குப் பிறகு மூன்றாவது பிள்ளை நடராஜன், நான்காவது பெண் சுந்தரி, ஐந்தாவது பெண் தைலம்மாள். இதன்பிறகு, ஆறாவது இரட்டைக் குழந்தைகள் பிறந்து இறந்துபோயின. அதன்பிறகு ஏழாவது குழந்தை சிவஸ்வாமி என்று பெயரிட்டு 2 வயது ஆனபோது ஒருநாள் தொட்டிலில் கிடத்தியிருந்தபோது 10 வயதுள்ள பக்கத்து வீட்டுப் பெண் தொட்டிலில் கூடத்தில் உட்கார்ந்து ஆட்டிக்கொண்டிருந்தவள் நழுவி உள்ளே படுத்திருந்த குழந்தையின் வயிற்றில் விழுந்து விட்டமையால் குழந்தைக்கு இசிவு எடுத்து, அழுது தவித்துப் பிறகு இறந்துபோயிற்று. பிறகு எட்டாவது மீனாம்பாள் என்னும் பெண். 9ஆவது பிள்ளைக்கு “பெற்றுச் சலித்துப் பிறந்த அஹத்துப் பெயரிடு” என்றபடி அன்னம்மாளின் தகப்பனாருடைய பெயராகிய ராமஸ்வாமியென்று பெயரிட்டு “ஸ்ரீராமா” என்று அருமையாக அழைத்தார்கள். இத்துடன் அன்னம்மாள் பிள்ளைப்பேறும் ஓய்ந்தது. மொத்தம் ஸ்வாமிநாதன், நடராஜன், ராமஸ்வாமி என்னும் மூன்று புதல்வர்களும் பாலாம்பாள், சுந்தரி, தைலாம்பாள், மீனாம்பாள் என்னும் நான்கு புதல்விகளும் மிகவும் அருமை பெருமையுடன் ஒற்றுமையாய் வளர்ந்துவந்தனர். குடும்பத்துக்கு மூத்த பெண்ணான பாலாம்பாளைப் பிற்காலத்தில் அவளது தம்பி குழந்தைகள் எல்லோரும் “பெரியத்தை” என்றே கூப்பிட்டு வழக்கமாய்விட்டபடியால் எல்லோரும் அவளைப் பொதுவாக “அத்தை” என்றும் ஸ்வாமினாதனாகிய மூத்த புதல்வரை எல்லோரும் அருமையாய்ச் ராமண்ணா என்றும்

கூப்பிட்டழைப்பது வழக்கமாயிற்று. சிவன் என்பவரின் தம்பிமார் மூவருங்கூட குடும்பத்துக்கு மூத்த பெண்ணாகிய பாலாம்பாளைத் தங்கள் சகோதரிபோலக் கருதினமையால் எல்லோருக்கும் அவள் செல்வமான அத்தையாகவே இருந்துவந்தாள். இந்த ஏழு குழந்தைகளையும் கிரமப்படி எடுத்து வளர்த்து நீராட்டிப் பாலூட்டித் தாலாட்டிப் பிறகு தயிரும் பழையதுமாய், பருப்பும் நெய்யுமாய்ச் சோறூட்டி வளர்த்தது முழுவதும் பாட்டியாராகிய ஜானகியம்மாளே. அன்னம்மாளுக்கு வீட்டு வேலைகளைச் செய்து சமையல் செய்வதற்கே பொழுது சரியாயிருக்கும். அவள் புருஷனாகிய சிவன் என்பவர் தினந்தோறும் நதியில் நீராடி விபூதி ருத்திராக்ஷதாரியாய்ச் சூரிய நமஸ்காரம், பஞ்சாக்ஷரம் செய்து பிறகு வீட்டுக்கு வந்து தன் தகப்பனாராகிய சிவராமையர் பூஜை செய்துவந்த பாணலிங்கம் முதலான பிம்பங்களை வைத்து புஷ்பம் பறித்து வந்து பூஜையிடத்தைச் சுத்தம் செய்து சந்தனம் புஷ்பம் புனித தீர்த்தம் முதலிய பூஜா திரவியங்களை யெல்லாம் சேகரித்துக்கொண்டு பூஜையிலமர்ந்து ஆகமவிதிப் பிரகாரம் நிதானமாய்ப் பூஜை செய்து தன் தர்ம பத்தினியினால் தயாரிக்கப்பட்ட மகா நைவேத்தியத்தை ஈஸ்வரனுக்கு நிவேதனம் செய்து பிறகு தன் தாயாருடன் போஜனம் செய்வார். அன்னம்மாளும் முதலில் மிகுந்த பக்தி சிரத்தையுடன் மகா நைவேத்தியத்துக்கு வேண்டிய அன்னம் வடித்துத் தன் மாமிக்கும் கணவனுக்கும் உகந்த பண்டங்களைத் தயாரித்து வீட்டில் மற்ற எல்லோருக்குமாக ஒரு பெரிய பானையில் அன்னம் வடித்து மற்றும் வேண்டிய காய்கறிகளைச் சமைத்து, முதலில் பூஜை முடித்து வரும் கணவருக்கும் மாமியாருக்கும் சமைத்து, அன்னம் பரிமாறி உண்பிவித்துப் பிறகு ஸ்நானம் செய்து வரும் மைத்துனர்கள் குழந்தைகள் எல்லோருக்கும் உபசரித்து அன்னமிட்டு முடிய 15 அல்லது 20 நாழிகையாகிவிடும். காலையில் சிவன் ஜானகியம்மாளைத் தவிர்த்த மற்றவர்கள் எல்லோரும் நிறையத் தயிர்விட்டுப் பிசைந்த பழையமுது சாப்பிட்டுவிடுவார்கள். ஜானகியம்மாள் எழுந்தவுடன் பானைகளில் தோய்த்து வைத்திருக்கும் தயிரை நன்றாகக் கடைந்து, புளிப்பில்லாத கெட்டியான மோர் அல்லது தயிரை விட்டு ஒரு பெரிய கல்சட்டி நிறையப் பழைய அமுதைப் பிசைந்து அன்னம்மாள் உள்பட எல்லோருக்கும் பழங்குழம்பு ஊறுகாய்களுடன் இலை நிறைய போட்டுவிடுவாள். இதன்பிறகுதான் அன்னம்மாள் அடுப்பு மெழுகி சமையலறையைச் சுத்தம் செய்து பாத்திரங்களை யெல்லாம் பளபளவென்று தேய்த்துக் கவிழ்த்துவிட்டு, மஞ்சளும் குடமும் எடுத்துக்கொண்டு நதிக்குச் சென்று நீராடி, குடம், செம்பு, ஸ்தாலி, உத்திரணி முதலியவற்றைப் பளபளப்பாய்த் தேய்த்து, அவற்றில் ஜலமெடுத்துக்கொண்டு வீடு வந்து

அடுப்பில் தயாராயிருக்கும் முட்டான் நெருப்பையெடுத்து ஒரு வரட்டியில் வைத்து கட்டை முட்டைகளை மேலே அடுக்கி நெருப்பு மூட்டி உலை வைப்பாள். எல்லோரும் சாப்பிட்டான பிறகு தானும் சாப்பிட்டுப் பிறகு மீதி அன்னத்தை ஒரு பானை அல்லது கல்சட்டியில் கொட்டி நீர் போட்டு வைப்பாள். அந்தக் காலங்களில் அநேகர் வீடுகளில் கிராமங்களில் இரவில் மறுபடி சமையல் செய்வது கிடையாது. யாருக்கேனும் உடம்பு சரியில்லாமலிருந்தால் அவர்களுக்கு மாத்திரம் சூடாகச் சிறிது அன்னம் சமைப்பார்கள். மற்றவர்களுக்கெல்லாம் காலையில் செய்தது போலவே அன்னம்மாள் ஒரு பெரிய கல்சட்டியில் பழையதைப் பிழிந்து போட்டு உப்புப் போட்டுத் தயிரும் மோரும் விட்டுக் கலந்து மாமியார் எதிரில் வைத்துவிடுவாள். அந்தம்மாள் எல்லோருக்கும் அதைப் பரிமாறி பழங்குழம்பும் ஊறுகாய்களும் போட்டு எல்லாரையும் உண்ணச்செய்வாள். படுத்துக்கொள்ளப்போகுமுன் காய்ச்சின பால் பழம் இவைகளைச் சாப்பிடுவார்கள். பகலில் அநேகமாய் ஒரே வேளைதான் சமையல் ஆனதால் அப்போது நாலைந்து விதம் பாகங்கள் நன்றாகச் செய்துவிடவேண்டும். குழம்புக்குக் கார சம்பாரங்கள் அம்மியில் அரைத்துத்தான் போடவேண்டும். அத்தனை பெரிய குடும்பத்துக்கு அன்னம்மாளே தனியாக எல்லாக் காரியங்களும் செய்யவேண்டியிருந்ததால் சில நாட்களாக ஜானகியம்மாளும் அன்னம்மாளும் மிளகாய், மிளகு முதலியவற்றைச் சேர்த்து, குழம்பு, ரசப்பொடிகள் தூள் செய்து வைத்துக்கொண்டு அந்தக் காரப்பொடிகளைச் சேர்த்து குழம்பு, ரசம் செய்யும் வழக்கம் ஏற்பட்டிருந்தது. ஒருநாள் இரவு ஜானகியம்மாள் ஒரு பெரிய கற்சட்டி நிறைய தயிரும் சாதமும் கலந்து பரிமாறத் தயாராயிருந்தபோது சுப்புக்குட்டி என்பவர் பெரிய தமையனிடத்தில் தினந்தோறும் காரசம்பாரம் அம்மியிலரைக்கச் சோம்பிக்கொண்டு காரப்பொடி செய்து வைத்துக்கொண்டு குழம்பு, ரசம் செய்யும் சமாசாரத்தைச் சொன்னார். மேலும் அதனால்தான் அப்போது சிலநாட்களாக குழம்பு வாசனையாய் நன்றாயில்லை என்றும் கோள் சொன்னார். இதைக்கேட்ட சிவனுக்கு ரௌத்திராகாரமான கோபமூண்டு அதைக் கொண்டுவரச்சொல்லி தம்பியை ஏவினவுடன் அவர் இரண்டாங்கட்டில் வெண்கலப் பானையில் வேடுகட்டி உறியில் தொங்கவிட்டு வைத்திருந்த பொடியை வெண்கலப்பானை யுடன் தூகக்வந்து முத்தண்ணாவின் எதிரில் வைத்தவுடன் அவர் அதைப் பார்த்து மிகுந்த கோபம் மண்டி தன் தாய்க்குப் பின்புறம் பயத்துடன் நின்றுகொண்டிருந்த மனைவியைப் பார்த்து, "புழுப்புழுக்கும்படி பொடி செய்து வைத்துக்கொண்டு சமைக்கின்றாயா? அத்தனை சோம்பலா உனக்கு?" என்று

சொல்லி மிகுந்த ஆத்திரத்துடன் வெண்கலப் பானையைத் தூக்கி அவள் மேல் எறிந்தார். வெங்கலப்பானை அன்னம்மாள் மேல் தாக்கிக் கீழே விழுந்து அதிலுள்ள பொடியெல்லாம் சிதறி அன்னம்மாள் மேலும் ஜானகியம்மாள் கண்ணிலும் மேலும் கொட்டிப்போயிற்று. உடனே ஜானகியம்மாளுக்குக் கண்ணெரிச்சல் ஒருபக்கம் பிள்ளைகள்மேல் கட்டுக்குமீறின கோபம் ஒரு பக்கம். "பாவி பிள்ளைகளே, பிரம்மசாரி முண்டங்களா! வீட்டிலுள்ள வேலைக் கஷ்டம் உங்களுக்கென்ன தெரியும், அவள் ஒண்டியாயிருந்துகொண்டு ஓய்ச்சல் ஒழிவு இல்லாமல் எத்தனை கஷ்டப்பட்டு வேலை செய்வாள்? பொடி செய்துவைத்துக்கொண்டுதான் சமைக்க முடியும். உங்களுக்கிஷ்டமில்லாவிட்டால் உங்களுக்கு அன்னம் படைக்க முடியாது எங்கேயாவது போய்விடுங்கள்" என்று கத்திக்கொண்டு கற்சட்டியை எடுத்துச் சுழற்றி வீசி எறிந்தாள். அதிலுள்ள பழையதெல்லாம் சிதறி நாலாபக்கமும் கொட்டிப்போயிற்று. அன்று இரவு எல்லோரும் பட்டினி. மாமியும் மருகியும் கொல்லைக் குளத்தில் குளித்து பொடியெல்லாம் போகும்படி புடவைகளை அலசிப் பிழிந்து எடுத்துக்கொண்டு வீட்டுக்குள் வந்துசேர்ந்தார்கள். ஜானகியம்மாள் மிகுந்த கோபத்துடன் ரேழியில் சென்று படுத்துக்கொண்டாள். பாவம், அன்னம்மாள் பழைய அமுதையெல்லாம் திரட்டி எடுத்து, தவிட்டுடன் கலந்து மாடுகளுக்கு வைத்துவிட்டு, சிதறிக் கொட்டியிருந்த பொடியையெல்லாம் பெருக்கியெடுத்து, அந்தக் காரம் அடங்கும்படி மெழுகிவிட்டு, சிவமேயென்று பொறுமையுடன் பட்டினியாய்ப் படுத்தாள். சுப்புக்குட்டி ஐயர் எப்போதுமே மிகவும் முன்கோபமும் முரட்டுத்தனமும் உள்ளவர். இந்த அமாவாசை முரட்டுத்தனமுள்ள தம்பி சொன்னதைக் கேட்டுக்கொண்டு தாயார், மனைவியிடம் கோபித்துக்கொண்டது பிசகு என்பதை உணர்ந்து சிவன் என்பவரும் மற்றவர்களும் தாயாரிடம் மன்னிப்புக் கேட்டுக்கொண்டு அவளைச் சமாதானப்படுத்தினர். இவ்வித முரட்டுத்தனமும் மனஸ்தாபமும் அபூர்வமாகவே இருக்கும். மற்று ஒருவரிடம் ஒருவர் மரியாதையாயும் பரஸ்பர அன்புடனுமே குடும்பம் நடந்துவந்தது.

முத்துஸ்வாமி சிவனுடைய தம்பி ராமுவையர் பிரதிதினமும் நீடாமங்கலம் சென்று அங்குள்ள பெரிய வியாபாரிகளிடமும் மிராசுதாரர்களிடமும் கணக்கு வேலை, நெல் விற்கும் குத்தகைத் தொழில் இவற்றைச் செய்து, இதனால் கிடைக்கும் தானியமாகிய ஊதியத்தை வீட்டில் கொண்டுவந்து சேர்ப்பார். இரண்டாவது தம்பி சுப்புக்குட்டி ஐயருக்கு குடும்பத்தின் நிலங்களைக் கவனிக்கும் பண்ணை வேலை. தமையன் முத்துஸ்வாமி சிவனுடன் கூட உதவியாய்ப் பண்ணையாட்களை வைத்துக்கொண்டு

தங்களுக்குள்ள நன்செய், புன்செய் நிலங்கள், தோட்டங்கள், முதலியவற்றைப் பராமரிக்கவும், பசு, எருமை உழவு மாடுகளை யெல்லாம் கவனிக்கவும் ஒருநாள் பொழுதே போதாமலிருக்கும். ஈர்க்குச் சம்பாநெல் சாப்பாட்டுக்கும், சிறுமணி நெல் மேன் செலவுக்கும் செம்பாளை நெல் சர்க்காருக்குப் பகுதியளக்கவும், குருவை நெல் வேலைக்காரர்களுக்கெல்லாம் கூலிக்களக்கவும் ஆக இவ்வித நான்கு வித வயல்களையும் பண்படுத்தி நல்ல விளைச்சலுண்டாகும்படி உழைப்பார்கள். உளுந்து, துவரை முதலிய தானியங்கள் பயிராகும் இடங்களும் உண்டு. வண்ணாற்றங்கரைப் படுகையில் சுமார் ஒரு மைல் நீளமுள்ள தோட்டம் இவர்களுக்குச் சொந்தமானது. அதில் சுமார் 2000 வாழைகள், நெல்லி, நாவல், மா, பலா, இலந்தை, தென்னை முதலிய பலன் தரும் விருக்ஷங்கள் பலவும் இருந்தன. பாகல், வெண்டை, பூசனி, கத்தரி முதலியவைகள் விளையும் காய்கறித் தோட்டம் ஒன்று. பிரதிதினமும் சுப்புக்குட்டி ஐயர் காலையில் பழையமுது சாப்பிட்டவுடன் தோட்டங்களைப் பார்வையிட்டு கறிகாய்கள் பழங்கள் முதலியவற்றை வீட்டுத்தேவைக்கு அனுப்பிவிட்டுப் பிறகு வயல்களைச் சுற்றிப் பார்த்து பண்ணையாட்களைக் கவனித்து வேலைவாங்கி அதிகநேரங் கழித்து நதிக்குச் சென்று நீராடிப் பிறகு வீட்டுக்குத் திரும்பி வந்து அன்னமருந்துவார்.

இவர்கள் வீடு மூன்று கட்டு வீடு. நாலைந்து குதிர்கள் கட்டி அவற்றில் தானியங்களைக் கொட்டி மூடி வைத்திருப்பார்கள். எதிர் வரியில் மாட்டுக்கொட்டிலில் அகம் ஒன்று. அங்கு நெல்லு குத்தும் கூடமிருக்கும். நெல்லு குத்தின பிறகு ஏற்படும் உமி, தவிடு இவற்றைச் சேமித்து வைப்பதற்குக் குதிர்கள் இருக்கும். களஞ்சியங்களில் நெல், துவரை, உளுந்து முதலியவற்றைக் கொட்டிவைப்பார்கள். பத்துப் பதினைந்து பசுக்கள் இரண்டு மூன்று எருமைகள், உழவுக்குவேண்டிய 20, 25 காளை மாடுகள் இவைகளை மாட்டுக் கொட்டில்களில் தாமணிக் கயிற்றினால் பிணைத்து வரிசை வரிசையாகக் கட்டியிருப்பார்கள். சினை மாடுகள், கன்றுக்குட்டிகள் எல்லாம் வேண்டியது இருக்கும். புழைக்கடையில் முளைக்கீரை, அரைக்கீரைப் பாத்திகள் இருக்கும். மாலை வேளைகளில் முத்துஸ்வாமி சிவன் வெளிப்புறப்பட்டு வயல்களைப் பார்வையிட்டு வருவார். கடைசித் தம்பி துரையப்பா, மூத்த பிள்ளை சாமண்ணா இருவருக்கும் வயல் வேலைகள், அவற்றின் கணக்கு வழக்குகளைக் கவனிக்கும் விதம், எல்லாம் பழக்கி வைத்தார். சொந்தப் பண்ணை வைத்து பூமியை உழுது, நல்ல எருப் போட்டு பண்படுத்தி, விதை தெளித்து, நாற்று நட்டுக் களை பிடுங்கி உழைத்து வந்தமையால் வருஷந்தோறும் சுபிக்ஷமாய் நெல் இருபோகம் செழித்து விளைந்து நல்ல பலனைக் கொடுத்துவந்தது. சிவன் என்பவரின் நல்ல குணம்,

நடத்தை சிவபக்தி இவற்றினால் இந்தக் குடும்பத்தவர்கள் வறுமையென்பதேயில்லாமல் தெய்வ அருள்பெற்று மங்களமாய் வாழ்ந்துவந்தனர். பிரதிதினமும் கோவிலைச் சார்ந்த குளத்தங்கரையில் சந்தியாவந்தனம் செய்து, கோவிலுக்குள் போய் சுவாமி கைலாசநாதரையும், அம்பிகை மங்கள நாயகியையும் தரிசனம் செய்வார்கள். இவ்விதம் நான்கு சகோதரர்களும் மிகுந்த ஒற்றுமையுடனும் பரஸ்பர அன்புடனும் அன்னையிடத்தில் வாத்சல்யத்துடனும் வாழ்ந்து வந்தனர்.

அடிக்குறிப்புகள்:

1. ***பஞ்சாக்ஷரம் [அ] பஞ்சாக்ஷரி*** *என்பது ஆதியோகி மற்றும் ஆதிகுருவாகிய சிவபெருமானின் மூல மந்திரமாகிய திருவைந்தெழுத்தாகிய 'ஓம் நம சிவாய' என்று தொடங்கும் ஸ்தோத்திரம் ஆகும்.*

முழு ஸ்தோத்திரம் கீழ்க்கண்டபடி அமையும்:

ஓம் நம சிவாய சிவாய நம ஓம்
ஓம் நம சிவாய சிவாய நம ஓம்

நாகேந்த்ர ஹாராய த்ரிலோச்சனாய
பஸ்மாங்க ராகாய மகேஸ்வராய
நித்யாய சுத்தாய திகம்பராய
தஸ்மை ந காராய நம சிவாய

மந்தாகினி ஸலில சந்தன சர்ச்சிதாய
நந்தீஸ்வர ப்ரமத நாத மகேஸ்வராய
மந்தார புஷ்ப பஹுபுஷ்ப ஸுபூஜிதாய
தஸ்மை ம காராய நம ஷிவாய

சிவாய கௌரீ வதனாப்ஜ ப்ருந்த
ஸூர்யாய தக்ஷாத்வர நாஷகாய
ஸ்ரீநீலகநததாய வ்ருஷத்வஜாய
தஸ்மை ஷி காராய நம ஷிவாய

வசிஷ்ட கும்போத்பவ கௌதமார்ய
முனீந்த்ர தேவார்ச்சித ஷேகராய
சந்த்ரார்க்க வைஷ்வநர லோச்சனாய
தஸ்மை வ காராய நம ஷிவாய

யக்ஷ ஸ்வரூபாய ஜடாதராய
பிநாக ஹஸ்தாய சனாதனாய
திவ்யாய தேவாய திகம்பராய
தஸ்மை ய காராய நமஷிவாய

பஞ்சாஷரமிதம் புண்யம் ய படேச் சிவ
சன்னிதௌ சிவலோக மவாப்னோதி சிவனே ஸஹமோமதே
(ஈஷா மையத்தின் பாடல்களிலிருந்து)

3

சிவன் என்பவரின் அடுத்த தம்பியாகிய ராமு என்பவருக்கு அவருடைய 30ஆவது வயதிலேயே விவாகம் நடந்தது. ஜடாவல்லவ அப்பாத்துரை அய்யாவின் மூத்த சகோதரி, தஞ்சைக்குச் சமீபத்திலுள்ள ஆதனக்கோட்டை என்னும் ஊரில் வாழ்க்கைப்பட்டு வாழ்ந்துவந்தாள். அவளுடைய முதற்பெண் மங்களம் என்பவளே ராமுவுக்கு மனைவியாக அமைந்தாள். அவளது இளைய சகோதரி பாலாம்பாள் ராமுவின் சிறிய தகப்பனார் கோதண்டராமையர் புதல்வன் வைத்தி என்பவருக்கு மனைவியானாள். ஆதனக்கோட்டை அத்தையின் இவ்விரண்டு புதல்விகள் மங்களம், பாலாம்பாள், இவ்விருவரின் குண விசேஷங்கள் நேர்விரோதமானவை. பாலாம்பாள் சிறந்த குணமுடையவளாய் விவேகியாய் புருஷன் வீட்டாரிடம் மரியாதையுடனும் வணக்க அடக்கத்துடனும் நடந்துவந்தாள். ஆனால் மங்களம் பத்திரகாளியின் அம்சமாய் பிறந்திருந்தமை யால் இதுவரைக்கும் மிகுந்த ஒற்றுமையுடன் இருந்த குடும்பத்தில் இவளால் மிகுந்த கஷ்டங்கள் உண்டாயின. மூடத்தனம், முரட்டுத்தனம், பிடிவாதம், அழும்பு முதலான விரும்பத்தகாத குணங்கள் எல்லாம் இவளிடம் குடிகொண்டிருந்தன. அவளுடைய மாமி, ஓர்ப்படி, மைத்துனர்கள், கணவர் எல்லோரும் மனங்குன்றி அவமானப்படும்படி யாகவே எந்த விதத்திலும் நடந்துகொண்டதுடன் வீட்டு வேலைகளையும் கவனிப்பதேயில்லை. அதிகாலையில் வழக்கம்போல் எழுந்து எல்லா வேலைகளையும் மிகுந்த பொறுமையுடன் அன்னம்மாளே செய்வாள். மங்களம் சாவதானமாய் எழுந்து பல்தேய்த்து மற்ற எல்லோருடனும் வயிறு நிரம்ப பழையமுது உண்டுவிட்டு, நதிக்குச் சென்று ஊராருடன் வம்பு பேசிக்கொண்டு நிதானமாய்

ஸ்நானம் செய்து வீட்டுக்கு வருவாள். சில நாட்கள் மனது குளிர்ந்திருந்தால் ஆற்று ஜலம், குளத்து ஜலம் இவற்றை இரண்டு நடை கொண்டுவந்து கொட்டி, வீட்டைப் பெருக்கி, பாத்திரங்கள் தேய்த்து ஓர்ப்படிக்கு உதவியாய்ச் சில சில்லறை வேலைகளை யும் செய்வாள், மனதில்லாவிட்டால் மாமியாரும் ஓர்ப்படியும் என்ன கெஞ்சினாலும் ஒரு வேலையும் செய்யமாட்டாள். சில சமயங்களில் பூஜை முடிவதற்குள் இவள் குளித்துவிட்டுத் திரும்பி வந்துவிட்டால் பழையமுது சாப்பிட்டிருந்தாலுங்கூட, நைவேத்தியத்துக்காக வடித்து வைத்திருக்கும் அன்னத்தை எடுத்து இலையிலிட்டுக்கொண்டு சாப்பிட உட்கார்ந்து விடுவாள். சில சமயங்களில் பழையது சாப்பிட்டு வயிறு நிறைந்திருக்கும் போதும் இவள் வீம்புக்காகவே சாப்பிடுவதால் சாப்பாடு வேண்டியிருக்காமல் சாப்பிட்ட சாதத்தை வாந்தி செய்வாள். மாமியார் எத்தனை நயபயமாய்ச் சொன்னாலும் கேட்கமாட்டாள். "உம்மை யார் கேட்டது? எனக்குப் பசிக்கிறது, நான் சாப்பிடத்தான் செய்வேன்" என்று சொல்லிவிடுவாள். அன்னம்மாள் அவளைக் கெஞ்சிக் கொஞ்சி, "அம்மா, சற்றுப் பொறுத்துக்கொள், இதோ நைவேத்தியம் ஆனவுடன் முதற் பந்தியிலேயே மாமியார் மற்றவர்களுடன் உனக்கும் சாப்பாடு போட்டுவிடுகிறேன்" என்று சொல்லிக் கேட்டுக்கொண்டால் சில சமயம் கேட்பாள், சில சமயங்களில் கேட்காமல் பிடிவாதமாய்த் தன்னிஷ்டப்படியே நடப்பாள். "நீ யாரடி என்னை அதிகாரம் செய்ய? உன்னைப்போல் நான் என்னைப்போல் நீ, இது என்னுடைய மாமா வீடு. என் புருஷன் எனக்கு வேண்டிய தெல்லாம் சம்பாதித்துக் கொண்டுவந்து கொட்டுகிறான், என்னிஷ்டம்போல் எனக்கு வேண்டியதெல்லாம் நான் சாப்பிடுவேன்" என்பாள்.

சில சமயம் ஜானகியம்மாள் "அப்படியானால் உனக்கு வேண்டியதை நீயே சமைத்துக்கொண்டு சாப்பிடு. அன்னம்மாள் வீட்டு வேலைகள் எல்லாம் தானே ஒண்டியாய்ச் செய்யும்போது நீ மாத்திரம் வேலையொன்றுமே செய்யாமல் சட்டமாய் உட்கார்ந்து சாப்பிடுவதுடன் நைவேத்தியம் ஆவதற்குள் வடித்த அன்னத்தையும் கொட்டிக்கொண்டு மானம் மரியாதையில்லாமல் சாப்பிடுகிறாயே" என்று கண்டித்துக் கோபித்துக்கொள்வாள். அப்போது அந்த ராக்ஷசி மாமியார் முகத்திலடித்து அவளிடத்தி லேயே சண்டைக்கு ஆரம்பித்துவிடுவாள். "மூத்த மருமகளுக்கே பரிந்து பேசுவது உன் சந்தம். அவள் யாருக்காகக் காரியம் செய்கிறாள். அவள் பிள்ளை குட்டிகளை வீடு நிறையப் பெற்றுக் குவித்திருக்கிறாள். அமுக்காய் இருந்துகொண்டு அவள் அகமுடையான் பிள்ளை குட்டிகளை மாத்திரம்

யதேஷ்டமாய்ப் பெற்றிருக்கிறான். பக்தியுடன் சிவபூஜை செய்வது அவள் புருஷன்தானே, அதற்குவேண்டிய நைவேத்தியம் அவள் செய்யவேண்டியதுதானே, வீடு நிரம்ப அவள் குடும்பந்தானே, அதற்கு வேண்டிய வேலைகளை அவள்தானே செய்யவேண்டும்? புண்ணியத்துக்காக ஒன்றும் செய்யவில்லை. எனக்கென்ன பிள்ளையுங் குட்டியும் பிடிங்கித் தின்கிறதா? இல்லாவிட்டால் என் புருஷன் அதிகாலையிலேயே காக்காய்மாதிரி முழுகிவிட்டு மூச்சையடக்கி முணுமுணுவென்று மந்திரம் சொல்லி பூஜை செய்கிறானா?" என்று சொல்லி மாமியாரிடம் வாயடியடித்து அவளைக் கையினால் அடிக்கவும் வந்துவிடுவாள். சிலநாட்களில் மங்களத்துக்குக் கோபமும் குரோதமும் அதிகமாகிவிட்டால் மடியாயிருக்கவேண்டுமென்று சுவர்களில் முளையடித்துக் கட்டியிருக்கும் புடவைகளில் தன் தலை நிறைய எண்ணெய்யைத் தேய்த்துக்கொண்டு சுவரில் சாய்ந்துகொண்டு தலையைப் புரட்டி புரட்டிப் புடவை முழுவதிலும் தன் தலை எண்ணெய்யைத் தேய்த்துவிடுவாள். நாள் செல்ல செல்ல இவளுடைய முரட்டுப் பிடிவாதமும் துர்க்குணமும் விருத்தியாயிற்று. வீட்டிலுள்ள யாவரும் இவளுடைய கஷ்டம் பொறுக்க முடியாமல் அவமானப்பட்டுத் தவித்தார்கள். ராமுவையர் தன் மதனி அன்னம்மாளின் சிறந்த உத்தமான குணத்தையும் தன் மனைவியின் மூர்க்கக் குணத்தையும் கண்டு அடிக்கடி அவளைக் கண்டித்து புத்தி புகட்ட ஆரம்பித்தார். ஆனால் அதெல்லாம் அவள் மூளையில் ஏறவில்லை. அவளது அடங்காப்பிடாரித்தனம் அதிகரித்துக்கொண்டே வந்தது. ஒரு நாள் அவளது மூர்க்கத்தனம் மிகுதியாகி ஓர்ப்படிமேல் கோபித்துக்கொண்டு ஆங்காரத்துடன் அவள் முகத்தின் மேல் ஒரு குத்துக் குத்தினாள். பாவம் அன்னம்மாளின் முன் பல் ஒன்று ஒடிந்து விழுந்து ரத்தம் கொட்ட ஆரம்பித்துவிட்டது. ஜானகியம்மாளுக்கு இது பொறுக்காமல் "அடி பாவி, அந்த உத்தமியை ஏண்டி அப்படிக் குத்தினாய்?" என்று கோபிக்க ஆரம்பித்தாள்.

உடனே மங்களம் எகிரிக் குதித்து மாமியாரைக் கீழே தள்ளி அவள் மார்பின் மேல் ஏறி உட்கார்ந்து, அவள் கழுத்தைப் பிடித்து அழுத்த ஆரம்பித்துவிட்டாள். சமீபத்தில் நின்றுகொண்டு இதுவரைக்கும் பொறுமையுடன் நடப்பதையெல்லாம் பார்த்துக் கொண்டிருந்த சிவன், இதற்கு மேல் பொறுக்கமுடியாமல், தம்பி மனைவியை இழுத்துத் தள்ளி அப்புறப்படுத்தித் தாயாரைக் காப்பாற்றினார். இதன்பிறகு இவளை இனிமேல் வீட்டில் வைத்துக்கொண்டு ஒன்றாய் ஒற்றுமையாய்க் குடித்தனம் செய்ய முடியாதென்பதை உணர்ந்து, தம்பியுடன் ஆலோசித்து மாட்டுத் தொழுவத்தின் முன்பக்கலில் இருந்த ஒரு தனியிடத்தில்

அவளைத் தனியாகச் சமையல் செய்து சாப்பிடும்படி ஏற்பாடு செய்தார்கள். அப்போதும் புருஷனுக்கு இணங்கி அந்நியோந்நியமாய் இன்பமாய்க் குடித்தனம் செய்ய அவளால் முடியவில்லை. அந்த ராக்ஷசியுடன் இருந்து வாழ ராமுவையரா லும் முடியவில்லை. இந்தப் பிடாரியைப் பெண்டாக்கிக் கொண்டோமே என்னும் அவமானத்தினாலும் துக்கத்தினாலும் ஏங்கியிளைத்து, சந்தோஷத்தையெல்லாம் இழந்து நாற்பது வயதுக்குள்ளேயே நமனுலகடைந்தார் ராமுவையர். அவர் மனைவி மங்களம் வருஷத்துக்கொருமுறை ஜீவனாம்சமாகத் தனக்கு நெல் கொடுத்துவிடவேண்டியது என்று ஓர் ஒப்பந்தம் பேசிக்கொண்டு தன் பிறந்த ஊராகிய ஆதனக்கோட்டைக்கே போய்ச்சேர்ந்தாள். ஜானகியம்மாள், சிவன் மற்றுமுள்ள யாவரும் ராமுவய்யர் மரணத்தைக் குறித்து மிகவும் வருந்திப் பிறகு ஒருவாறு தேறி, பழைய விதமாகவே காலங்கழித்து வந்தனர்.

4

இதற்கிடையில் ராமுவய்யர் இருந்தபோதே சிவன் என்பவரின் ஸீமந்தபுத்திரி பாலாம்பாளுக்கு விவாகமாயிற்று. இவளுடைய புருஷன் வீடு வைகளத்தூரிலிருந்து 3 மைல் தூரத்திலுள்ள ரிஷியூர் என்னும் கிராமத்திலிருந்தது. பாலாம்பாளின் மாமனார் ஸ்ரீனிவாசய்யர் என்பவர் பக்கத்திலுள்ள பூவனூர் என்னும் கிராமத்தைச் சேர்ந்தவர். அவருடைய வேட்டகத்தூர் ரிஷியூர் என்பது. அவர் மாமனார் இறந்தவுடன் அவர் ரிஷியூரிலேயே வந்து தன் மனைவி சுப்பம்மாள், மாமியார், மைத்துனர்கள் இருவர் கிருஷ்ணையர், ராமையர் இவர்களுடன் வந்து தங்கிவிட்டார். ரிஷியூரில் இவர்கள் இருந்த தெரு மிகவும் சிறியது. நான்கு வீடுகள் மாத்திரமே யுடையது. முதல் வீடு வைதிகத்தொழிலை மேற்கொண்ட ஒரு வடமப் பிராம்மணருடையது. இரண்டாவது வீட்டில் சுப்பம்மாளின் இளைய தம்பி கிருஷ்ணையர் வசித்துவந்தார். மூன்றாவதில் சுப்பம்மாள் அவள் கணவர் ஸ்ரீநிவாசய்யருடன் வசித்தனள். நான்காவதில் சுப்பம்மாளின் முதல் தம்பி ராமையர் என்பவர் வசித்துவந்தார். சுப்பம்மாளின் தாயாரும் தன் புதல்வர்கள் கிருஷ்ணையர் ராமையரிடத்திலும் அருமைப் புதல்வியான சுப்பம்மாளிடத்திலும் இருந்து கொண்டு சந்தோஷமாய்க் காலங்கழித்துவந்தாள். சுப்பம்மாளும் அவள் சகோதரர் இருவரும் மிகுந்த ஒற்றுமையுடனும் பரஸ்பர அன்புடனும் வாழ்ந்துவந்தனர். இவர்கள் தெருவின் பக்கத்துத் தெருவில் ஏழெட்டு வீடுகள் உண்டு. அங்கு வடம ஜாதியைச் சேர்ந்தவர்கள் வசித்து வந்தனர். இவர்களைத் தவிர அநேகம் முதலிமார்கள் முதலான பிராம்மணரல்லாதார் பலரும் அந்தக் கிராமத்தில் வசித்துக்கொண்டு பயிர்த்தொழில் செய்துகொண்டிருந்தனர். கீழண்டைத் தெருவில்

சுப்பம்மாள் முதலானவர்கள் வீடுகளுக்கப்பால் ஓர் அழகிய சிறு சிவன் கோவில். அதற்கெதிரில் தாமரை, அல்லி முதலிய புஷ்பங்களையுடைய ஓர் அழகிய குளம். கிராமத்தின் முகப்பில் இலுப்பை மரங்கள் வளர்ந்து நிழல் கொடுக்குமிடத்தில் மற்றொரு பெரிய குளம். இதனருகில் மற்றொரு சிவன் கோவில். கிராமத்திலிருந்து 2 மைல்களுக்கப்பால் காவிரி நதியின் ஒரு கிளை நதியாகிய வண்ணாறு. கிராமத்தைச் சுற்றிலும் பசுமை யான வயல்களும் தென்னந் தோப்புகளும் தோட்டங்களும் செழிப்பாயிருந்தன.

ஸ்ரீநிவாசய்யர் சுப்பம்மாளுக்கு வெங்கடராமய்யர், சிவராமையர், கோதண்டராமையர் என்னும் 3 புதல்வர்களும், காமாக்ஷியம்மாள் என்னும் 1 புதல்வியும் இருந்தனர். பக்கத்துக் கிராமத்திலிருந்த வைத்தியநாதன் என்னும் ஒரு பிரம்மசாரிக்குத் தங்கள் அருமைப் புதல்வி காமாக்ஷியைக் கன்னிகாதானம் செய்துகொடுத்து, தங்கள் வீட்டுக்கெதிரிலேயே ஒரு வீடு கட்டிக்கொடுத்து, பெண்ணையும் மாப்பிள்ளையையும் அதில் குடியேற்றித் தங்கள் கிராமத்திலேயே தங்கள் சமீபத்திலேயே வைத்துக்கொண்டார்கள். காமாக்ஷியம்மாளும் தன் தாயாரைப்போலவே பிறந்த வீட்டுச் செல்வியாய் மக்களைப் பெற்றுக்கொண்டு பெற்றோர்களின் அன்பான ஆதரவில் வாழ்ந்துவந்தாள்.

மூத்த புதல்வர் வெங்கட்ராமையரின் மனைவிதான் வைகளத்தூர் சிவன் என்பவரின் புதல்வி பாலாம்பாள். அவள் அடிக்கடி பிறந்தகத்துக்கு வருவதும் சித்தப்பா, குஞ்சப்பா, துரையப்பா பாட்டியம்மாள் இவர்களுடன் அளவளாவி அவர்களுக்கெல்லாம் கண்ணுக்குக் கண்ணாயும் வீட்டுக்கு மூத்த பெண்ணாயும் இருந்து வந்தாள். இவள் மிகுந்த புத்திசாலியானதால் இவள் ஆலோசனைகளை இவள் புருஷன் வீட்டுப்பேர், பிறந்த வீட்டுப்பேர் யாவரும் ஏற்று “எங்கள் பாலாம்பாள் சொல்வது ராஜாங்கச் சட்டம்” என்று சொல்லிக்கொண்டு நடப்பார்கள்.

இவளுடைய கணவர் வெங்கடராமையர் பட்டுக்கோட்டை என்னுமிடத்தில் கிராமக் கணக்குப்பிள்ளை வேலை பார்த்துவந்தார். மனைவியுடன் பட்டுக்கோட்டையிலும் தொண்டராம்பட்டியிலும் இருந்து வேலை பார்த்துக் கொண்டும் அடிக்கடி ரிஷியூர் வைகளத்தூருக்கு வந்து போய்க்கொண்டுமிருப்பார். ஸ்ரீநிவாசய்யரின் இரண்டாவது குமாரர் சிவராமய்யருக்கு வைகளத்தூர் ஜடாவல்லவ அப்பாத்துரை அய்யாவின் மூத்த புதல்வி வாலாம்பாளைக் கொடுத்து விவாகம் செய்வித்தனர். சிவராமையர் தண்ணிக்குடம்

என்ற கிராமத்தில் ஒரு பெரிய மிராசுதாரிடம் கணக்கு வேலை செய்துகொண்டு, தன் மனைவியுடன் அங்கேயே வசித்துக்கொண்டு அடிக்கடி ஊருக்கு வந்து பெற்றோர்களைப் பார்த்துப் போய்க்கொண்டிருந்தார். மூன்றாவது புத்திரர் கோதண்டராமையர். இவர் மிகவும் சாது; சூது, கபடம் இல்லாமல் எப்போதும் ராமநாமஞ் செய்துகொண்டிருப்பார். ஸ்ரீநிவாசய்யர் தன் தங்கை பெண் பொன்னம்மாள் என்பவளை இவருக்கு விவாகம் செய்து இந்தக் கடைசிப்பிள்ளையையும் மருமகளையும் தங்களிடத்திலேயே வைத்துக்கொண்டார். கோதண்டராமையரும் அருமைப் பிள்ளையாய் வீட்டிலேயே மனைவியுடன் இருந்து தகப்பனாருக்கு உதவியாக இருந்துகொண்டிருந்தார்.

வைகளத்தூரில் அன்னம்மாளின் கடைசித் தங்கை, அதாவது அவளுடைய பெற்றோர்களின் 5 பெண்களில் கடைசிப் பெண் தர்மாம்பாள் என்பவளை அவள் 3 வயதுக் குழந்தையாயிருக்கும்போதே ரிஷியூர் சுப்பம்மாளின் தம்பி 25 வயதுள்ள கிருஷ்ணய்யருக்கு விவாகம் செய்துகொடுத்தார்கள். தர்மாம்பாளின் தாயார் குஞ்சம்மாள், தன் 3 வயதுக் குழந்தையை இடுப்பில் வைத்துக்கொண்டே அவளும் அவள் கணவர் ராமஸ்வாமி அய்யரும் 25 வயதுள்ள கிருஷ்ணய்யருக்கு தாரைவார்த்துக் கொடுத்தனர். 25 வயதுள்ள கிருஷ்ணய்யரும் 3 வயதுப் பெண்ணை விவாகம் செய்துகொண்டு தன் மனைவி தன்னிடம் வந்து குடித்தனம் செய்யும் பாக்கியம் நமக்கு எப்போது கிட்டும் என்று ஆவலாய் 13 வருஷம் காத்திருந்தார், அவர் மனைவி தர்மி மிகுந்த வாட்டசாட்டமான கட்டமைப்புள்ள சரீரமும் மிகுந்த அழகும் விவேகமும் உடையவளாய் வளர்ந்து 16 வயதானவுடன் கணவன்மனங்களிக்க அவரில்லம் புகுந்து, எல்லோரிடத்திலும் பணிவாயும் வணக்கமாயும் மிகுந்த சமர்த்தியாயுமிருந்து குடித்தனம் செய்துவந்தாள். அன்னியோன்னியமாயும் ஆதரவுடனுமிருந்த இந்தத் தம்பதிகள் காலக்கிரமத்தில் யானை குட்டிபோடுவதுபோல் ஐந்தாறு வருஷத்துக்கொருவராக ஸ்வாமிநாதன், வைத்தி, ராமஸ்வாமி என்னும் 3 புதல்வர்களையும் காமாக்ஷியென்னும் ஒரு புதல்வியையும் அடைந்து சந்தோஷமாகக் காலங்கழித்துவந்தனர்.

சுப்பம்மாளின் தம்பி ராமையருக்கு முல்லைவாயில் என்னும் கிராமத்தில் சுப்பாசாஸ்திரி என்பவரின் பெண் கற்பகவல்லியை விவாகம் செய்வித்தனர். கற்பகவல்லி என்பவள் அவள் தாயாரைப்போல் சற்று மந்த புத்தியுடையவளாயிருந்தாள். ராமையரும் அவர் சகோதரர் கிருஷ்ணையரைப்போல் அத்தனை சாமர்த்தியமில்லாதவராய் பரம சாதுவாய் குடும்பத்தை வகிக்கும் திறமை அதிகமின்றி இருந்தமையால் சாதுவாயும்

சற்று அசடாயுமிருந்த இந்தத் தம்பதிகளுக்கேற்ப வைத்திராமன், வெங்கட ராமன், சுப்பரமணியன், நாகம்மாள், காமாக்ஷி, அகிலாண்டம் என்ற 3 பிள்ளைகளும் 3 பெண்களும் பிறந்தனர். ஆயினும் இவர்கள் வம்சத்தில் பலர் மிகுந்த புத்திகூர்மையுடன் தங்கள் குடும்பங்களைச் சரிவரத் திறமையுடன் நடத்தி வாழ்ந்தனர். இவர்களுள் நாகம்மாள் என்பவள் தஞ்சை ஜில்லாவில் பிரசித்தமாயிருந்த அனந்தராமையர் என்ற தாசில்தாரின் மனைவி.

சுப்பம்மாளின் கடைசிப் பிள்ளை கோதண்டராமனும் ராமையர் மூத்த பிள்ளை வைத்திராமனும் சமவயதுடையவர் களாய், சாதுக்களாய், சற்று மந்தமாயிருந்தார்கள். மேலண்டை வீட்டு அம்மாஞ்சி வைத்திராமனும், கீழண்டை வீட்டு அத்தான் கோதண்டராமனும், ஆகிய இந்த இரண்டு ராமப் பரப்பிரம்மங்களும் ஒற்றுமையாய்ச் சேர்ந்து அளவளாவிப் பேசிக்கொண்டும் கதை புராணங்கள் படித்துக்கொண்டும் பெரியவர்களிட்ட குற்றேவல்களைச் செய்துகொண்டும் சந்தோஷமாகவே வாழ்ந்துவந்தனர்.

இவ்வாறு நல்ல குடும்பங்களில் சம்பந்தம் செய்து வேண்டிய போகபாக்கியங்களையும் சந்தோஷமாய் அனுபவித்து விட்டு, சுப்பம்மாளின் தாயார் நல்ல முதிர்ந்த வயதில் சிவலோகப்ராப்தியடைந்தாள். இதன்பிறகு ஸ்ரீநிவாசய்யரும் சுப்பம்மாளுமே தங்கள் குடுங்பங்களுக்குத் தலைவர்களாய் மிகுந்த சாமர்த்தியத்துடன் வாழ்ந்துவந்தனர். சுப்பம்மாள் மிகுந்த விவேகமும் பொறுமையுமுள்ளவள். தன் புருஷன் வீட்டார், தாய்வீட்டார், சம்பந்திகள் யார் வந்தாலும் அவர்களை அன்புடன் உபசரித்து முகமலர்ச்சியுடனும் அகமகிழ்ச்சி யுடனும் கடுகடுப்பின்றி இனிமையாக உரையாடி, பிறர் மனது நோகாமல் அதி விநயமாய் நடந்துகொள்ளும் மகா உத்தமமான குணங்கள் எல்லாம் அமையப்பெற்றவள். கிருஷ்ண பரமாத்மா விதுரர் இட்ட கூழை உண்டு மகிழ்ந்ததுபோல், சுப்பம்மாள் வீட்டுக்கு யார் வந்தாலும் அவள் அன்புடன் உபசரித்து இடும் அன்னத்தை மிகுந்த பிரியத்துடன் புசித்து, அவளை வாழ்த்திக்கொண்டே போவார்கள். ஸ்ரீநிவாசய்யர் தன் மனைவியின் அருமையான குணங்களை உணர்ந்திருந்தும் அதை வெளிக்காட்டிக்கொள்ளும் சுபாவமின்றி இருந்ததுடன் சில சமயங்களில் மனைவியை வேண்டாத காரியங்களுக்குப் பரிகசித்துக்கொண்டும் அவள் மனம் நோகும்படி வார்த்தை களைச் சொல்லிக்கொண்டும் சற்று உதாஸீனமாயும் மரியாதைக்குறைவாயும் அவளை நடத்துவார். ஆயினும் மிகப் பொறுமையுடைய அவர் மனைவி சுப்பம்மாள், அவற்றை யெல்லாம் பாராட்டாமலும் வெளிக்காட்டிக்கொள்ளாமலும்

தன் கணவனுடைய வஞ்சகப் பேச்சுக்களையும் பரிகாச வார்த்தைகளையும் கேட்டுத் தெரிந்தும் தெரியாதவளைப்போல இருந்து கொண்டு கணவனிடம் மரியாதையாயும் பிரியமாயும் நடந்துவந்தாள். இவளுடைய சகோதரர்கள், குழந்தைகள், பேரன் பேத்திகள் யாவரும் இவளிடத்தில் மிகுந்த அன்பு பாராட்டி அருமையாக இருப்பார்கள். எல்லோரிடத்திலும் நயமாகப் பேசி வசீகரித்துக்கொண்டு எல்லாக் குடும்பங்களையும் மிகுந்த ஒற்றுமையுடனிருக்கும்படி செய்து எல்லோரையும் பாரபக்ஷமின்றி அன்புடன் நடத்திய உத்தமிகளில் ஒருத்தி இந்தச் சுப்பம்மாள்.

5

வைகளத்தூரில் சிவன் என்பவர் தன்னுடைய மற்ற இரண்டு தம்பிகளுக்கும் விவாகம் செய்து வைக்க விரும்பி ராஜமன்னார்கோவிலுக்கடுத்த தலையாமங்கலம் என்னும் கிராமத்திலிருந்த ஸ்வாமி அய்யர் என்பவரின் சகோதரி செல்லம்மாள் என்பவளைத் தன் தம்பி சுப்புக்குட்டி ஐயருக்கு விவாகம் செய்வித்து, ஸ்வாமி அய்யருக்குத் தன் இரண்டாவது பெண் சுந்தரி என்பவளை விவாகம் செய்துகொடுத்தார். இதனால் இரு பக்கத்தாருக்கும் பரிசப்பணம் கொடுக்கும் செலவில்லாமல் மற்றபடி இரண்டு விவாகச் செலவையும் சிவன் என்பவரே செய்து மங்களகரமாய் நடத்தினார். கடைசித் தம்பியாகிய துரையப்பாவுக்கு மகாராஜபுரம் என்னும் கிராமத்தில் செல்வவந்தராயிருந்த மிக சாமர்த்தியசாலியான கிருஷ்ணய்யர் என்பவருடைய சகோதரி அம்மணியம்மாளை விவாகம் செய்துவைத்தார். தம்பிமார்கள் இருவருக்கும் விவாகம் செய்துவைத்த பிறகுதான் சிவன் என்பவருக்கு மனது நிம்மதியாகி, கவலை நீங்கி, ததேகத்தியானமாய் சிவ பூஜை செய்து கொண்டு அமைதியுடன் காலந்தள்ளினார். செல்லம்மாளும் அம்மணியம்மாளும் சாந்தியாகிப் புருஷன் வீட்டுக்கு வந்து மாமி முதலான பெரியவர்களிடத்தில் பணிவாயும், ஓர்ப்படியாகிய அன்னம்மாளிடத்தில் ஒற்றுமையாயும் நடந்துகொண்டு, தங்கள் தங்கள் கணவருடன் சௌக்கியமாக வாழ்ந்துவருவதைக் கண் குளிரக் கண்டு களித்த ஜானகியம்மாள் ஒருநாள் இரவு போஜனமான பிறகு தன் அருமை மருமகள் அன்னம்மாள் அன்புடன் தட்டில் கொண்டுவந்து வைத்த உப்புச் சீடை, முறுக்கு இவற்றை, சாப்பிட்ட வாய்க்கு உணர்த்தியாய்த் தின்றுகொண்டு தன் மூத்த புதல்வன் சிவன் என்பவருடன் பேசிக்கொண்டேயிருந்தாள்.

"என் அப்பா சிவா, இன்னும் 10 நாளைக்கெல்லாம் மாடுகள், குதிரைகளே கட்டாமல் ஜலம், நெருப்பு இவற்றின் உதவியால் ரயில்வண்டி என்னும் ஒரு வண்டி ஓடப்போகிறதாமே, நான் நம்மாத்துத் திண்ணையிலேயே நின்றுகொண்டு அந்த அதிசயமான வண்டியைப் பார்க்கவேண்டுமென்று ஆசையுடன் காத்துக்கொண்டிருக்கிறேன்" என்று சொன்னாள். சிவனும், "ஆம் அம்மா, தஞ்சாவூருக்கும் நாகப்பட்டணத்துக்கும் இடையில் அந்த வண்டி ஓடுவதற்காக இருப்புத் தண்டவாளங்கள் போட்டு முடித்தாயிற்று. ரயில் வண்டியைப்பற்றிப் பலர் பலவித ஆச்சரியமான விதமாய்ப் பேசிக்கொள்ளுகிறார்கள்" என்றிப்படிப் பல விஷயங்களைப்பற்றிப் பேசிக்கொண்டிருக்கும்போதே ஜானகியம்மாளுக்குத் திடீரென்று மாரடைப்பும் மயக்கமும் உண்டாகிக் கீழே படுத்துவிட்டாள். உடனே சுவாசம் கண்டு மறுநாள் பொழுது புலருமுன்பே இவ்வுலகை நீத்து சிவபதமடைந்தாள். புகை வண்டியைப் பாராமலும் அந்த அதிசய வண்டியில் ஏறாமலுமே ஜானகியம்மாளுக்கு இவ்வுலக வாழ்க்கை முடிவாகிவிட்டது. சிவன் மிகுந்த பக்தி சிரத்தையுடன் தன் அன்னைக்குரிய அந்திம கர்மங்களையெல்லாம் தம்பிமார் உடனிருக்கச் சரிவரச் செய்து முடித்தார். இதன்பிறகு அன்னம்மாளும் சிவனும் குடும்பத்தலைவர்களாய் இருந்தனர். தன்னிடம் ஒற்றுமையாயும் மரியாதையாயும் இருந்துவந்த நல்ல குணமுடைய ஓர்ப்படிகள் அம்மணி, செல்லம்மாள் இருவரையும் மிகவும் அருமையாக நடத்திக்கொண்டு அன்னம்மாள் சந்தோஷமாயிருந்துவந்தாள். அம்மணியம்மாளின் தமக்கையும், மகாராஜபுரம் கிருஷ்ணையரின் மற்றொரு தங்கையுமாகிய மகாலக்ஷ்மி என்னும் பெயருக்கு ஏற்ற குணமுடையவள் வைகளத்தூரிலிருந்து ஒரு மைல் தூரத்திலிருந்த முல்லைவாயில் என்னும் கிராமத்தில் இருந்த ஒரு பெரிய மிராசுதாரரான ராமஸ்வாமி அய்யருக்கு வாழ்க்கைப்பட்டு மிகுந்த செல்வமும் சிறப்புமாய் வாழ்ந்துவந்தாள். அவள் அடிக்கடி தன் தங்கை அம்மணியைத் தன்னிடம் அழைத்துவைத்துக்கொண்டு சீர்வரிசைகளுடன் புக்ககத்துக்கு அனுப்புவது வழக்கம் சிலநாட்களுக்குப் பிறகு அம்மணியின் புருஷன் துரையப்பாவும் முல்லைவாயிலில், ராமஸ்வாமி அய்யரிடம் கணக்கு வழக்கு பார்க்கும் குமாஸ்தாவாக அமர்ந்து தன் மனைவி அம்மணியுடன் அங்கேயே தங்கிவிட்டார்.

6

முல்லைவாயிலில் பக்கத்துக் கிராமங்களிலும், உள்ளூரிலும் பல பெரிய குடும்பத்தவர்களுக்கு வைதிகத்தொழிலில் உதவி செய்துவந்த சுப்பா சாஸ்திரிகள் என்பவர் ஒருவர் இருந்தார். இவருக்கு 3 பிள்ளைகளும், ஒரு பெண்ணும் உண்டு. இவருடைய பெண் கற்பகாம்பாள், ரிஷியூர் சுப்பம்மாள் தம்பி ராமையரின் மனைவியென்று ஏற்கனவே சொல்லப்பட்டிருக்கிறது மூன்று புதல்வர்கள் அனந்தகிருஷ்ண சாஸ்திரி, ரங்கநாத சாஸ்திரி, வைத்தியநாத சாஸ்திரி என்னும் நாமதேயமுள்ளவர்கள். அனந்தகிருஷ்ணசாஸ்திரி என்பவர் அழகும், அறிவும் நிரம்பினவராய் கனம், கனாந்தம் பலவித வைதிக சாஸ்திரங்கள் எல்லாம் படித்துத் தன் தகப்பனாரைப்போலவே வைதிகத்தொழிலில் அமர்ந்து ஜீவனம் செய்து வந்தார். இரண்டாமவர் ரங்கநாத சாஸ்திரிகள், அத்தியயனம் முடிந்தபிறகு நல்ல ராகஞானமும், சம்ஸ்க்ருத அறிவும் உடையவராய் மாங்குடி, மெலட்டூர் முதலான கிராமங்களுக்குச் சென்று வால்மீகி ராமாயண காலக்ஷேபம் செய்துகொண்டு, அந்தப் பக்கத்திலேயே ஒரு தகுந்த மிராசுதாரரின் பெண்ணை விவாகம் செய்துகொண்டு வசித்து வந்தார். மூன்றாவர் வைத்தினாத சாஸ்திரிகளும் அத்தியயனம் முடித்துவிட்டு ரிஷியூர் ஸ்ரீநிவாசய்யரின் சகோதரி தைலம்மாள் என்பவளை விவாகம் செய்துகொண்டு பாகவத கோஷ்டியில் சேர்ந்து பஜனை செய்துகொண்டு பக்திமானாயிருந்து வந்தார். ஸ்ரீநிவாசய்யரின் மற்றொரு சகோதரியின் பெண் பொன்னம்மாள் அவருடைய கடைசிப்பிள்ளை கோதண்டராமையரின் மனைவியென்பது ஏற்கனவே விவரிக்கப் பட்டுள்ளது

சுப்பா சாஸ்திரிகள், தன்னுடைய பிள்ளைகள் மூவரும் பெரியவர்களாகி விவாகம் செய்துகொண்டு

அவரவர் காரியங்களை அவரவர்கள் பார்த்துக்கொள்ள ஆரம்பித்த பிறகு தன் மனைவி இறந்து போய்விட்டமையால், தான் மறுபடியும் ஆதனக்கோட்டைக்கருகிலிருந்த கண்டரக்கோட்டை என்னும் கிராமத்திலிருந்த ஒரு வைதிகரின் பெண்ணை இரண்டாந்தாரமாக விவாகம் செய்துகொண்டு ஆதனக்கோட்டையிலேயே தங்கி வசிக்கலானார். இந்த இளைய மனைவியிடம் இவருக்கு 2 பிள்ளைகள் பிறந்தனர். இவர்களில் மூத்தவர் வைகளத்தூர் ஜடாவல்லவ அப்பாத்துரை அய்யாவின் மூத்த தமக்கையை விவாகம் செய்துகொண்டு வாழ்ந்திருந்தபோது, அவர்களுக்குப் பிறந்த மூத்த புத்திரிதான் சிவன் என்பவரின் தம்பி ராமுவையருக்கு பத்திரகாளி அம்சமாய் வாய்த்த மனைவி மங்களம் என்பவள். இவளுடைய சகோதரி பாலாம்பாள் ராமுவையரின் இளைய தகப்பனார் கோதண்டராமையர் புதல்வன் வைத்தி என்பவருக்கு மனைவியாயிருந்து 3 குழந்தைகளுக்குத் தாயாராகிப் பிறகு புருஷனையிழந்து தன் குழந்தைகளுடன் வசித்து வந்தாள்.

அனந்தகிருஷ்ண சாஸ்திரிகள் மாங்குடிக்கடுத்த மெலட்டூர் என்னும் கிராமத்தில் இருந்த ஒரு சாஸ்திரிகளின் பெண்அம்மாக்குட்டி என்பவளை விவாகம் செய்துகொண்டு அவளுடன் மிகுந்த ஒற்றுமையாய் வாழ்ந்து, குருஸ்வாமி சாஸ்திரி, ராமையா சாஸ்திரி, வைத்தினாத சாஸ்திரி, ராஜப்பா சாஸ்திரி, துரையப்பா சாஸ்திரி என்னும் 5 பிள்ளைகளையும் பாகீரதி, அகிலாண்டம் என்னும் ஜாதகப் பெயருடைய செல்லம்மாள், வாலாம்பாள் என்னும் 3 பெண்களையும் அருமையாகப் பெற்றெடுத்து கண்மணிகளைப்போல் வளர்த்து வந்தார். குழந்தைகள் மிகுந்த அழகுடையவர்களாயும் திடசரீரிகளாயும் ஆரோக்கியமுள்ளவர்களாயுமிருந்தார்கள். மூத்த பெண் பாகீரதியை வைகளத்தூர் ராமஸ்வாமி அய்யர் + குஞ்சம்மாளின் பெண் நாராயணியின் புதல்வன் அண்ணாசாமி என்பவருக்குக் கன்னிகாதானம் செய்துகொடுத்தார். இதன்பிறகு ஒரு வருஷத்துக்கெல்லாம் தன் இளைய குமாரி செல்லம்மாளை வைகளத்துர் சிவன் + அன்னம்மாள் இவர்களின் பிள்ளை ஸ்வாமிநாதனுக்கு (சாமண்ணா) விவாகம் செய்துகொடுத்தனர். ஆகவே பாகீரதி, செல்லம்மாள் என்னும் சகோதரிகள் இருவரும் வைகளத்தூரிலேயே சகோதரிகளான அன்னம்மாள், நாராயணி இவர்களின் புதல்வர்களுக்கு வாழ்க்கைப்பட்டு ஒரே ஊரில் சந்தோஷமாய் வாழ்ந்துவந்தனர். அனந்தகிருஷ்ண சாஸ்திரி தன் மூன்றாவது பெண் வாலாம்பாளை, ரிஷியூர் சுப்பம்மாள் தம்பி ராமையருக்கு வாழ்க்கைப்பட்டிருந்த தன் சகோதரி கற்பகாம்பாளின் மூத்த பிள்ளை அம்மாஞ்சி வைத்திராமனுக்கு விவாகம் செய்துகொடுத்தார். வாலாம்பாள் தன் மூத்த சகோதரிகள்

பாகீரதி, செல்லம்மாளைவிட நிரம்ப அழகும் புத்தியுமுள்ளவள். அவளுடைய துரதிருஷ்டவசமாய் அவள் புகுந்த குடும்பத்தில், அவளுடைய மாமனார் மாமியார் புருஷன் எல்லோரும் முட்டாள்களாயும் சிற்சில சமயங்களில் மூர்க்கமாயுமிருந்த துடன் இவளுடைய உயர்ந்த தீக்ஷண்யமான அறிவையும் புத்தியையும் அருமையாக உணரும் சக்தியில்லாமலிருந்தார்கள். பாவம்! வாலாம்பாளுக்கு இது மிகுந்த வருத்தத்தையுண்டாக்கி அவர்களுடன் ஒற்றுமையாயும் பிரியமாயும் இருக்கமுடியாமல் அடிக்கடி தன் பெற்றோர்களிடம் வந்து தன் மனவருத்தத்தைச் சொல்லிக் கதறுவாள். அனந்தகிருஷ்ண சாஸ்திரிகளும் அவர் மனைவி அம்மாக்குட்டியம்மாளும் மிகவும் அறிவும் உணர்ச்சியு முள்ள இந்தப் பெண்ணை அவளுடைய அருமை அறியாத மூடக் குடும்பத்தில் கொடுத்து அவளுக்குச் சுகமில்லாமல் செய்துவிட்டோமேயென்று வருந்தினார்கள். வருந்தியென்ன பயன்? வாலாம்பாளின் அதிருஷ்டம் இருந்தவாறு அது.

அனந்தகிருஷ்ண சாஸ்திரிகள் தன் மூத்த புதல்வன் குருஸ்வாமி சாஸ்திரிகளுக்கு வைகளத்தூர் ஐடாவல்லவ அப்பாத்துரை அய்யாவின் இளைய பெண் சரஸ்வதியை விவாகம் செய்து வைத்தார். இரண்டாவர் ராமையா சாஸ்திரிக்கு மாங்குடியிலிருந்து லக்ஷ்மி என்னும் ஒரு பெண்ணை மணஞ்செய்வித்தார். மூன்றாவது வைத்தினாத சாஸ்திரிகளை குழந்தைகளேயில்லாத தன் தம்பி ரங்கனாத சாஸ்திரிகளின் வேண்டுகோளுக்கிணங்கி, அவருக்கு அபிமான புத்திரனாகக் கொடுத்துவிட்டார். சிறு குழந்தையாகவே ஸ்வீகாரம் செய்து கொண்ட ரங்கனாத சாஸ்திரிகளும் அவர் மனைவியும் மிகுந்த அன்பும் ஆதரவுமாய் வைத்தினாத சாஸ்திரியை வளர்த்துத் தங்கள் சொந்தப் பிள்ளையைப்போலவே பாவித்து அவனுக்கு 10 வயதானவுடன் அவனுக்கு எப்படியாவது புதுப்படிப்பாகிய இங்கிலீஷ் படிப்பைக் கற்பித்து அவன் ராஜாங்க உத்தியோகம் செய்ய வேண்டுமென்னும் ஆசையினால், கும்பகோணம் சென்று அங்கு பக்தபுரி அக்கிரகாரத்தில் தங்கி, தன் ராமாயண கதாபிரசங்கத்தால் கிடைக்கும் ஊதியத்தைக் கொண்டு தங்கள் அபிமான புத்திரனை கும்பகோணத்தில் அப்போது ஏற்பட்டிருந்த புதிய ஆங்கில கலாசாலையில் படிக்க வைத்துக்கொண்டிருந்தார். நான்காவது ஐந்தாவது பிள்ளைகளாகிய ராஜப்பாவும் துரையப்பாவும் ஐந்தாறு வயதாயிருக்கும்போதே அனந்தகிருஷ்ண சாஸ்திரிகள் தன் 50 வயதுக்குள்ளேயே சிவபதமடைந்தார். அவருக்குப் பிறகு அவர் மூத்த குமாரன் குருஸ்வாமி சாஸ்திரிகள் குடும்ப பாரத்தை வகித்து, தன் தாயார் அம்மாக்குட்டியின் ஆலோசனையைக் கேட்டு குடும்பக் காரியங்களைக் கவனித்துவந்தார். இதன்பிறகு

ரிஷியூரில் வாழ்க்கைப்பட்டு வருந்திக்கொண்டிருந்த அம்மாக்குட்டியம்மாளின் பெண் வாலாம்பாள் குழந்தைக ளில்லாமலே இறந்துபோனாள். சிறிதளவேனும் சந்தோஷமே யின்றி வருந்திக்கொண்டிருந்த பெண் இவ்வுலக வாழ்க்கையை வெறுத்துக் கடவுள் பாதாரவிந்தத்தையடைந்த விஷயத்தில், அம்மாக்குட்டியம்மாள் அவளது ஆத்மா சாந்தியடைந்திருக்கு மென்று நம்பி கவலை நீங்கினவளாய் "எல்லாம் எமையாளும் ஈசன் செயல்" என்று எண்ணிச் சமாதானமாயிருந்தாள்.

வைகளத்தூரில் வாழ்ந்து வந்த மூத்த பெண் பாகீரதி என்பவள் புருஷன் வீட்டாரிடம் நல்ல பெயரெடுத்து சந்தோஷமாய் வாழ்ந்துவந்ததுடன், அவளுடைய மாமியார் நாராயணியின் தாயாராகிய குஞ்சம்மாளிடத்திலும் அன்பும் ஆதரவுமாயிருந்து அவளுக்கு வேண்டிய பணிவிடைகளைச் செய்துவந்தாள். குஞ்சம்மாள், அவளுடைய பெண்கள் ஐந்து பேருக்குமேயன்றி ஊரிலுள்ள யாவருக்குமே பாகீரதியிடத்தில் கரைகடந்த வாஞ்சையும் மதிப்புமிருந்தது. இவளுடைய கணவர் அண்ணாசாமி அய்யர் என்பவரும் மிகுந்த செல்வந்தராயும் அந்தக் கிராமத்தில் ஒரு முக்கியஸ்தராயுமிருந்தார். அந்தக் காலத்தில் தீவட்டிக் கொள்ளைக்காரர்களின் கூட்டம் அதிகம். கிராமங்களில் போலீஸ் பந்தோபஸ்துகள் கிடையாது. சொற்ப ஜனத்தொகையே உள்ள சின்னக் கிராமங்களில் 20 அல்லது 30 பேர் கொள்ளைக்காரர்கள் கூட்டமாய் வந்துவிட்டால், கிராமத்தவர்கள் அவர்களை எதிர்த்து நிற்க முடியாது. அவரவர்கள் தங்கள் தங்களை விட்டால் போதும் என்று அவரவர்கள் வீட்டில் பதுங்கியிருப்பார்கள். பாகீரதிக்கு இரண்டு குழந்தைகள் பிறந்து மூன்றாவது கர்ப்பமாயிருக்கும்போது ஒருநாள் இரவு 10 நாழிகைக்குள்ளாகவே பத்துப் பதினைந்து கொள்ளைக்காரர்கள் தீவட்டிகளுடன் இவர்கள் வீட்டுக் கதவைப் படபடவென்று தட்டி உள்ளே நுழைந்துவிட்டார்கள். உள்ளே படுத்துக்கொண்டிருந்த அண்ணாசாமி அய்யர் திடுக்கிட்டு எழுந்து பயந்து மெதுவாய்க் கொல்லைக் கதவைத் திறந்து கொண்டு ஓடிவிட்டார். தாழ்வாரத்தில் படுத்திருந்த நாராயணியம்மாள் பயந்து எழுந்து "ஐயோ பாவிகளா" என்று கூக்குரலிட்டாள். அவள் தலையில் ஓர் அம்மிக்குழவியைப் போட்டுப் பலத்தக் காயப்படுத்தி அவள் மூர்ச்சித்துக் கீழே விழும்படி செய்து, தங்களை எதிர்க்கவந்த ஜ்வரத்துடனிருந்த அண்ணாசாமி அய்யருடைய தம்பி ஸ்வாமிநாதனையும் அடித்துக் கீழே தள்ளிவிட்டுப் பிறகு கூடத்துக்கு வந்து சமையலறையில் பதுங்கிக்கொண்டிருந்த பாகீரதியைக் கூவி "ஏ பாப்பாத்தி! உடனே வெளியில் வரயா, இல்லாக்கட்டி தொட்டிலில் கிடக்கும் உன் குழந்தையை இரண்டாகக் கிழித்துப் போடட்டா?" என்று

கத்தினார்கள். உடனே பயந்துகொண்டு பாகீரதி வெளியில் வந்தாள். “உன் நகைகளையெல்லாம் கயட்டிக்கொடு, இல்லாட்டி உன்னைக் கொன்றுபோடுவோம்” என்று அவர்கள் சொல்லுமுன் நகைகளை யெல்லாம் கழற்றி அவர்கள் எதிரில் வைத்து “அப்பா, என் திருமங்கிலியத்தை மட்டும் கேட்காதீர்கள்” என்று கெஞ்சினாள். திருடர்களும் மனமிரங்கி “அட, போனாப்போவுது, சாத்திரி வீட்டுப் பெண், தாலியிருக்கட்டும்' என்று சொல்லிக்கொண்டு மற்ற வெள்ளி, வெண்கலம், பித்தளை சாமான்களையெல்லாம் கிடைத்தமட்டும் எடுத்துக் கொண்டு ஓடிவிட்டனர். பிறகு பாவம் பாகீரதியம்மாளுக்குத் திருடர்வந்த இரவில் ஏற்பட்டப் பயத்தினால் கர்ப்பங்கலைந்து குறைப்பிண்டமாகப் பெற்று, அத்துடன் படுக்கையோடு கிடந்து, ரத்தஞ் செத்து பலவீனமடைந்து, திருடர்கள் தயவாய் விட்டுப் போன தாலியுடனேயே பகவான் பாதாரவிந்தத்தையடைந்தாள். இப்படி 25 வயதுக்குள் இரண்டு பிள்ளைக் குழந்தைகளை தாயில்லாப்பிள்ளைகளாகத் தவிக்கவிட்டு தன் புருஷன் வீட்டுப்பேர் தாய் வீட்டுப்பேர் எல்லோரையும் தாங்க முடியாத துக்கசாகரத்தில் அழுத்திவிட்டு பாகீரதி போனபிறகு, நாராயணியே தாயில்லாத தன்பேரன்மார்களை வளர்த்து வந்தாள். அண்ணாசாமி அய்யர் தன் குழந்தைகள் தாயார் தம்பிகள் எவரையும் கவனிக்காமல், திருவையாற்றுக்கடுத்த தில்லைஸ்தானம் என்னும் கிராமத்திலிருந்த ஒரு மிராசுதாரரின் பெண்ணை இரண்டாந்தாரமாக மணந்து தனக்கு வேறு தனியாக ஒரு வீடு கட்டிக்கொண்டு தன் இளைய மனைவியுடனும் அவளுக்குப் பிறந்த குழந்தைகளுடன் இன்பமாய் சந்தோஷமாய் வசித்துவந்தார். மூத்தாள் குழந்தைகள், தாயார், தம்பிமார் நியாயங்கேட்க வந்த கிராமத்துப் பொது ஜனங்கள் எல்லோரையும் பகைத்துக்கொண்டு, தன் இளைய மனைவியின் குழந்தைகளை வளர்த்து முன்னுக்குக் கொண்டுவருவது ஒன்றே தன் கடமை யென்று நினைத்து வாழ்ந்துவந்தார்.

7

சிவன் தன் மூத்த பிள்ளை சாமண்ணா, தம்பி சுப்புக்குட்டி இவர்களிடம் குடும்பக் காரியங்கள் எல்லாவற்றையும் ஒப்பித்துவிட்டு தான் மன ஒழிவு அமைதியுடன் சிவபூஜை செய்துகொண்டிருந்தார். இவர் மூன்றாவது பெண் தைலம்மாளை பூதலூருக்கடுத்த விஷ்ணம்பேட்டையில் ஒரு பெரிய குடும்பத்தைச்சேர்ந்த துரையப்பய்யரென்பவருக்கும், கடைசிப் பெண் மீனாம்பாளை பூவனூரில் கைலாசய்யர் என்பவருக்கும் விவாகம் செய்து கொடுத்துவிட்டார். பாலாம்பாள், சுந்தரி, தைலம்மாள், மீனாம்பாள் இந்நால்வரும் பிரசவத்துக்கெல்லாம் பிறந்தகம் வந்து குஞ்சப்பா (சித்தப்பா) சுப்புக்குட்டி, தமையன் சாமண்ணா அருமையான பெற்றோர்களாகிய சிவன்+அன்னம்மாள் இவர்களது அன்பான ஆதரவில் செல்வமாக இருந்துவந்தார்கள். சிவன் தன் குழந்தைகள், பேரன், பேத்திகளையெல்லாம் எடுத்து லாலனை செய்து செல்லங்கொஞ்சும் வழக்கமே கிடையாது. அதெல்லாம் சுப்புக்குட்டி ஐயரேதான் செய்வது வழக்கமாதலால், சிவன் என்பவருடை ய பெண் பிள்ளைகள், பேரன், பேத்திகள் எல்லோரும் சுப்புக்குட்டி ஐயரிடத்திலேயே மிகுந்த அன்பும் பிரியமுமாயிருப்பார்கள். தமையன் குழந்தைகளை ஆதரவுடன் எடுத்து அணைத்து வளர்த்து, தமையனுடைய பெண்கள் பிரசவத்துக்கு வரும்போது அவர்களுக்கு வேண்டியதையெல்லாம் இவரே செய்து, வீட்டுக்கு மோதிர முத்தண்ணாவாய் சிவன் பெயருக்கு மாத்திரம் தலைவராயும், இவரே உண்மையான தலைவராயுமிருந்து காலக்கிரமத்தில் தன் தமையனுடைய மூதத பிள்ளை சாமண்ணாவையும் தனக்கு உதவியாய் வைத்துக்கொண்டு குடும்ப விவகாரங்களையெல்லாம் நடத்திக்கொண்டுவந்தார். இவர் பிரதி தினமும் நீடாமங்கலம் சென்று அங்கு

கோவிலில் எழுந்தருளியிருக்கும் விசுவனாதமூர்த்தியையும் விசாலாக்ஷியம்மனையும் தரிசனம் செய்யாமல் இரவு சாப்பிடவே மாட்டார். வீட்டில் என்ன அசௌகரியமானாலும் எத்தனை நேரமானாலும் 2 மைல் தூரத்துக்கப்பாலுள்ள நீடாமங்கலத்துக்கு நடந்து சென்று, ஸ்வாமி அம்பாள் தரிசனம் செய்துவிட்டு அதன்பிறகே வீட்டுக்கு வந்து சாப்பிட்டுப் படுத்துக்கொள்ளுவார்.

சிவனுடைய மூத்த பெண் பாலாம்பாளுக்குக் காலக்கிரமத்தில் மூன்று பிள்ளைகளும் ஒரு பெண்ணும் பிறந்தன. மூத்த பிள்ளை ரிஷியூர் ஸ்ரீநிவாசத் தாத்தாவின் பெயரன் ஆக ஸ்ரீநிவாசன் என்னும் பெயரினால் விளங்கினான். இரண்டாவது பெண் சுப்புக்குட்டி ஐயர் தினம் தரிசனம் செய்து வரும் விசாலாக்ஷி என்னும் அம்பிகை பெயரினால் விளங்கினாள். மூன்றாவது பிள்ளைக்குச் சிவன் என்பவருடைய பெயராகிய சிவசுப்ரமணியன் என்னும் பெயரையிட்டார்கள். நான்காவது பிள்ளை மிகவும் அழகாயிருந்தமையால் தாயார் பாலாம்பாளின் விருப்பத்தின்படி சிவசுந்தரம் என்று அழைக்கப்பட்டான். இந்த 4 குழந்தைகளும் ரிஷியூரில் அருமையாகப் பாட்டா பாட்டியிடத்திலும் சில சமயங்களில் வைகளத்தூரிலுமாயிருந்து வளர்ந்துவந்தனர்.

சுப்புக்குட்டி ஐயருக்கும் அவர் மனைவி செல்லம்மாளுக்கும் அருமையாக ஸ்வாமிநாதன், சுந்தரம் என்று இரண்டு பிள்ளைகள் பிறந்து வளர்ந்துவந்தார்கள். சிவனுடைய கடைசித் தம்பி துரையப்பாவுக்கும் அவர் மனைவி அம்மணியம்மாளுக்கும் வைத்தியநாதன், சுப்ரமணியன், ராமச்சந்திரன் என்னும் மூன்று புதல்வர் பிறந்து அருமையாக வளர்ந்துவரும் காலத்தில் ராமச்சந்திரனுக்கு இரண்டு மூன்று வயதிருக்கும்போதே துரையப்பா சிவபதமடைந்தார். அவர் வேட்டகமாகிய மகாராஜபுரத்தில் அவர் வைத்தியம் செய்துகொள்ளப் போனவிடத்தில் இது சம்பவித்ததால் சிவனும் அவர் மனைவி அன்னம்மாளும் போக்கு வண்டியிலும் கால்நடையுமாக இரவும் பகலும் பிரயாணஞ்செய்து மிகுந்த சிரமத்துடன் மகாராஜபுரம் போய்ச் சேர்ந்து அம்மணியம்மாளையும் அவளுடைய 7, 5, 3 வயதுள்ள மூன்று குழந்தைகளையும் அழைத்துக்கொண்டு, இரட்டைமாட்டு வண்டியொன்று அமர்த்தி அதில் அவர்களையும் அதிக தூரம் நடந்து வந்தமையால் கால்கள் இரண்டும் தூண்கள் மாதிரி வீங்கி நடக்க முடியாமல் தவிக்கும் அன்னம்மாளையும் ஏற்றிக்கொண்டு, தம்பி மனைவியைப் பார்க்கக்கூடாதென்பதற்காக ஒரு திரை கட்டிவிட்டு அதற்கு முன்பக்கத்தில் வண்டிக்காரன் பக்கலில் தான் உட்கார்ந்து சிவன் என்பவர் முதல் நாள் பூஜைசெய்து சாப்பிட்டு விட்டு 10 நாழிக்குப் புறப்பட்டவர் மறுநாள் நடுப்பகலுக்குமேல்

வைகளத்தூருக்கு வந்துசேர்ந்தார்கள். புருஷனையிழந்தவள் முதன் முதலில் வீட்டுக்குள் நுழைந்து அமங்கலம் ஏற்படக்கூடா தென்பதற்காக, செந்நெல் தானியங்களையும் தீர்த்தத்தையும் வாசலில் தெளித்துவிட்டுப் பிறகு புருஷர்கள் பார்க்காம லிருக்கும்படி அம்மணியம்மாளைத் துணியினால் போர்த்தி மூடி வீட்டுக்குள் அழைத்துச்சென்று ஓர் அறையில் அவளை வைத்து எல்லோரும் சேர்ந்து (பிரலாப கானம்) பிலாக்கணம் பாடி அவளைக் கட்டிக்கொண்டு அழுது பிறகு எல்லோரும் ஸ்நானம் செய்துவிட்டு அம்மணியம்மாளையும் ஸ்நானம் செய்வித்து ரசமும் அன்னமும் செய்து அவளிருக்குமிடத்துக்குக் கொண்டு போய் அவளை உபசரித்து உண்ணச்செய்து, அன்னம்மாள், மற்ற யாவரும் சாப்பிட்டான பிறகு தானும் சாப்பிட்டுப் பிறகு வீங்கிக்கிடந்த தன் கால்களுக்கு விளக்கெண்ணெய் தடவி உருவிவிட்டு, புளியிலையை உருவிப் போட்டு கொதிக்கவிட்ட வெந்நீரை விட்டு ஒத்தடம் போட்டுக்கொண்டாள். பிறகு துரையப்பாவின் பதின்மூன்று நாள் காரியமும் நடந்தேறிற்று. இதன்பிறகு இரண்டு மூன்று வருஷகாலம் அம்மணியம்மாள் வெளிப் புறப்படாமலும் புருஷர்கள் முகம் பாராமலும் மூன்றாங்கட்டிலேயே அடைந்து கிடந்தாள். அவள் ஸ்நானம் செய்வதற்கு ஜலம் கொண்டுவந்து கொடுத்து அவள் புடவையைத் தோய்த்துப்போட்டு அவளுக்கு வேண்டிய பணிவிடைகளை யெல்லாம் அன்னம்மாள் செய்துவந்தாள். அவளுடைய தகப்பனில்லாக் குழந்தைகளையும் அருமையாய்ப் பாலூட்டி அன்னமிட்டு வளர்த்துவந்தாள். தன் ஓர்ப்படி செல்லம், மருமகள் செல்லம்மாளுடன் எல்லா வேலைகளையும் கவனித்துக்கொண்டு சண்டை சச்சரவில்லாமல் எல்லோரையும் பேதமின்றிக் கவனித்து பக்ஷமாயிருந்துவந்தமையால், சற்றுக் கபட சுபாவமுள்ள அம்மணியம்மாளுங்கூட அன்னம்மாளிடத்தில் மிகுந்த பிரியத்துடனும் மரியாதையுடனும் நடந்துகொண்டாள். சாமண்ணாவின் மனைவியான செல்லம்மாள் தன் மாமியார் அன்னம்மாளைப்போலவே மிகச் சிறந்த குணவதியாய் வீட்டு வேலைகளையெல்லாம் தன் மாமியார் இளைய மாமியார்களுடன் ஒற்றுமையாய் செய்துகொண்டு, மிகப் பொறுமையும் குணமும் உள்ளவளாய் நடந்துகொண்டமையால், வீட்டிலுள்ள யாவருக்கும் அவளிடத்தில் மிகுந்த மரியாதையும் அன்பும் அபிமானமும் உண்டாகி, அவளைப் பூஜிதையாகவே நடத்தினார்கள். சிவன் என்பவர் தன் குழந்தைகளை எடுத்துச் சீராட்டுவதில்லை யானாலும், தகப்பனில்லாத துரையப்பா குழந்தைகளையும் சுப்புக்குட்டி ஐயரால் கவனிக்கப்படாத அவர் குழந்தைகளையும் மிகவும் அன்புடன் தூக்கி எடுத்துச் சீராட்டிப் பாராட்டுவார்.

8

குழந்தைகள் பெரியவர்களாகிவரும்போது அவர்களது கல்வியைப்பற்றிப் பெரியவர்கள் கவலையெடுத்துக்கொள்ள ஆரம்பித்தார்கள். அந்தக்காலத்தில் ஆரம்பத்திலிருந்தே ஆங்கிலப் படிப்பு குழந்தைகளுக்கு ஏற்படவேண்டுமென்று விரும்பினார்கள். ஆதலால் பாலாம்பாள் மூத்த புதல்வன் ஸ்ரீநிவாசனையும் சிவன் + அன்னம்மாளின் இரண்டாவது குமாரன் நடராஜனையும் வைகளத்தூர் "அய்யர்" திண்ணைப்பள்ளிக்கூடப் படிப்பும் நீடாமங்கலத்திலுள்ள ஒரு மிஷன் பள்ளிக்கூடத்தில் கீழ்த்தரப் படிப்பும் முடிந்தவுடன் வைகளத்தூரிலிருந்து 16 மைல் தூரத்திலுள்ள கும்பகோணத்தில் பணம் பெற்றுச் சாப்பாடு போடும் ஒருத்தியிடம் இவர்கள் சாப்பாட்டுக்கு ஏற்பாடு செய்து அங்குள்ள ஹைஸ்கூலில் சேர்த்தார்கள். இவ்விருவரும் மிகுந்த புத்திக்கூர்மையுடன் படித்து எப். ஏ. பரீட்சை தேறினவுடன் நடராஜன் அத்துடன் படிப்பை நிறுத்திவிட்டு சப்ரிஜிஸ்ட்ரார் வேலையிலமர்ந்து உத்தியோகம் செய்ய ஆரம்பித்தார். முதல் சில வருஷங்கள் திருநெல்வேலி ஜில்லாவில் உள்ள ஸ்ரீவைகுண்டத்திலும் சேரன்மாதேவியிலும் வேலையாயிருந்தார். முதன் முதல் அவரைத் தனியாய் அனுப்பக்கூடாதென்று அவர் தமையன் சாமண்ணா தன் மனைவி செல்லம்மாளுடன் கூடப்போய்த் தம்பிக்கு உதவியா யிருந்தார். அக்காலத்தில் மதுரைவரைக்கும் புகைவண்டியிலும் அதன்பிறகு மாட்டுவண்டி யிலும் திருநெல்வேலிக்குப் போகவேண்டும். அப்போது சாமண்ணா + செல்லம்மாளுக்கு விசாலாக்ஷி[1] என்னும் 3 வயதில் ஒரு பெண்ணும் வாலாம்பாள் என்னும் 1 வயதுப்பெண்ணும் இருந்தன. நடராஜய்யருக்கு உத்தியோகமான வுடன் திருச்சி ஜில்லாவைச்சேர்ந்த கண்டமங்கலம்

என்னும் கிராமத்தில் ஒரு பெரிய குடும்பத்திலிருந்து யோகாம்பாள் என்னும் ஓர் அழகிய பெண்ணை ரூ. 900 பரிசப் பணம் கொடுத்து விவாகம் செய்வித்தனர். இரண்டு வருஷங்களில் அவள் பெரியவளாகி புருஷன் வீட்டுக்கு வந்து சேர்ந்தவுடன் அவளை நடராஜய்யரிடம் இருந்து குடித்தனம் செய்யும் பழக்கத்தை ஏற்படுத்திவிட்டு, சமையல் வேலைக்கு ஓர் ஆளையும் அமர்த்திவிட்டு, சாமண்ணாவும் செல்லம்மாளும் வைகளத்தூர் வந்துசேர்ந்தனர். சிவன் என்பவர் சுப்புக்குட்டி ஐயரின் இளைய புதல்வன் 8 வயதுள்ள சுந்தரத்தைத் தானே அபிமானமாய் வளர்த்துவந்தமையால் அவனை விட்டுப் பிரிய மனமின்றி உடனழைத்துக்கொண்டு நடராஜய்யருடன் கூடவிருந்து புதல்வன் உத்தியோகம் செய்யும் திறமையைப் பார்த்து பெருமையுடன் மகிழ்ந்து அவர் சொந்தமாக வைத்துக்கொண்டிருந்த பெட்டி வண்டியில் ஏறி அந்த ஜில்லாவிலுள்ள ஸ்தலங்களையெல்லாம் கண்டு களித்தார்.

குடும்பத்து வரும்படி குறைவாயிருந்ததால் நடராஜய்யரை பி.ஏ.வுக்குப் படிக்கவைக்க முடியாமல் போய்விட்டது. அவருடன் படித்த ஸ்ரீநிவாசன் மாத்திரம் மேல்படிப்புப் படித்து தகப்பனார் வெங்கடராமய்யர், சிறிய தகப்பனார் சிவராமய்யர் இவர்கள்உதவியினால் பி.ஏ. பரிக்ஷையில் தேறி பெங்களூர் காலேஜில் 100 ரூபாய் சம்பளமுள்ள உபாத்திமை வேலையில் அமர்ந்தார். ஸ்ரீநிவாசப் பாட்டாவும் சுப்பம்மா பாட்டியும் பேரன் படித்து உத்தியோகமான விஷயத்தில் கரைகடந்த சந்தோஷத்துடனும் பெருமையுடனும் பேரனுடன் தாங்களே கூடச் சென்று, ஈரோடு மார்க்கமாய் புகைவண்டி ஏறிப்போய், பெங்களூரில் சங்கர மடத்துக்கருகில் ஜாகை வைத்துக்கொண்டு வசித்தனர். இருபத்திரண்டே வயதுள்ள தன் அருமைப்பேரன் உத்தியோகம் செய்து கலகலவென்று நூறு ரூபாய் சம்பாதித்துக்கொண்டு வருவதைக் கண்டு சுப்பம்மாள் பூரித்துப்போனாள். குழந்தைக்குத் திருஷ்டி படக்கூடாது என்று பிரதிதினமும் மாலையில் பேரன் வீட்டுக்குத் திரும்பும்போது மஞ்சள் நீர் கரைத்துவைத்துக்கொண்டிருந்து ஆலாத்தி சுற்றி விபூதியிட்டு வாழ்த்தி நல்ல சாப்பாடு தயாரித்துப் போடுவாள். அவருடைய தம்பிமார் சுப்ரமணியன், சுந்தரம் இருவரும் அங்கேயே வந்திருந்து தமையனுடைய ஆதரவில் படித்துக்கொண்டிருந்தனர். நிற்க.

வைகளத்தூரில் சாமண்ணா + செல்லம்மாளுக்கு முதல் இரண்டு பெண்களுக்குப் பிறகு ஒரு பிள்ளை பிறந்தது. பாட்டனாராகிய சிவனும் பெற்றோர்களும் இந்தக் குழந்தைகளை எடுத்துச் சீராட்டுவதே கிடையாது. சுப்புக்குட்டி

ஐயர்தான் ஒவ்வொரு பிரசவத்துக்கும் செல்லம்மாளை பிறந்த வீட்டுக்கனுப்புவதும், நல்ல நாள் பார்த்து மறுபடி வீட்டுக்கழைப்பதும், குழந்தைகளுக்குப் பெயரிடுவதும் அவர்களை லாலனை செய்வதும் வழக்கம். தான் தினந்தோறும் நீடாமங்கலத்தில் தரிசனம் செய்யும் விசாலாக்ஷியம்மன் விஸ்வனாதர் பெயர்களை மூத்த பெண்ணுக்கும் மூன்றாவது பிள்ளைக்கும் இட்டு இரண்டாவது பெண்ணை தங்கள் குலதெய்வத்தின் பெயராகிய வாலாம்பாள் என்னும் பெயரால் அழைத்தனர். பாட்டி அன்னம்மாள் மாத்திரம் இந்தப் பேரன் பேத்திகளை அடிக்கடி எடுத்துக் கொஞ்சுவதுடன் தாயார் குஞ்சம்மாளிடத்திலும் அடிக்கடி எடுத்துக்கொண்டு போவாள். அவளும் குழந்தைகளின் மழலைச் சொல்லையும் விளையாட்டையும் கண்டு மகிழ்ந்து "ஏண்டியம்மா, உன் பேரன் பேத்திகளை இப்படித் தூக்கிக்கொண்டு லாலனை செய்தால் உன் வீட்டுப்பேர் பரிகசிக்கமாட்டார்களா?" என்று கேட்டுத் தன் பெண்ணையே கேலி செய்வாள். இப்படியிருக்குங் காலத்தில் மகா உத்தமியான அன்னம்மாளுடைய பூர்வஜன்ம வினையினால் அவளுடைய கண் பார்வை குறைய ஆரம்பித்தது. தற்காலத்தைப்போல் நல்ல வைத்தியமில்லாமல் முரட்டுத்தனமாய் ஒரு துலுக்கன் வைத்தியம் செய்ததன் பலனாய் ஒரு கண் விழியே போய் உள்ளுக்கு அழுந்திவிட்டது. மற்றொரு கண் பார்வையே இல்லாமற் போய்விட்டது. பாவம், இதற்குமேல் அன்னம்மாள் வெளியில் அதிகமாய்ச் செல்ல முடியாமலும் புதல்வன் உத்தியோக ஸ்தலங்களுக்குப் போகாமலும் வீட்டிலேயே அடங்கியிருக்கும்படி நேர்ந்து விட்டது. நிதானத்தின் பேரில் தன் காரியங்களைச் செய்துகொள்வதும், உட்கார்ந்து கொண்டே செய்யக்கூடிய காரியங்களைச் செய்வதும், அழும் குழந்தைகளை மடியில் அணைத்துச் சமாதானப்படுத்தி ஆதரிப்பதும், மற்று எப்போதும் தன் கணவனது பெயராகிய சிவநாமத்தை இடைவிடாமல் ஸ்மரிப்பதுமாக மிகுந்த கஷ்டத்துடன் 22 வருஷகாலம் கண் பார்வையில்லாக் குறையை அனுபவித்தாள். எல்லாம் ஈசன் செயல். குடும்பத்துக்கு வரும்படி போதாமையால் சாமண்ணா அமீன் வேலையொன்று ஏற்றுக்கொண்டு அதனால் கிடைக்கும் ஊதியத்தையும் தம்பி நடராஜய்யர் அனுப்பும் 30 அல்லது 40 ரூபாயையும் வைத்துக் கொண்டு குடும்பத்தைப் பராமரித்து வந்தார். இதற்குமேல் மற்றக் குழந்தைகள் எல்லாம் படிக்கவேண்டிய அவசியம் ஏற்பட்டது. கும்பகோணத்தில் ஒரு வீட்டை வாடகைக்கு அமர்த்தி துரையப்பாவின் மனைவியாகிய அம்மணிக்குஞ்சியை குழந்தைகளுக்குச் சமையல் செய்துபோட்டு குடும்பத்தைக்

கவனிக்கும்படி அங்கு விட்டு, தன் தம்பி ராமஸ்வாமி, துரையப்பா பிள்ளைகளாகிய வைத்தினாதன், சுப்ரமணியன், ராமச்சந்திரன், சுப்புக்குட்டி ஐயர் பிள்ளைகள் ஸ்வாமிநாதன், சுந்தரம் ஆகிய இந்த 6 பிள்ளைகளையும் பள்ளிக்கூடத்தில் சேர்த்து ஆங்கில பாஷையைக் கற்கும்படி எற்படுத்தினார்கள். அரிசி, பருப்பு, காய்கறிகள், கட்டை முட்டைகள், தேங்காய், பழம் இவைகள் எல்லாம் ஊரிலிருந்து வண்டிகளில் போட்டு அவ்வப்பொழுது கும்பகோணத்துக்கு அனுப்பி, மற்றப் பள்ளிகூடச் சம்பளம் முதலான மேல்செலவுகளுக்கு வேண்டியதைக் கொடுத்து அடிக்கடி வந்து மேற்பார்வை பார்த்துக்கொண்டுமிருந்தார் சாமண்ணா.

இதற்கிடையில் பெங்களூரில் வேலையாகிச்சென்ற ஸ்ரீநிவாசய்யருக்குக் கும்பகோணம் காலேஜுக்கு மாற்றலாகி அவர் குடும்பத்துடன் கும்பகோணம் காமாக்ஷி ஜோஸியர் தெருவில் ஒரு வீடு எடுத்துக்கொண்டு தங்கினார். இவரது தகப்பனார் வெங்கடராமய்யரும் தனக்கு மேலுள்ள தாசில்தார் சிபார்சில் கும்பகோணத்துக்கே தன் கர்ணம் வேலையை மாற்றிக்கொண்டு பிள்ளையிடமே வந்துசேர்ந்தார். அவர் தம்பி சிவராமய்யர், மணஞ்சேரி என்னும் கிராமத்தில் கர்ணம் வேலையிலமர்ந்து தன் மனைவி வாலாம்பாள் அம்மாளுடன் அங்கேயே வசிக்கலானார். அவர்களுக்குக் குழந்தைகளே இல்லாமையால் தமையன் குழந்தைகள்மேல் மிகுந்த அன்பு வைத்து அடிக்கடி ரிஷியூருக்கும் கும்பகோணத்துக்கும் வந்துபோய்க்கொண்டிருப்பார்கள். தமையனிடத்திலும் அவர் மனைவி பாலாம்பாளம்மாளிடத்திலும் மிகுந்த பக்தி மரியாதையுடன், எதற்கும் அவர்களது ஆலோசனையைக் கேட்டே நடப்பார்கள். மணஞ்சேரியிலேயே தங்கிவிட்டமையால் அவர்களை மணஞ்சேரி சித்தப்பா சித்தம்மை என்று சொல்லுவது வழக்கம், எதிர்வீட்டில் இருந்த அம்மணிக்குஞ்சிக்கும் அவள் ஆதரணையிலிருந்து படித்துவந்த 6 பிள்ளைகளுக்கும் பாலாம்பாள் அம்மாளும் அவள் கணவரும் மிகுந்த உதவியாயிருந்ததுடன் அவர்கள் படிக்கும் காலேஜிலேயே ஓர் உபாத்தியாயராயிருந்த ஸ்ரீநிவாசய்யரும் அவர்களுடைய படிப்பு விஷயத்தை அடிக்கடி கவனித்துக்கொண்டிருந்தார். பாலாம்பாள் அம்மாள் குடும்பத்துக்கு மூத்தவளாயும், அவள் புருஷன் வீட்டுக்குத் தலைவியாயும் இருந்ததால் எல்லோருக்கும் அவளிடத்தில் பயமும் சலுகையும் மரியாதையுமிருந்தது. எல்லோருக்கும் அவள் அத்தையாயும் அவள் கணவர் அத்திம்பேராயும் இருந்துவந்தனர். சாமண்ணாவும் குடும்பத் தலைமையை வகித்து, செய்யவேண்டிய காரியங்களை ஆழ்ந்து யோசித்து

நிதானமாய்ப் பெரியவர்களுடைய ஆலோசனையையும் கேட்டு நடத்திக்கொண்டு தக்காருக்குத் தக்க விதமாய் நடந்துகொண்டு எல்லோருடைய நன்மதிப்பையும் பெற்றிருந்தார். நடராஜய்யர், ஸ்ரீநிவாசய்யர் இருவரும் பெரியவர்களிடத்தில் மரியாதையாயும் அவர்களது அபிப்பிராயப் பிரகாரம் அவர்களது நோக்கம் தெரிந்து நடந்துகொண்டும் சிறந்த உபகாரிகளாயுமிருந்தார்கள்.

ஸ்ரீநிவாசய்யருக்கு மாங்குடி என்னும் கிராமத்தில் ஒரு பெரிய மிராசுதாரின் பெண் மீனாம்பாள் என்பவளை விவாகம் செய்து அவள் புருஷன் வீடு வந்து 15 வயதுக்குள்ளேயே முதல் குழந்தை நடராஜனைப் பெற்றெடுத்தாள். ரிஷியூர் பாட்டா பாட்டியும் வைகளத்தூர் பாட்டா பாட்டியும் பாலாம்பாள் அம்மாளுக்குப் பேரன் பிறந்ததைப்பற்றி அபரிமிதமான ஆனந்தத்தை அடைந்தனர். பாலாம்பாள் அம்மாளின் பெண் விசாலாக்ஷியை ரிஷியூர் பாட்டி சுப்பம்மாள் தம்பி கிருஷ்ணய்யர் குமாரன் ஸ்வாமிநாதனுக்கு விவாகம் செய்துகொடுத்து மாப்பிள்ளை ஸ்வாமிநாதனையும் கும்பகோணத்தில் தங்களிடத்திலேயே அழைத்து வைத்துக்கொண்டு படிக்கவைத்தார்கள். ரிஷியூர் சுப்பம்மாளின் பெண் காமாக்ஷியம்மாளின் பிள்ளைகள் ஒருத்தனாவது இங்கிலீஷ் படிக்க வேண்டுமென்று தீர்மானித்து இரண்டாவது பிள்ளையாகிய நாராயணஸ்வாமியை அவனுடன் ஏறத்தாழ சமவயதினரான பாலாம்பாள் அம்மாளின் இரண்டாவது, மூன்றாவது குமாரர்களானசுப்ரமணியன், சுந்தரம் இவர்களுடன் சேர்த்துப் படிக்கவைத்தார்கள். பாலாம்பாள் அம்மாளும் அவள் கணவரும் கும்பகோணத்திலேயே இருந்து மூத்த பிள்ளை ஸ்ரீநிவாசய்யர் உத்தியோகப் பெருமையை அனுபவித்துக்கொண்டு மிகுந்த சம்பத்து சந்தோஷத்துடன், பந்துஜனங்களுக்கு வேண்டிய உதவி செய்துகொண்டு சொந்தவீடு கட்டிக்கொண்டு, மாடுங்கன்றும் வீடும் வாசலும் பேரன் பேத்திகளுமாய் மங்களகரமாய் ஒற்றுமையாய்ப் பந்து பரிபாலனம் செய்துகொண்டு வாழ்ந்துவந்தார்கள்.

சாமண்ணாவின் தம்பி ராமஸ்வாமி, துரையப்பாவின் முதல் இரண்டு பிள்ளைகள் வைத்தினாதன், சுப்ரமணியன் இம்மூவரும் எப்.ஏ. வகுப்பில் படிக்கும்போது இவர்களுக்கு விவாகம் செய்தார்கள். ராமஸ்வாமி அய்யருக்குத் தண்டாங்கோரையிலிருந்து அம்மாளு என்னும் சீதாலக்ஷ்மியையும் வைத்தினாதய்யருக்கு விஷ்ணம்பேட்டையில் சாமண்ணாவின் 3ஆவது தங்கை தைலம்மாளின் நாத்தனார் ரங்கம்மாள் என்பவளையும் சுப்ரமணியய்யருக்குப் பூவனூரில் மிராசுதாராயிருந்த சுந்தரப்பையர் என்பவரின் ஒரே அருமைப் புதல்வியான காந்திமதி என்பவளையும் விவாகம் செய்து அழைத்து வந்தார்கள்.

பரிசப்பணம் அதிகமின்றி திருமங்கிலியம், கூரைப்புடவை, போகவர ரயில் வண்டிச் செலவு இதுவே ஒவ்வொரு பிள்ளை வீதத்துக்கும் ரூ. 500 செலவாயிற்று. மூன்று மணப்பெண்களையும் நல்ல நாளில் தங்கள் ஊருக்கு அழைத்து கிரஹப்பிரவேசம் செய்து புஷ்பப் பல்லக்குகளில் ஊர்வலம் வரச்செய்து மேளக்கச்சேரி வைத்து வந்திருந்த மூன்று சம்பந்திக் கூட்டத்தாருக்கும் பந்து மித்திரர்களுக்கும் விருந்தளித்து, சம்பந்திகளைக் கட்டுச்சாதக் கூடைகளுடன் மரியாதைசெய்து வழியனுப்பினார்கள். இதன்பிறகு துரையப்பாவின் கடைசிப்பிள்ளை ராமசந்திரன், சுப்புக்குட்டி ஐயர் பிள்ளைகள் ஸ்வாமிநாதன், சுந்தரம் இந்த மூன்று பேருக்கும் உபநயனக் கலியாணமும் சாமண்ணாவின் முதல் தம்பி நடராஜய்யரின் ஸீமந்தமும் பூவனூரில் வாழ்க்கைப் பட்டிருந்த மீனாம்பாளின் வளைகாப்புக் கலியாணமும் நடந்தது. இவற்றுக்கெல்லாமாக 2000 ரூபாய்க்குமேல் செலவாகி விட்டது.

அடிக்குறிப்புகள்:

1. சாமண்ணா + செல்லம்மாளின் மூத்த மகளான இந்த விசாலாக்ஷிதான் இந்த ‘ஓர் ஐக்கியக் குடும்பச் சரித்திரம்’ என்னும் நூலை எழுதிய V.S. விசாலாக்ஷியம்மாள்.

9

ராமஸ்வாமி அய்யர் + குஞ்சம்மாள் தங்கள் 5 பெண்களையும் அவர்களுடைய குழந்தைகளாகிய தங்கள் 20 அல்லது 25 பேரன் பேத்திகளையும் பார்த்துச் சந்தோஷமாய் வாழ்ந்துவந்தார்கள். மூத்த பெண் அன்னம்மாளுடைய கண்பார்வை குறைந்துபோனதில் அவர்களுக்கும் மற்றப் பெண்களுக்கும் அபரிமிதமான வருத்தமும் வேதனையுமிருந்தது. அடிக்கடி அன்னம்மாளைப் போய்ப்பார்த்து அவளுக்கு வேண்டிய ஆறுதல் சொல்லி அவளுக்குப் பொழுதுபோக்காய் சந்தோஷமுண்டாகும்படி பேசிவிட்டுச்செல்வார்கள். ராமஸ்வாமி அய்யர் + குஞ்சம்மாள் தங்கள் அபர கிரியைகளைச் செய்யவும், தங்களுக்குப் பிறகு தங்கள் சொத்துக்களை வைத்து ஆளவும் ஒரு புத்திரனில்லாமையால் தௌஹித்திரன்[1] ஒருவனை அபிமான புத்திரனாக ஸ்வீகாரம் செய்து கொள்ள விரும்பி, தங்கள் மூத்த புதல்வி அன்னம்மாளின் இரண்டாவது குமாரன் நடராஜய்யரைக் கொடுக்கும்படி வேண்டிக்கொண்டார்கள். ஆனால் மிகவும் முரட்டுப் பிடிவாத குணமுள்ள சுப்புக்குட்டி ஐயரும் அவர் சொல்லைக் கேட்டுக்கொண்டு சிவனுமாக அவர்கள் வேண்டுகோளுக்கு இணங்காமற்போனதுடன் அவர்கள் கேட்டதையே ஒரு பெரிய குற்றமாகக் கருதி அவர்கள்மீது அநாவசியமாகக் கோபித்துக்கொண்டு அவர்கள் வீட்டுக்கே போகக்கூடாதென்று தீர்மானித்து அத்துடன் நில்லாமல் வீட்டிலுள்ள மற்ற யாருமே அவர்கள் வீட்டுக்குப் போகக்கூடாது என்று கட்டுப்படுத்தினார்கள். ஆனால் பாலாம்பாள் அம்மாள், சாமண்ணா, அன்னம்மாள் இம்மூவரும் இந்தக் கட்டுக்கடங்காமல் தங்களிஷ்டப்படி ராமஸ்வாமி அய்யர், குஞ்சம்மாள் வீட்டுக்குப் போய் அவர்களுடன் அளவளாவிப் பேசிவிட்டு

வருவார்கள். குஞ்சம்மாளின் மற்ற நான்கு பெண்கள், அவர்களது கணவர்கள், பேரன் பேத்திகள், எல்லோரும் வந்து போய்க்கொண்டு பெரியவர்களான ராமஸ்வாமி அய்யர், குஞ்சம்மாளிடம் மிகவும் அன்பும் ஆதரவுமாயிருந்தார்கள். சிவன் என்னும் பெரிய மாப்பிள்ளை மாத்திரம் அவர்கள் வீட்டுக்குப் போவதும் கிடையாது, அவர்களுடன் பேசுவதும் கிடையாது, வேண்டாதவிதமாய் அந்த நல்ல குணமான பெரியவர்களிடத்தில் பகைமை பூண்டு நடந்தார். பிறகு ராமஸ்வாமி அய்யர்+ குஞ்சம்மாள் தங்கள் இளைய பெண்ணாகிய நாராயணியம்மாளின் நான்காவது பிள்ளை அப்பாத்துரை என்பவனை அபிமான புத்திரனாக ஸ்வீகாரம் செய்துகொண்டு அவனுக்கு உபநயனம் செய்து வித்தியாப்பியாசமும் செய்வித்தனர். அவனைத் தங்கள் புதல்வனைப்போலவே அன்பாக வளர்த்துவரும் நாளில் ராமஸ்வாமி அய்யரின் பூவுலகவாழ்க்கை முடிந்து தன் அருமையான ஐந்து பெண்கள், பேரன் பேத்திகளெல்லோரும் தன்னைச் சூழ்ந்திருக்க, மன அமைதியுடன் கடவுள் பாதாரவிந்தத்தை அடைந்தார். அவரது ஈமக்கடன்களை எல்லோரும் வந்திருந்து ஒரு கலியாணம் போல் விமரிசையாக நடத்தி கிருகயக்ஞுத்தன்று புடவை வேஷ்டிகள் முதலிய சன்மானங்களைப் பெற்றுத் திரும்பிப்போன பிறகு குஞ்சம்மாள் 60 வயதுவரைக்கும் இணைபிரியாமல் மனது ஒத்திருந்த தன் அருமைக் கணவரது பிரிவாற்றாமையால் வருந்தி சுற்றத்தவர் எல்லாம் தேற்ற ஒருவாறு தேறிப் பிறகு அப்பாத்துரை என்னும் தன் அருமை அபிமான புதல்வனுக்கு வேண்டியவற்றையெல்லாம் கற்பித்துக் காலங்கழித்தாள். அப்போதும் குஞ்சம்மாள் கைராசி நல்ல பலனளிக்குமென்று அவளுடைய பேத்திகள் கூட பிரசவகாலத்துக்கு அவளிடமே வந்துவிடுவார்கள். குஞ்சம்மாளுடைய ஜீவியகாலம் பிறருக்குப் பிரசவம் செய்து உபகாரம் செய்வதற்காகவே ஏற்பட்டது போலும்! தன் 5 பெண்களைக்காட்டிலும் அறிவும் அடக்கமும் பொறுமையும் வாய்ந்த குஞ்சம்மாள், குடும்பத்தை மிகத்திறமையுடன் வகித்து நடத்தி, மாப்பிள்ளை சிவன் அவருடைய முரட்டுத் தம்பி சுப்புக்குட்டி இந்த இருவரைத் தவிர்த்த மற்ற யாவராலும் நன்கு மதித்துப் பாராட்டப்பட்டவளாய் வாழ்ந்துவந்தாள். தன்னை மதிக்காத சிவன் என்பவர் வீட்டுக்கு மாத்திரம் போகமாட்டாள். அடிக்கடி அன்னம்மாளைத் தன்னிடம் வருவித்துப் பேசி அவள் கண்கெட்டு வருந்தும் துக்கத்தையும் அவளுடைய புருஷன் அவளிடத்தில் ஆதரவில்லாமலிருக்கும் துக்கத்தையும் நினைந்து அடிக்கடி வருந்துவாள். கணவன் இறந்த இரண்டு மூன்று வருஷங்களில் குஞ்சமாளும் இம்மண்ணுலகை நீத்து விண்ணுலகையடைந்தாள். எல்லோரும் கூடவிருந்து

அவளுடைய அந்திய கருமங்களையெல்லாம் நடத்திமுடித்தார்கள். அதுவரைக்கும் குஞ்சம்மாள் வீடு என்று வழங்கிவந்த அந்த இல்லம் அவள் காலத்துக்குப் பிறகு "மாமா அப்பாத்துரை வீடு" என்று வழங்க ஆரம்பித்தது. மாமா அப்பாத்துரையும் விவாகம் செய்துகொண்டு பிள்ளைகளைப் பெற்றுக்கொண்டு ராமஸ்வாமி அய்யர்+குஞ்சம்மாள் குலம் விளங்க வாழ்ந்துவந்தார். குஞ்சம்மாள் பெண்கள் ஐவரும் அவர்களது மக்களும் அடிக்கடி வந்து அப்பாத்துரைக்கு வேண்டிய உதவிகள் செய்துகொண்டு அன்புடன் இருந்தார்கள். அன்னம்மாளை அம்மணிப் பெரியம்மாள் என்று அவர்கள் வீட்டில் அருமையாக அழைப்பது வழக்கம். மற்ற நால்வரும் நாணிச் சித்தம்மை, அக்குக்குஞ்சி (சிறுவயதில் அக்குப்பக்ஷிமாதிரி இனிய குரலுடன் கொஞ்சிப் பேசுவாளாம், அதனால் அந்தப் பெயர் அவருக்கு ஏற்பட்டது) தையுக்குஞ்சி தருமிக்குஞ்சி எனப்படுவர். இவர்கள் ஒவ்வொருத்தியின் முதற் பிள்ளைக்கு இவர்கள் குல தெய்வப் பெயராகிய ஸ்வாமிநாதன் என்னும் பெயரிட்டு அம்மணிப் பெரியம்மா பிள்ளை ஸ்வாமிநாதன், நாணிச் சித்தம்மை பிள்ளை ஸ்வாமிநாதன், இத்யாதியாகச் சொல்லி அழைப்பார்கள். இவர்கள் எல்லோரும் ஏகோபித்து ஐக்கியமாக வாழ்ந்துவந்தனர். சிவன் என்பவருக்கு ஷஷ்டி அப்தபூர்த்திக் கலியாணம் மிகவும் சம்பிரமமாக நடந்தது. அப்பாத்துரை மாமாவும் மைத்துனன் என்னும் முறையில் அன்னம்மாளுக்குப் புடவையும் அத்திம்பேராகிய சிவனுக்கு ருத்திராக்ஷப்பேட்டுப்[2] போட்ட சிவப்புப்பட்டுப் பத்தாறும்[3] எடுத்துக் கொடுத்து வைதிக முறைப்படி எல்லாம் செய்து கலியாணம் கொண்டாடினார்கள்.

[1876] தாது வருஷம் ஆவணிமாதம் ரிஷியூரில் ஸ்ரீநிவாசப் பாட்டா காலஞ்சென்றார். அவருக்கு வேண்டிய எல்லோரும் வந்திருந்து செய்யவேண்டிய கிருத்தியங்களையெல்லாம் சரிவரச் செய்தார்கள். வைகளத்தூரிலிருந்து சிவன் என்பவரும் வந்திருந்து ஸ்மசானத்தில் ஜதையடுக்குவதற்குக்[4] கூடவிருந்து உதவி, ஜதையின்மேல் தான் ஏறிப்படுத்துக்கொண்டு அளவெடுத்துக்காட்டி, தகனம் ஆகும்வரைக்கும் கூட இருந்து, பிறகு முப்பருப்பும் அப்பளமும் பக்ஷணம் பணியாரங்களும் செய்து சார்[5] வைத்துவிட்டு மாப்பிள்ளையாகிய வெங்கடராமய்யருக்கு வேஷ்டி மோதிரம் முதலிய வெகுமானங்கள் கொடுத்து ஆசீர்வதித்துவிட்டுத் திரும்பி ஊர் வந்துசேர்ந்தார். அதிகமாய் ஒருவருடனும் பேசும் சுபாவமில்லாவிட்டாலும் செய்ய வேண்டிய காரியங்களை அதிமிடுக்காகவும் சாமர்த்தியமாகவும் பலரும் மெச்சிக்கொள்ளும்படியும் செய்வார். ஸ்ரீநிவாசப்பாட்டா இறந்த ஒருமாதத்தில் இவருடைய காலமுடிவும் வந்து விட்டது. கடைசிவரைக்கும் ஒருவித வியாதியுமில்லாமல்

திடசரீரியாகவேயிருந்து தன் வேலைகளையெல்லாம் விளையாட்டுப்போலவே செய்துவந்தார். தாது வருஷம் புரட்டாசி மாதம் நவராத்திரி ஆரம்பித்து எட்டாவது நாள் வழக்கம் போல் சிவபூஜை, நவராத்திரி பூஜையெல்லாம் செய்துவிட்டு நிவேதனப் பிரசாதங்களுடன் திருப்தியாய்ச் சாப்பிட்டுவிட்டு புதிதாய்ச் செய்த பச்சை மிளகாய்ப் பச்சடிக்கு வெல்லம் சேர்த்து கொதிக்கவிட்டுத் தனக்கு இரவில் பரிமாறவேண்டுமென்று சொல்லிவிட்டு, திண்ணையில் வந்து உட்கார்ந்து வெற்றிலை போட்டுக்கொண்டு சற்றுப் படுத்து இளைப்பாறிப் பிறகு சிறிது நேரம் சிறந்த காலக்ஷேபஞ் செய்துவிட்டு, சிவன் கோவில் குளத்தில் சந்தியாவந்தனம் செய்துகொண்டிருந்தவர் திடீரென்று மயக்கமுண்டாகிக் கீழே சாய்ந்து படுத்துவிட்டார். உடனே நாலைந்து பேர்கள் சேர்ந்து அவரைத் தூக்கிவந்து அவர் வீட்டுக் கூடத்தில் படுக்கவைத்தார்கள். தூங்குவதுபோல் மயக்கமாய் அவர் ஞாபகமேயின்றி அன்றிரவு, மறுநாள் பகல், இரவு எல்லாம் மூச்சுவாங்கிக்கொண்டிருந்தது. இதனிடையில் அக்கம்பக்கத்துக் கிராமங்களிலிருந்த எல்லோருக்கும் சொல்லியனுப்பி, கிட்டின பந்துக்கள் யாவரும் வந்துசேர்ந்தனர். திருநெல்வேலியிலிருந்த நடராஜய்யர் மாத்திரம் வரக் கூடவில்லை. ஸ்வாசம் இழுத்துக் கொண்டிருக்கும் தகப்பனாருக்குப் பிராயச்சித்தம் செய்துவிட்டு சாமண்ணா முதலானவர்கள் அருகிலேயே உட்கார்ந்து சிவநாமம் செய்துகொண்டிருந்தார்கள். சரஸ்வதி பூஜையன்று அதிகாலையில் 5 மணிக்கு சிவனுடைய பிராணன், சரீரத்தைவிட்டுப் பிரிந்து அமைதியாய்ச் சிவத்துடன் இரண்டறக் கலந்துபோயிற்று. தன் கையினால் தானே உடுத்திக்கொண்ட வேஷ்டியுடனும் தானாகவே பூஜைசெய்து சாப்பிட்ட ஆகாரத்துடனும் பிறருக்கு ஒருவிதத் தொந்தரவுமின்றி அநாயாசமாய்ச் சிவபதவியடைந்தார். தான் செய்த சிவபூஜா பலனினால், சாமண்ணா, எட்டாவது நாள் வந்து சேர்ந்த நடராஜய்யர், ராமஸ்வாமி இம்மூன்று சகோதரர்களும் சுப்புக்குட்டி ஐயரின் உதவியுடன் தகப்பனாருக்குச் செய்ய வேண்டிய உத்தரகிரியைகளை மிக விமரிசையாக ஒருவிதக் குறைவுமின்றிச் செய்தார்கள். சிவனுடைய நான்கு பெண்கள், மாப்பிள்ளைகள், பேரக்குழந்தைகள் யாவரும் வந்து வீடு நிறைய கலகலப்பாய்க் கூடினார்கள். பிரதி தினமும் காலையிலும் மாலையிலும் ஒத்தவயதுப் பெண்கள் ஒன்றுகூடி வளைய நின்றுகொண்டு, அழகிய கூந்தலை விரித்துப்போட்டுக் கொண்டு, இரண்டு கைகளினாலும் மார்பிலடித்துக்கொண்டு இறந்துபோன பெரியவருடைய கீர்த்திப் பிரதாபங்கள் அருமை பெருமைகளையெல்லாம் அதி உருக்கமான விதமாய்ப் பிரலாபகானம் செய்து, பார்ப்பவர்கள் மனங்கரைந்து கண்ணீர் விடும்படி அழுதார்கள். இரண்டு மூன்று வட்டமாக நின்று

கொண்டு பிரலாபகானத்துக்கேற்ற தாளம் போடுவதுபோல் கால்களை மாற்றி மாற்றி வைத்துச் சுற்றி சுற்றி வளையவந்து அடித்துக்கொண்டு, அதன்பிறகே தினம் ஸ்நானம்செய்து வருவார்கள். 12 நாள் செய்யவேண்டிய கருமமும் செய்து, பதின்மூன்றாம் நாள் கிருகயக்ஞத்தன்று மூன்று பிள்ளைகளின் வேட்டகத்துப்பேரும் மாப்பிள்ளைகளுக்கு மோதிரம், வேஷ்டி, பக்ஷணங்கள், சாப்பாட்டு வரிசைகள் எல்லாம் கொடுத்து ஆசீர்வதித்தார்கள். 4 பெண்களுக்கும் அவர்கள் கணவர்களுக்கும் புடவை வேஷ்டிகளும், பேரன் பேத்திகளுக்கெல்லாம் வேஷ்டி சிற்றாடைகளும் வாங்கிக் கொடுத்து பெரிய கலியாணம் போல் விமரிசையாகச் செய்துமுடித்தார். பெரிய சாஸ்திரிகள், கனபாடிகள் எல்லோரும் சிவனுடைய அருமை பெருமைகளைப் பற்றி சரம சுலோகங்கள் சொல்லி வியாக்கியானம் செய்து இறந்த பெரியவரது பிள்ளைகளுக்கும் மற்றுமுள்ளோருக்கும் திருப்தியுண்டாக்க வேண்டிய தக்ஷிணைகள் வாங்கிச்சென்றார்கள். கிட்டின பந்துக்கள் எல்லோரும் 45 நாளும் அங்கேயே ஊனமாசியம்[6] வரைக்கும் தங்கியிருந்தார்கள். தினம் இரண்டு வேளையும் 6 மரக்கால் அரிசி வடித்து, அதற்குவேண்டிய கறி குழம்பு வகைகள் எல்லாம் செய்து சாமண்ணா மனைவி செல்லம்மாளும் சுப்புக்குட்டி ஐயர் மனைவி செல்லமும் எல்லாவற்றையும் வகித்து ஒவ்வொரு வேளையும் 40, 50 பேருக்குச் சாப்பாடு போட்டு சமாளித்துவந்தார்கள். மேலும் வந்திருந்த பெண்கள், மருமக்கள் எல்லோரும் முன்னிணை பின்னிணைக் குழந்தைகளையும் கைக்குழந்தை மடிக்குழந்தைகளையும் உடையவர்களாயிருந்தார்கள். குழந்தைகளுக்காகவேண்டி ஒரு பெரிய வெண்கலப் பானையில் நிறையப் பால் காய்ச்சி, சீனிபோட்டு வைத்து விடுவார்கள். அவரவர்கள் குழந்தைகளுக்கு வேண்டிய பாலை எடுத்துப் புகட்டுவார்கள். இத்தனைபேரும் குழந்தைகளுடன் படுக்க இடம் போதாமல் பந்துக்கள் வீடுகளிலெல்லாம் போய்ப் படுத்துக்கொள்வார்கள். இப்படியாக 45 நாளுமிருந்து பிறகு எல்லோரும் அன்னம்மாளுக்கு வேண்டிய சமாதானம் சொல்லிவிட்டு அவரவர்கள் ஊர் போய்ச்சேர்ந்தார்கள்.

நடராஜய்யர் தன் மனைவி யோகாம்பாளையும் தமையன் சாமண்ணாவின் மூத்த புதல்வி 8 வயதுள்ள விசாலாக்ஷியையும் அழைத்துக்கொண்டு தன் உத்தியோக இடமாகிய ஸ்ரீவைகுண்டத்துக்குப் போய்ச்சேர்ந்தார். சாமண்ணாவும் கூடப்போய் நாலைந்து நாள் இருந்துவிட்டுத் திரும்பி வைகளத்தூர் வந்து பழையபடி தன் காரியம், குடும்பக் கணக்குவழக்குகளைக் கவனித்துக்கொண்டும் கும்பகோணத்தில் மேல்வகுப்புகளில் படித்துவந்த தம்பிமார்களை அடிக்கடி போய்க் கவனித்துப் பராமரித்துக்கொண்டும் இருந்தார். இதற்கிடையில் சாமண்ணா +

செல்லம்மாளுக்கு இன்னும் ஒரு பெண் குழந்தை பிறந்து ஸ்ரீவைகுண்டத்தில் கோவில் கொண்டெழுந்தருளியிருக்கும் அம்பிகையின் பெயராகிய சிவகாம சுந்தரி என்று நடராஜய்யரால் பெயரிடப்பட்டு வளர்ந்துவந்தாள். துரையப்பா மனைவி அம்மணிக்குஞ்சிக்குப் பெண் குழந்தைகளே இல்லாமையால் சாமண்ணாவின் இரண்டாவது பெண் வாலாம்பாள் என்னும் 6 வயதுக் குழந்தையைத் தன்னிடம் அருமையாக வைத்து வளர்த்து வந்தாள். அங்கு படித்துக்கொண்டிருந்த சிற்றப்பன்மார்கள் எல்லோரும் வாலாம்பாளைத் தங்கள் தங்கைபோலவே பாவித்து அவளுக்குத் தமிழ் எழுதப் படிக்கக் கற்பித்துக் கொடுத்துக்கொண்டு அவளுடன் விளையாடிப் பொழுதுபோக்குவார்கள். பெரிய அத்தையும் அத்திம்பேரும் எதிர்வீட்டிலேயே இருந்தபடியால் இவர்களையெல்லாம் வழக்கம்போல் கவனித்து வேண்டிய உதவிகளைச் செய்துவந்தனர்.

ஸ்ரீவைகுண்டத்தில் நடராஜய்யர் + யோகாம்பாளுக்கு 2 வயதில் பாலையா என்ற ஓர் அருமைக் குழந்தையிருந்தது. சாமண்ணா பெண் விசாலாக்ஷியும் பாலையாவும் சேர்ந்து விளையாடுவார்கள். விசாலாக்ஷியும் தன் பெற்றோர்களை நினைக்காமல் சிற்றப்பா நடராஜய்யரிடமே மிகவும் அருமை யாக வளர்ந்து, அவர் ஆவலுடன் கற்பிக்கும் படிப்புப் பாட்டுகளையெல்லாம் அதிதீவிரமாகக் கற்றுக்கொண்டாள். தன் மனைவி யோகாம்பாள் தமிழ் பாஷையை எழுதப் படிக்கக் கற்றுக்கொள்ளவேண்டுமென்பது நடராஜய்யருக்கு விருப்பம். ஆதலால் ஒழிந்த வேளைகளில் அவர் தன் மனைவிக்கும் விசாலாக்ஷிக்கும் சேர்த்து தமிழ் பாஷையையும் அருணாசலக் கவிராயரால் செய்யப்பட்ட ராமநாடகக் கீர்த்தனைகளையும் சொல்லிக்கொடுப்பார். குழந்தை விசாலாக்ஷிக்குச் சீக்கிரத்தில் மனப்பாடம் ஆகும்; யோகாம்பாளுக்குச் சற்றுத் தாமதமாகவே வரும். அதற்காக அவளைக் கோபித்துக்கொண்டு தலையில் குட்டுவார். "பார், என் விசாலாக்ஷிக்கு எத்தனைத் துரிதமாய்ப் பாடம் மூளையில் ஏறுகிறது, இன்று சொல்லிக்கொடுத்ததை நாளைக்கு ஒப்பித்துவிடுகிறாள், உன்னால் முடியவில்லையே? மத்தியான வேளைகளில் அவளிடம் சொல்லிக்கொள்" என்று சொல்லுவார். அந்தக்காலத்தில் பெண் பள்ளிக்கூடங்கள் அபூர்வம். ஆயினும் அந்த ஊரில் தாமிரபரணி நதிக்கரையில் சிக்கலார் தெருவில் இவர்கள் குடியிருந்த வீட்டிலிருந்து 2 பர்லாங்கு தூரத்தில் ஒரு சிறு பெண் பள்ளிக்கூடம் இருந்தது. நடராஜய்யர் விசாலாக்ஷியை அந்தப் பள்ளிக்கூடத்தில் சேர்த்துப் படிக்கவைத்தார். பிரதிதினமும் தான் ஸ்நானம் செய்யும்போதே விசாலாக்ஷியையும் ஸ்நானம் செய்யும்படி செய்து தானே அவளுடைய கூந்தலை வாரிப்பின்னித் தன்னுடனேயே

சாப்பிடச்செய்து, நெற்றிக்குப் பொட்டிட்டு இடைவேளைக்குத் தயிர்சாதம் கலந்து எடுத்துக்கொள்ளச்செய்து, தன் பெட்டி வண்டியிலேற்றிக்கொண்டு வழியிலுள்ள பள்ளிக்கூடத்தில் அவளை இறக்கிவிட்டுப் பிறகு தன்னுடைய ஆபீஸுக்குப் போவார். மாலை வேளையில் நடராஜய்யர் ஆபீஸிலிருந்து வர தாமதமாகும். ஆதலால், விசாலாக்ஷி தன் தோழியான அந்த ஊர் முன்ஸிப் கஸ்தூரி அய்யங்கார் பெண் ரங்கம்மாளுடன் அவள் வண்டியில் வீட்டுக்குத் திரும்புவாள். வகுப்பில் மிகுந்த ஊக்கத்துடனும் ஆவலுடனும் உபாத்தினி கற்பிக்கும் பாடம், செய்யுள், கணக்கு எல்லாவற்றையும் அதிதுரிதமாகக் கற்று, மற்ற தன் வகுப்புப் பெண்களுக்கும் கற்றுக்கொடுத்துக் கொண்டு வகுப்பில் முதன்மையாக இருந்துவந்தாள். வீட்டிலும் அவளுடைய சிற்றப்பா சொல்லிக்கொடுத்த ராமாயண, நந்தன் சரித்திரப் பாடங்களையெல்லாம் நல்ல ராக ஞானத்துடன் கற்றுக்கொண்டாள். இவ்விதம் நான்கு மாதம் மிகுந்த சந்தோஷத்துடனும் ஆவலுடனும் படித்துவந்தாள்.

[1877] ஈஸ்வர வருஷம் சித்திரை மாதம் நடராஜய்யர் குழந்தை பாலையாவுக்கு ஜுரமடித்துப் பெரியம்மை கண்டு உடம்புமுழுவதும் ஊசி குத்தவும் இடமின்றிப் போட்டு விட்டது. 1½ வயதுள்ள குழந்தை, அதுவரைக்கும் மற்றக் குழந்தைகளைப்போல் சாதாரணமாய்த் தத்தடிவைத்து நடந்துகொண்டும் சிரித்து விளையாடி மழலைச்சொல்லால் அப்பா, அம்மா என்று சொல்லிக்கொண்டுமிருந்த குழந்தைக்கு அம்மைபோட்டு நீர்வைத்து முத்தாகி அம்மை இறங்கும் சமயத்தில் இளம்பிள்ளைவாதம் மாதிரி ஏற்பட்டு, கையும், காலும் கோணல் கோணலாக வலித்து, நாக்கையும் இழுத்து, பேசமுடியாமலும், இடதுகை ஸ்வாதீனமில்லாமலும் ஆகி விட்டது. பாவம், இதன்பிறகு நாக்கு, இடதுகை இவ்விரண்டும் ஸ்வாதீனமில்லாமல், நொண்டி நடந்துகொண்டு மனித அறிவும் இல்லாமல் 40 வருஷகாலம் இப்பூவுலகில் பிறருடைய உதவியில் காலந்தள்ளிக்கொண்டு பார்ப்பவர் பரிதவிக்கும்படியும் தகப்பனாருக்கு தீராத்துயரத்துக்குக் காரணமாயும் வளைய வந்துகொண்டிருந்தான். அவனுக்கு இவ்விதம் ஆனதில் நடராஜய்யர் மனம் உடைந்து மிகுந்த துக்கத்துக்கு ஆளாகி விட்டார். யோகாம்பாளும் தன் கண்ணான குழந்தையைப் பார்த்துத் தாங்கமுடியாத விசனத்தில் ஆழ்ந்தாள். பாலையாவுக்குத் தலைக்கு ஜலம் விட்ட உடனே விசாலாக்ஷிக்கும் ஜுரமும், அம்மையும் கண்டது. வருஷப் பரீக்ஷையாகி, வகுப்பில் முதன்மையாகத் தேறி, பள்ளிக்கூடத்தில் நடந்த பரிசளிப்புக் கொண்டாட்டத்தில் பாவாடை, தாவணி, ரவிக்கை, ஒரு சின்னப்பெட்டி எல்லாம் பரிசுபெற்று, மிகுந்த குதூகலமாய்

வண்டியிலேறிக்கொண்டு வீட்டுக்குத் திரும்பி வரும்போதே வழியில் வாந்திசெய்துகொண்டு ஜுரம், தலைவலியுடன் வீடு திரும்பிவந்து படுத்துவிட்டாள். மறு தினமே உடம்பு முழுவதும் பெரியம்மை போட்டுவிட்டது, பாலையாவைப்போல் இந்தப் பெண்ணுக்கும் ஏதேனும் விபரீதமாக ஏற்பட்டுவிடுமோ வென்று மிகுந்த விசாரமும் பயமும் நடராஜய்யருக்கு உண்டாகிவிட்டது. ஆதலால் உடனே தந்தியடித்து தன் தமக்கை பாலாம்பாள் அம்மாள், அவள் கணவர், தன் குஞ்சப்பாவும் விசாலாக்ஷியின் மீது மிகவும் அன்புடையவருமான சுப்புக்குட்டி ஐயர் மூவரையும் வருவித்தார். சுப்புக்குட்டி ஐயரையே விசாலாக்ஷி நிரம்ப அருமையாய் "அப்பா" என்று அழைப்பது வழக்கம். அவர் அவள் சமீபத்திலேயே உட்கார்ந்து அவளுக்கு வேண்டிய ஆகாராதிகளைக் கொடுத்துக்கொண்டும் அம்மையில் தினவெடுக்காமல் வேப்பிலைக் கொத்தினால் தடவிக்கொடுத்து விசிறிக்கொண்டும் கதை சொல்லிக்கொண்டும் அருமையாகக் கவனித்துவந்தார். அம்மை போட்டியிருக்கும் வீட்டில் தாம்பூலம் போட்டுக்கொள்வது, எண்ணெய் தேய்த்துக்கொள்வது, க்ஷவரம் செய்துகொள்வது, புஷ்பம் சூட்டிக்கொள்வது முதலான காரியங்கள் எல்லாம் கூடாது. ஏழைகளுக்கு வயிறு குளிர கஞ்சிகாய்ச்சிக் கொடுக்கவேண்டும். மகமாயி அம்மனுக்குப் பெரிய தோண்டியில் நல்ல தீர்த்தம் நிரப்பிவைத்து, அதன்மேல் வேப்பிலைக் கொத்தை வைத்துக் கோலமிட்ட மணையில் கும்பதீர்த்தத்தை வைத்து விளக்கேற்றி, மகமாயி அம்மனைக் காலை, மாலை இரண்டு வேளைகளிலும் இளநீர்க் குலைகளைக் கண் திறந்துவைத்து பூஜித்து வந்தார்கள். 15 நாட்களுக்குப் பிறகு விசாலாக்ஷிக்கு அம்மை இறங்கி முதல் ஸ்நானம் செய்து வைத்தனர். வேப்பிலையையும் மஞ்சளையும் கலந்து அரைத்து உடம்பெல்லாம் தடவி ஸ்நானம் செய்வித்தனர். பிறகு மிருதுவான துணியினால் ஈரத்தை ஒற்றி விபூதியை அதன் மேல் தூவினார்கள். 3 நாளுக்கு ஒருமுறை இம்மாதிரி ஸ்நானம் செய்துவைத்த பிறகு அம்மைத் தழும்புகள் கொஞ்சங் கொஞ்சமாய் மறைந்து உடம்பு தேறி குணமாயிற்று. அம்மை போட்டினபோது ஏற்பட்ட தலைவலி மாத்திரம் நிற்காமல் அடிக்கடி தலைவலி வந்து அத்துடன் கஷ்டப்பட்டாள். மாரியம்மனுக்கு வேண்டிக்கொண்டபடி அபிஷேக அர்ச்சனைகள் செய்துவைத்தார்கள். ஒரு படி அரிசியை வடித்து, தயிரைவிட்டுச் சாதங்கலந்து அதை ஒரு புதுத் துணியில் இலையை விரித்து அதில் கொட்டி ஒரு மூட்டையாக முடிந்து ஓர் அமங்கலியம்மாளிடத்தில் ஒரு வெள்ளைப் புடவையையும் அன்ன மூட்டையையும் கொடுத்து அம்மைத்தாயாரை வழியனுப்பினார்கள். இப்படிச்செய்வதால் அம்மைத்தாயார் திருப்தியடைந்து அனுக்கிரகம் செய்து அந்தவீட்டுக்கு மறுபடி

வரமாட்டாள் என்பது நம்பிக்கை. ஒரு வாரம் ரஜா எடுத்துக் கொண்டு நடராஜய்யர், வந்திருந்த தமக்கை, தமக்கை புருஷன், சுப்புக்குட்டி ஐயர், தன் மனைவி இருகுழந்தைகளுடன் சொந்தவண்டியுடன் வாடகை வண்டியும் இரண்டு அமர்த்திக் கொண்டு சேவகர் முதலிய பரிவாரங்களுடன் திருச்செந்தூர் சென்று தங்கள் குலதெய்வமாகிய பாலகப்ரமணியருக்கு பாலபிஷேகம், மகாபிஷேகம் எல்லாம் செய்வித்து, சமுத்திரத்திலும் திருக்குளத்திலும் ஸ்நானமாடி 3 நாளங்கிருந்து பிறகு திருநெல்வேலி வந்து நெல்வேலியப்பரையும் காந்திமதியம்மனையும் தரிசித்துக் கொண்டார்கள். பிறகு பாலாம்பாள், வெங்கடராமய்யர், சுப்புக்குட்டி ஐயர் மூவரும் மதுரை சென்று மீனாக்ஷிசுந்தரேசரைத் தரிசித்துக்கொண்டு அவரவர் ஊர் போய்ச் சேர்ந்தனர். நடராஜய்யர் ஸ்ரீவைகுண்டத்துக்குத் திரும்பினார். விசாலாக்ஷி இன்னும் சில மாதங்கள் படிக்கவேண்டுமென்னும் ஆவலினால் தன்னுடன் அழைத்துப்போக விரும்பின சுப்புக்குட்டி ஐயரின் ஆவலுக்கும் இணங்காமல் தன்னுடனேயே அழைத்துப்போய் மறுபடியும் பள்ளிக்கூடத்தில் சேர்த்துப் படிக்கவைத்துக் கொண்டிருந்தார். கும்பகோணம் திரும்பிவந்த பிறகு பாலாம்பாள் அம்மாள் பிள்ளை சுந்தரத்துக்கும் சாமண்ணா இரண்டாம் பெண் வாலாம்பாளுக்கும் அம்மை போட்டி சிரமப்பட்டுப் பிறகு சௌக்கியமடைந்தார்கள்.

அடிக்குறிப்புகள்:

1. **தௌஹித்திரன்:** மகளின் மகன்.
2. **ருத்ராக்ஷப்பேட்டு:** ருத்ராக்ஷ வடிவங்கள் போட்ட பட்டைக்கரை.
3. **பத்தாறு:** ஆண்கள் அணியும் இரட்டை ஆடை. பத்து முழம் வேட்டி, ஆறு முழம் உத்தரியம் (மேல் துண்டு).
4. **ஜதை:** சிதை எனும் பொருளில்.
5. **சார்:** வகை. பணியார வகைகளைக் குறிக்கிறது இங்கு.
6. **ஊனமாசியம்:** இறந்தவருக்கு மாதா மாதம் செய்யும் சடங்கு. முதல் ஊனமாசியம் நடக்கும்வரை உறவினர்கள் இருந்தார்கள் என்பதை இங்கு குறிக்கிறது.

10

வைகளத்தூரில் சிவன் காலஞ்சென்ற பிறகு குடும்பத்துக்குச் சற்று வரும்படிக் குறைவினால் கஷ்டம் ஏற்பட்டது. மேலும் [1887] தாது வருஷத்துப் பஞ்சத்தினால் விளைச்சல் குறைந்தது. ஆயினும் சாமண்ணாவும் சுப்புக்குட்டி குஞ்சப்பாவும் அவர்களது மெய்யுழைப்பினாலும் மனோதைரியத்தி னாலும் குடும்பத்தை அதிகக் கஷ்டமின்றி நடத்திக்கொண்டு போனார்கள். மாதாமாதம் சிவன் அய்யருக்குச் செய்யவேண்டிய பித்ரு கர்மங்களாகிய மாஸியம், ஸோதகும்பம் முதலிய வற்றை லோபமின்றிச் செய்துவந்தார். பிரதிவருஷமும் சங்கராந்திக்கு முதல் நாள் சாமண்ணாவின் சகோதரிகள் நால்வருக்கும் ஒவ்வொருத்திக்கும் 6 மரக்கால் அரிசி, அரை மணங்கு வெல்லம், இரண்டு தார் வாழைப்பழம், கருப்பங் கழிகள், கருணை, சேம்பு, சருக்கரைவள்ளி முதலிய கிழங்குகள், மஞ்சள் கொத்து, இஞ்சி, பரங்கி, பூசணிக்காய் முதலானவற்றை அனுப்பும் வழக்கம் சுப்புக்குட்டி ஐயர் காலம் வரைக்கும் தவறாமல் நடந்துவந்தது. விஷ்ணம்பேட்டை சற்றுத் தூரத்திலிருந்ததால் தைலம்மாளுக்கு மாத்திரம் சங்கராந்தி ஸ்ரீதனத்தைப் பணமாக அனுப்புவார்கள். தாது வருஷப் பஞ்சத்திலும் கூட பண்ணையாட்கள் மற்றும் இஷ்டமித்திரர்களுக்கெல்லாம் வழக்கமாகக் கொடுப்பதை ஒருவிதத்திலும் குறைக்காமல் உதாரகுணத்துடன் கொடுத்து உதவினார்கள். ஈஸ்வர வருஷம் புரட்டாசி மாதம் சிவனுக்கு வருஷ ஆப்தீகம் ஒருவிதக் குறைவுமின்றித் திருப்தியாக நடந்தது. நடராஜய்யர் தன் குடும்பத்தினரை ஸ்ரீவைகுண்டத்திலேயே விட்டுத் தான் மாத்திரம் 10 நாள் லீவ் எடுத்துக் கொண்டு வந்தார். ஆப்தீகம் ஆனவுடன் திரும்பிப் போய்விட்டார். பந்து ஜனங்கள் எல்லோரும் வந்திருந்து வருஷாப்தீகத்தை ஒரு கலியாணத்தைப்போல் நடத்திவிட்டு அவரவர்கள்

தங்கள் தங்களிடத்துக்குப் போய்ச்சேர்ந்தார்கள். சிவன் அய்யரின் பித்ரு கர்மத்துக்கே சுமார் ஆயிரம் ரூபாய்வரைக்கும் செலவாகிவிட்டது. மேலும் கும்பகோணத்தில் படித்துக் கொண்டிருந்த 6 பிள்ளைகளும் மேல் வகுப்புகளுக்கு ஏற ஏற அவர்கள் செலவும் ஏறிக்கொண்டேவந்தது. சாமண்ணாவின் கடைசித்தம்பி ராமஸ்வாமி, துரையப்பாவின் இரண்டாவது பிள்ளை சுப்ரமணியன் இருவரும் பி.ஏ. பரீட்சைக்குப் போவதற்குத் தேர்ந்தெடுக்கப்பட்டனர். துரையப்பாவின் மூத்த புதல்வர் வைத்தினாதனுக்குத் தேர்தல் கிடைக்கவில்லை. அந்தக்காலத்தில் பி.ஏ. பரீக்ஷை சென்னையில் மாத்திரம் டிசம்பர் மாதத்தில் நடக்கும். ராமஸ்வாமியும் சுப்ரமணியனும் ஒருமாதம் சென்னையில் ஒட்டலில் சாப்பிட்டுக்கொண்டு பி. ஏ. பரீக்ஷையை முடித்துக்கொண்டு வந்தார்கள். இதற்கெல்லாம் ரொக்கமாகப் பணம் வேண்டியிருந்ததால் பாலாம்பாள் அம்மாள் பிள்ளை ஸ்ரீநிவாசய்யரிடமிருந்து ரூபாய் 2500 கடன் வாங்கும்படி ஏற்பட்டது,

சிவன் அய்யரின் வருஷ ஆப்தீகம் ஆகி 2 மாதத்துக் கெல்லாம் சாமண்ணாவின் மனைவி செல்லம்மாள் 5ஆவது பிரசவத்துக்காகத் தன் தாயார் அம்மாக்குட்டி அம்மாளிடம் முல்லைவாயிலுக்குப் போயிருந்தாள். சுகப்பிரசவமாகி ஒரு பிள்ளைக்குழந்தை பிறந்தது, ஆயினும் உடம்பில் பலமின்றி ரத்தக்குறைவாய் காலிரண்டும் வீங்கி முதல் ஸ்நானத்துக்குப் பிறகு இரண்டாவது ஸ்நானம் செய்யவும் முடியாமல், படுக்கையில் கிடந்தாள். அவளுடைய தாயார் ஏற்கனவே இரண்டு பெண்களை இளம் வயதில் பறிகொடுத்துவிட்டு, இந்தப் பெண்ணின் முகத்தைப் பார்த்துச் சிறிது ஆறுதலடைந்திருந்ததினால் இந்தப் பெண்ணுக்கு ஓர் ஆபத்தும் வரக்கூடாது என்று வேண்டிக்கொண்டு ஆயினும் மனோதைரியமின்றியிருந்தாள். விவேகியான செல்லம்மாள் தன்னைப் பார்த்துப்போக வந்த சுப்புக்குட்டி ஐயரிடம் தன்னை யும் வைகளத்தூருக்கே அழைத்துப் போகும்படி வேண்டினாள். “நான் பிறந்த வீட்டில் செத்தால் புழைக்கடை வழியாய் யமதருமராஜன் என் பிராணனைக் கொண்டுபோவார், புகுந்த வீட்டில் இறந்தால் பிறவாத பதவியைப் பெறலாம் என்று பெரியோர் சொல்லுவார்கள். ஆதலால் என்னை இப்போதே உங்களுடன் அழைத்துப்போங்கள்” என்று கேட்டுக்கொண்டாள். சுப்புக்குட்டி ஐயருக்கு மனது இளகிப்போய்விட்டது. “அம்மா, என் செல்வம், நீ உன் தாயாரிடமிருந்தே வைத்தியம் செய்துகொள்ளத்தான் இஷ்டப்படுவாய் என்று எண்ணியல்லவோ நான் நமது சேப்பெருமாளிடமிருந்து மருந்து வாங்கியனுப்பிக்கொண் டிருந்தேன். அவரும் உன்னை ஒருமுறை நேரிலேயே பார்த்துவிட்டு வந்தபோது நீ ரத்தங் குறைந்து பலஹீனமாயிருப்பதாயும் தன்

மருந்தில் குணமாவிடுமென்றும் சொன்னதின்பேரில் நானும் தைரியமாயிருந்துவிட்டேன். இப்பவும் நீ எதற்கும் பயந்து அதைரியப்படாதே, நான் தகுந்த வைத்தியம் ஏற்பாடு செய்து உன்னை சௌக்கியப் படுத்துகிறேன்," என்று தைரியங்கூறி உடனே நீடாமங்கலம் சென்று ஒரு பல்லக்கும் அதைத் தூக்கிச்செல்ல நாலு ஆட்களையும் கொண்டுவந்து செல்லம்மாளையும் சிசுவையும் சௌக்கியமாய்ப் பல்லக்கில் படுக்கவைத்து, அவள் தாயார், அவளைப் பார்க்க ரிஷியூரிலிருந்து வந்திருந்த அவள் இளைய மாமியார் தர்மாம்பாள் எல்லோருமாக வைகளத்தூர் வந்து சேர்ந்தனர். தகுந்த வைத்தியம் நடந்தது. செல்லத்தின் தாயார், கண்தெரியாத மாமியார் மற்ற யாவரும் இந்தக் கண்டத்துக்குப் பிழைத்து, செல்லம்மாள் சௌக்கியமாகி எழுந்திருப்பாள் என்று நம்பிக்கையுடனிருந்தார்கள். சமீபத்திலிருந்து அவளுக்கு வேண்டிய பத்தியம் முதலானது கொடுத்து ஆதரவாய்ப் பேசிக்கொண்டு தைரியம் சொல்லிக்கொண்டிருந்தனர். மாமியார் அன்னம்மாள், "என் தேடக்கிடைக்காத செல்வமே, என் வீட்டை ஆதரிக்கும் பாக்கியலக்ஷ்மியே, உன்னுடம்பு தேறி எழுந்திருக்கமாட்டாயா?" என்று கதறுவாள். அதற்கவள் "அம்மா நீங்கள் வருந்தாதீர்கள், அருமையான உங்களுக்குப் பணிவிடைசெய்யும் பாக்கியம் இருந்தால் பிழைத்துவிடுவேன்," என்று சொல்லித் தேற்றுவாள். சாமண்ணாவும் தன் அன்பான மனைவி பிழைக்கவேண்டுமே என்னும் கவலையுடனிருந்தார். ஆயினும் பெரியவர்களெல்லாம் அவளைச் சூழ்ந்துகொண்டிருந்ததால் அவள் சமீபத்தில் சென்று பேசுவதற்கு வெட்கி, மேற்போக்காய்ப் பார்த்து பார்த்து மனத்துக்குள் வருந்துவார். செல்லம்மாளும் தன் கணவரை ஜாடையாகப் பார்த்துக் கொண்டு படுக்கையில் புரண்டுகொண்டு இருப்பாளே தவிர சங்கோசத்தினால் அவரிடம் பேசத் துணியவில்லை. இப்படியாக ஒரு வாரமான பிறகு அவளுடைய இளம் சிசு இறந்துபோயிற்று. பெரியவர்கள் குழந்தை போனால் போகிறது, அவள் பிழைத்து மற்றக் குழந்தைகளுக்குத் தாயாயிருக்கவேண்டுமேயென்று கடவுளை வேண்டிக்கொண்டிருந்தனர். மற்றும் இரண்டு நாட்களுக்குப் பிறகு கன்று போட்டிருந்த ஒரு பெரிய பசுவும் பெரிய வண்டிக் காளையொன்றும் திடீரென்று இறந்து போயின. இதை ஒரு பெரிய அபசகுனமாய்க் கருதி எல்லோரும் அதிலும் முக்கியமாய் சுப்புக்குட்டி ஐயரும பயந்து வருந்தினர். பெரியத்தையாகிய பெரிய நாத்தனார் பாலாம்பாள, அவள் சகோதரர்கள் யாவரும் செல்லம்மாளைப் பார்க்கவந்தனர். பாலாம்பாளம்மாளைப் பார்த்ததும் செல்லம்மாள் தன் பயத்தையும், வெட்கத்தையும் விட்டு "என் அக்காள், என் பெண்கள் இருவரையும் நான் பார்க்கக் கூடாதா, அம்மைபோட்டுக் கிடந்து

பிழைத்த என் விசாலாக்ஷி, வாலாம்பாள் இருவரையும் பார்க்க விருப்பமாயிருக்கிறது. கும்பகோணத்திலிருந்து வரும்போது வாலாம்பாளையாவது நான் பார்க்கும்படி அழைத்து வந்திருக்கக் கூடாதா? இனிமேல் நான் பிழைத்து என் குழந்தைகளைப் பார்க்கப் போகிறேனா?" என்று சொல்லும்போதே சுவாசம் கண்டுவிட்டது. தாயாரையும் மற்றவர்களையும் பார்த்து, "நீங்கள் வருந்தவேண்டாம், நான் கொடுத்துவைத்தது அவ்வளவுதான்" என்று சொல்லி நல்ல ஞாபகத்துடன் பகவானுடைய நாமத்தைச் சொல்லிக்கொண்டே அவரது பாதாரவிந்தத்தைத் தேடிச் சென்றாள். ஏற்கனவே இளம் வயதினர்களான இரண்டு பெண்களைப் பறிகொடுத்து இப்போது இவளையும் இழந்த அவள் தாயாரும், அருமையான மாமியாரும் தாங்க முடியாத துக்கக்கடலில் ஆழ்ந்து இரவெல்லாம் கதறிக்கொண்டிருந்தார்கள். மறுநாள் காலையில் சுப்புக்குட்டி ஐயர் செல்லம்மாளுடைய 5 வயதுப் புத்திரன் விஸ்வனாதன் கையிலிருந்து தர்ப்பையை வாங்கிக்கொண்டு உத்தரகிரியைகளைச் செய்ய ஆரம்பித்தார். 3 வயதினளான சிவகாமசுந்தரி என்னும் கடைசிப்பெண் கையில் சொம்பு சொம்பாய் ஜலங்கொடுத்து விடச்சொல்லி காவிரி ஜலத்தினால் செல்லம்மாளின் சரீரத்தைக் கழுவிக் குளிப்பாட்டி ஈரப்புடவையை எடுத்துவிட்டு மடிப்புடவையைச் சுற்றி, நெற்றியில் குங்குமமிட்டுத் தலைக்கு நிறையப் பூச்சூட்டி, வாயில் தாம்பூலங் கலந்து அடக்கி, மங்களகரமாய்ப் படுக்கவைத்தனர். பிறகு அவள் கையில் விளக்கை ஏற்றிவைத்து அவள் கணவராகிய சாமண்ணாவை மனைவியின் கையிலிருந்து அந்தத் தீபத்தை வாங்கி கூடத்திலுள்ள நடு மாடத்தில் வைக்கச் சொன்னார்கள். அவரும் மனைவியின் அழகிய வடிவத்தை கிட்ட நின்று பார்த்துக் கண்ணீர் பெருக்கியழுதுகொண்டே தாங்கக்கூடாத துக்கத்துடன் தீபத்தை வாங்கி மாடத்தில் வைத்தார். மாமியார், நாத்தனார் எல்லோரும் சூழ்ந்திருந்து அழுதுகொண்டு, "எங்கள் பாக்கியவதியான செல்லம்மா! நீ போகும் வழி உனக்குச் சுபமாயிருக்க வேண்டும், உன் குடும்பம் உன் ஆசீர்வாதத்துடன் மங்களகரமாயிருக்கவேண்டும்" என்று வாழ்த்தி அவள் இரண்டு கைகளிலும் பழங்கள் தாம்பூலம் கொடுத்துப் பிறகு பாடையில் ஏற்றினார்கள். சிறுவர்கள் எல்லோரும் திக்கு நோக்கித் தெண்டனிட்டுப் பணிந்து சுடுகாட்டுக்கு அனுப்பி விட்டு, ஆற்றுக்குப்போய் முழுகிவிட்டு வீடு திரும்பினர். சுடுகாட்டுக்குப் போனவர்கள் பிணத்தை ஜதையிலேற்றி 5 வயதுப் பிள்ளையின் கையினால் அந்த மாதாவுக்கு நெருப்புக் கொட்டச்செய்து மற்றுஞ் செய்யவேண்டியவற்றைச் செய்து ஆற்றில் ஸ்நானம் செய்துவிட்டுத் திரும்பினர். பிறகு இறந்த வீட்டில் "காடு எரியும்போது வீடு எரியக் கூடாது" என்றபடி

பக்கத்து வீட்டில் அடுப்பு மூட்டிச் சமைத்துக் கொண்டுவந்த ரசம் அன்னம் புசித்துவிட்டு மேல் ஆகவேண்டிய காரியங்களை நடத்தினார்கள். ஸ்ரீவைகுண்டத்திலிருந்து விசாலாக்ஷியுடன் நடராஜய்யர் வந்துசேர்ந்தார். அம்மை போட்டு உடம்பு தேறி செப்டம்பர் மாதம் ஆவலுடன் மறுபடி பள்ளிக்கூடத்தில் சேர்ந்த விசாலாக்ஷிக்கு நான்கே மாதப் படிப்புடன் பள்ளிக்கூட வாசம் மலையேறிவிட்டது. விசாலாக்ஷியை வைகளத்தூரிலேயே விட்டுத் திரும்பிச் சென்றார் நடராஜய்யர். சாமண்ணாவுக்கு இரண்டாவது விவாகம் செய்யவேண்டும் என்று அவர் தமக்கை பாலாம்பாள் முதலானவர்கள் ஆலோசித்தார்கள். ஆயினும் சாமண்ணா அது தனக்கு இஷ்டமில்லையென்று தடுத்துவிட்டார். செல்லம்மாள் இறந்து போனது [1877–78] ஈஸ்வர வருஷம் தைமாதம். பஹுதான்ய வருஷம் [1878–79] தைமாதம் இவளுடைய வருஷ ஆப்தீகம் ஆகுமுன்னமேயே சாமண்ணாவுக்கு வயிற்றின் உட்புறத்தில் மார்க்குலையில் நீராமைக்கட்டி என்னும் வியாதி உண்டாகி, வயிறும் கால்களும் வீங்கி ரத்தங் குறைந்து கஷ்டப்பட்டுக்கொண்டிருந்தார். பைங்கா நாட்டுத் தமிழ் வைத்தியன் ஒருவன் வந்து வைத்தியம் செய்தான். பேய்த்தும்மட்டிக்காய் எண்ணெய் வடித்துப் பேதிக்குக் கொடுத்து உப்பில்லாப் பத்தியம் இருந்து, வெள்ளாட்டுப் பால் கறந்து, காய்ச்சி சாப்பிட்டுக்கொண்டு, வாரத்தில் 6 நாள் வீதம், 3 வாரத்துக்கு இவ்விதமாய்ப் பத்தியமிருந்தார். இதனிடையில் செல்லம்மாளின் வருஷத் திவசமும் நடந்தது.

11

சாமண்ணாவின் தம்பி ராமஸ்வாமி, துரையப்பா பிள்ளை சுப்ரமணியன் இருவருக்கும் பி.ஏ. பாஸாகி, சாந்திக்கலியாணம் முடிந்து மனைவிமார்களும் புக்ககம் பிறந்தகம் போய் வந்துகொண்டிருந்தனர். இதற்குமேல் என்ன செய்யவேண்டும் என்னும் யோசனை ராமஸ்வாமிக்கும் சுப்ரமணியனுக்கும் உண்டாயிற்று. சுப்ரமணியனுக்கு உடனே வேலைக்குப்போக இஷ்டமில்லை. எப்படியாவது இன்ஜினியர் படிப்பு படிக்கவேண்டுமென்னும் அவா மிகுதியாயிருந்தது. வியாதியாயிருந்த சாமண்ணா, அவ்விருவரையும் நோக்கி, "நமது குடும்பம் தற்சமயம் சற்று க்ஷீண நிலைமையிலிருக்கிறபடியால் பெரிய படிப்புக்குக் கொடுக்கமுடியாது. நீங்கள் இருவரும் உபாத்தியாயர் வேலையிலமர்ந்து இனிமேல் குடும்பப் பாதுகாப்பில் நடராஜனைப்போல் பங்கு எடுத்துக்கொள்ளவேண்டும். இப்போது ஏற்பட்டுள்ள வட்டியும் கடனுமான ரூபாய் 3000த்தைத் திருப்பிக்கொடுத்தாகவேண்டும். இதுவரைக்கும் நடராஜன் செட்டுங்கட்டுமாய்த் தன் குடும்பத்தை நடத்திக்கொண்டு உங்கள் படிப்புக்காகவும் குடும்பச் செலவுகளுக்காகவும் பத்தாயிரம் ரூபாய்க்குமேல் அனுப்பிவிட்டான். இனிமேலும் அவனைக் கேட்டுக் கொண்டேயிருப்பது தருமமல்ல" என்று சொன்னார். ராமஸ்வாமி தமையனிஷ்டப்படியே மாதம் 60 ரூபாய் சம்பளத்தில் கள்ளிக்கோட்டையில் ஓர் உபாத்தியாயர் வேலையிலமர்ந்தார். சுப்ரமணியன் மாத்திரம் வேலைக்குப் போகாமல் எப்படியாவது தான் இஞ்ஜினியருக்குப் படிக்கவேண்டும் என்று சாமண்ணாவையும் சுப்புக்குட்டி ஐயரையும் மன்றாடிக் கேட்டுக்கொண்டேயிருந்தான். இதற்குமேல் சாமண்ணா சொன்னதாவது: "உன் தகப்பனார் துரையப்பா முல்லைவாயில் ராமஸ்வாமி அய்யரிடம் கணக்கு வேலை பார்த்துச் சம்பாதித்த

தொகை ரூ. 2000த்தை உன் தாயார் அம்மணியம்மாள் எங்களிடம் கொடுக்காமல் மறைத்துத் தன் தமையன் மகாராஜபுரம் கிருஷ்ணய்யர் வழியாய் வட்டிக்குக் கொடுத்துவைத்திருக்கிறாள். நாங்களும் அவளை அதைப்பற்றிக் கேட்காமல் அவளையும் அவள் குழந்தைகளாகிய உங்களையும் காப்பாற்றவேண்டியது எங்கள் கடமையென்று எண்ணி, இதுவரைக்கும் மிகுந்த மானமாய் உங்களைக் காப்பாற்றி இத்தனை தூரம் முன்னுக்குக் கொண்டு வந்துவிட்டோம். இனிமேலும் உனக்கு மாத்திரம் மேற்படிப்புக்குக் கொடுத்தால் மற்றவர்களும் கேட்கமாட்டார்களா? ஆதலால் உனக்கு மேற்படிப்புப் படிக்க அத்தனை விருப்பமிருந்தால் உன் தாயாரிடத்திலிருக்கும் பணத்தைக் கடனாக வாங்கிக்கொண்டு படித்துப் பிறகு உனக்கு உத்தியோகமாகி சம்பாதிக்கும்போது அந்தத் தொகையைத் திருப்பிக்கொடுத்துவிடு" என்று யுக்தி சொல்லிக்கொடுத்தார். அம்மணியம்மாள் மிகவும் தந்திரமும் சூதுமுடையவள். ஸ்ரீநிவாசய்யரிடமிருந்து அவ்வப்பொழுது கடன் வாங்கும்போதெல்லாம்கூட தன் பிள்ளைகளைக் கையெழுத்துப் போடவிடாமல் சாமண்ணாவின் தம்பி ராமஸ்வாமியையே அனுப்பி கையெழுத்துப் போடும்படி யுக்தி செய்துகொண்டிருந்தாள். ஆகவே சுப்ரமணியன், சாமண்ணா சொன்ன பிரகாரம் தன் தாயினிடம் வந்து அவள் வட்டிக்குப் போட்டுவைத்திருக்கும் தொகையைத் தன் மேல்படிப்புக்கு உபயோகமாக, கடனாகத் தரும்படி கேட்டுக்கொண்டபோது, அவள் தான் ரகசியமாக வைத்திருந்த பணத்தைப் பிள்ளை வந்து கேட்டவுடன் அவளுக்குக் கோபமுண்டாகி, "என்னிடத்தில் பணமேது காசேது, யார் உனக்குச் சொன்னது? உன் தலைமேலடித்துச் சத்தியம் செய்கிறேன், என்னிடத்தில் பணமே கிடையாது, சாமண்ணா சொல்லுவது பொய்" என்று சொல்லி, சாமண்ணாவையும் சபித்துத் திட்ட ஆரம்பித்துவிட்டாள். உடனே சுப்ரமணியனுக்குத் தாயினிடம் வெறுப்புண்டாகி, சாமண்ணாவிடம் சென்று நடந்த சமாசாரத்தைச் சொன்னார். அவரும் தன் குஞ்சியின் அநியாய வார்த்தைகளைக் கேட்டு மிகுந்த வருத்தத்துடன் மறுபடியும் பொறுமையை வகித்து, இப்படி ஆசைப்படும் பிள்ளைக்கு எப்படியாவது உதவி செய்யவேண்டுமென்று பூவனூரிலிருந்து அவனுடைய மாமனார் சுந்தரப்பையரை வருவித்து, அவரிடம் கலந்து ஆலோசனை செய்தார். முடிவில் அவர் மாப்பிள்ளைக்கு 2 வருஷப் படிப்புக்குக் கடனாகப் பணம் கொடுப்பதாக ஒப்புக்கொண்டார். இதனிடையில் அம்மணியம்மாள் சகோதரன் கிருஷ்ணய்யர் வந்து துரையப்பா சம்பாதித்த பணமெல்லாம் அவர் வைத்தியச் செலவுக்கே ஆகிவிட்டதென்றும், அதில் ஏதோ சொற்பம் மீதியிருந்ததை அவள் சொந்தச் செலவுக்கு

வைத்துக்கொண்டிருக்கிறாள் என்றும் குடும்பப் பொதுச் செலவுக்கு அதைக் கொடுக்க முடியாதென்றும் சொல்லிவிட்டார். அம்மணியம்மாளின் மூத்த பிள்ளை வைத்தினாதனின் மாமனார் விஷ்ணம்பேட்டை அம்ருதகிருஷ்ணய்யரும் வந்திருந்து அவரும் கிருஷ்ணய்யருமாக அவர்கள் பக்கத்தில் அனுகூலமாக இருந்த அம்மணியம்மாளின் பிள்ளைகள் வைத்தினாதன், ராமச்சந்திரன் இருவரையும் தங்களுடைய பாகத்தைக் குடும்பச் சொத்திலிருந்து பிரித்துக்கொடுக்கவேண்டுமென்று கேட்கும்படி செய்தார்கள். சுப்ரமணியன் இஞ்ஜினியர் படிப்பு சென்னையில் சென்று படிக்கவேண்டுமாதலால் தங்கள் பாக சொத்தைப் பிரித்துக்கொடுத்துவிட்டால் தானும் பட்டணத்தில் போயிருந்துகொண்டு பிள்ளைகளைப் படிக்கவைப்பதாக அம்மணியம்மாளும் சொன்னதின்பேரில், ஊரில் உள்ள சில பொது ஜனங்களையும் மத்தியஸ்தமாக வைத்துக்கொண்டு, நிலம், கடன், பாத்திரம், பண்டங்கள் எல்லாவற்றையும் பிரித்து, மூன்றில் ஒரு பங்கை அம்மணியம்மாளுக்குக் கொடுத்தார்கள். அவளும் மிகுந்த திருப்தியாய் நிலங்களைக் குத்தகைக்கு விட்டு, பிள்ளைகளுடன் பட்டணம் சென்று, தன் பணத்தை உடன் பிறந்தவர் கிருஷ்ணய்யரிடமிருந்து அவ்வப்பொழுது வாங்கி மூத்த பிள்ளை மூன்றாம் பிள்ளைகளுக்கு வேண்டிய சம்பளங்களுக்கெல்லாம் கொடுத்துக்கொண்டு குடித்தனம் செய்துவந்தாள். அதுமுதல் கிருஷ்ணய்யரை 'சகுனிமாமா' என்று சிலர் அழைப்பது வழக்கம். நிற்க. வைத்தினாதய்யர் பி. ஏ. பரிக்ஷையில் தேறி கஸ்டம் ஆபீஸில் 75 ரூபாய் சம்பளத்தில் அமர்ந்து, சாந்தியாகிவந்த மனைவியுடனும் தாயாருடனும் குடும்பத்தை நடத்தினார். இரண்டாவது பிள்ளை சுப்ரமணியன் இஞ்ஜினியர் பரீக்ஷை முடித்து கிருஷ்ணா ஜில்லாவில் வேலையாகிப்போனார். அவர் மனைவி காந்திமதி தன் தலைச்சன் குழந்தை வாலாம்பாளுடனும் தன் பெற்றோர்கள் சுந்தரப்பையர் பிச்சம்மாள் இவர்களுடனும், கணவனுடன் சென்று வசித்தாள். சுந்தரப்பையர் கடன் கொடுத்த பணத்தை வட்டியில்லாமல் திரும்பப் பெற்று அதற்குக் கெட்டியான நகைகள் சில செய்து காந்திமதிக்குப் பூட்டிப்பார்த்தனர். சில நாட்களில் பெண்ணையும் மாப்பிள்ளையையும் அங்கேயே விட்டு தங்கள் ஊராகிய பூவனூருக்குத் திரும்பினர். காந்திமதியும் மிகவும் சந்தோஷமாய்த் தன் கணவருடன் ஒற்றுமையாக இருந்துகொண்டு இரண்டு வருஷத்துக்கு ஒரு முறை குழந்தைகளைப் பெற்றுக்கொண்டு இன்பமாய்க் காலந்தள்ளினாள். சுப்பிரமணியய்யரும் தன் மாமனாருக்குக் கொடுக்கவேண்டிய கடனைத் தீர்த்துவிட்டுப் பிறகு, தன் தமையன் தம்பி தாயாருக்கும் பணம் அனுப்பி அவர்களையும் பராமரித்துவந்தார். வைத்தினாதய்யருடைய மைத்துனர் விஷ்ணம்பேட்டை

ராஜுவையர் பெண் சீதா என்பவளை ராமச்சந்திரனுக்கு விவாகம் செய்துவைத்து அவனும் பி.ஏ. தேறி சில நாட்கள் உத்தியோகம் செய்துவிட்டுப் பிறகு தமையன் சுப்ரமணியய்யர் உதவியில் வக்கீலுக்குப் படித்தான். ஆயினும் அவனுடைய அதிருஷ்டக் குறைவால் ஏழெட்டு வருஷம் பி. எல். பரீக்ஷையில் தவறிப்போய்க் கடைசியில் திருச்சினாப்பள்ளியில் ஒரு பிளீடராக அமர்ந்து வசித்துவந்தான்.

வைகளத்தூரில் சாமண்ணாவுக்கும் சுப்புக்குட்டி ஐயருக்கும் அம்மணியம்மாள் இத்தனை விரோதபாவமாய்த் தன் பிள்ளைகளின் பாகத்தைப் பிரித்துக்கொண்டு போனதைப்பற்றி வருத்தமும் இத்தனை வருஷங்களாய் மிகவும் ஒற்றுமையா யிருந்த தங்கள் குடும்பத்தில் இப்படியும் நடந்ததே என்னும் விஷயத்தில் மிகுந்த அவமானமும் அடைந்தார்கள். பெரியத்தை பாலாம்பாள் புருஷனாகிய வெங்கடராமையரும் அவர்களுக்கு சமாதானம் சொல்லித் தேற்றினார். “என் அருமையான சாமி, அம்மணியம்மாளின் சூதும் கபடமுமான ஸ்வபாவம், தன் பிள்ளைகளைக் கையெழுத்துப் போடவிடாமல் உன் தம்பி ராமஸ்வாமியையே போடும்படி செய்து கடன் வாங்கினபோதே எனக்குத் தெரியும். தன் பிள்ளைகளுடைய படிப்புக்குமாக வேண்டித்தானே கடன் வாங்கப்படுகிறது, ஆதலால் தன் பிள்ளைகளும் கையெழுத்துப் போடவேண்டியதுதான் நியாயம், என்று அவளுக்குத் தோன்றவில்லையல்லவா, அப்போதே அவள் விஷமபுத்தியுள்ளவள் என்று எனக்குத் தெரியும். தன்னிட மிருக்கும் பணத்தைத் தன் சொந்தப்பிள்ளையின் படிப்புக்கே கொடுக்க மனமின்றி மறைத்துவிட்டாளே, அவள் வயிற்றில் பிறந்தவர்கள் அவள் குணத்தையே கொண்டவர்களாய் அவள் பக்கலிலேயே சேர்ந்துகொண்டார்கள். உன் தம்பிகளைப்போல் குடும்பத்துக்கு வேண்டிய செலவுக்கு அவர்கள் பணம் கொடுத்து உதவுவார்களா? இனிமேலாவது ஏமாந்துபோகாமல் வெளுத்ததெல்லாம் பால் என்று நினைக்காமல் இருங்கள்” என்று சொல்லித் தேற்றினார். இதற்கு மேலும் சுப்புக்குட்டி ஐயர் பிள்ளைகள் ஸ்வாமினாதன், சுந்தரம் இவர்கள் படிப்புக்கு நடராஜய்யர் பணம் அனுப்பி உதவிவந்தார். சாமண்ணாவுக்கு மேன்மேலும் வியாதி அதிகரித்து நடமாட முடியாமல் படுக்கையோடு இருந்துகொண்டிருந்தார். அவர் பெண் விசாலாக்ஷி சுற்றுக்காரியங்கள், மேல்வேலைகளைச் செய்துகொண்டு கூப்பிட்ட குரலுக்கு ஏன் என்று கேட்டுக்கொண்டு இருந்தாள். சுப்புக்குட்டி ஐயர் மனைவி செல்லச் சித்தம்மைதான் வீட்டு வேலைகளைப் பொறுப்பாய்ச் செய்துகொண்டிருந்தாள். கண்தெரியாத அன்னம்மாள் உட்கார்ந்துகொண்டே செய்யக்கூடிய காரியங்களைச் செய்துகொண்டும் சாமண்ணாவின் சின்னக் குழந்தைகள் சிவகாமி, விஸ்வனாதன், வாலாம்பாள்

இவர்களை அருகில் வைத்து அரவணைத்துச் சீராட்டிக்கொண்டும் இருந்தாள். முல்லைவாயிலிலிருந்து அம்மாக்குட்டிப் பாட்டியும் அவள் பிள்ளைகளாகிய மாமாமார்களும் தாயில்லாக் குழந்தை களான இவர்களை அடிக்கடி தங்களிடம் இரண்டு மூன்று நாட்களுக்குக் கொண்டுபோய் வைத்துக்கொள்வார்கள். அதற்குமேலிருக்க விடமாட்டார் சுப்புக்குட்டி ஐயர். தமையன் பேரக்குழந்தைகள்மேல் அத்தனை பாசம். அதிகாலையில் அருமையான பெயர்களையுடையனவும் அவர் அருமையாகக் கூப்பிட்டுக் கறந்தால் அதிகமான பாலைக் கொடுப்பதுமான பசுக்களைக் கறந்து, சுட சுட அந்தப் பச்சைப்பாலை விசாலாக்ஷிமுதல் சிவகாமிவரைக்குமுள்ள 4 குழந்தைகளுக்கும் குடிக்கும்படி கொடுத்துவிடுவார். கன்றுகளையும் அருமையாய் வேண்டிய அளவு பாலை தாய்ப்பசுக்களிடமிருந்து குடிக்கும்படி விடுவார். பிறகு 8 மணிக்கு அன்னம்மா பாட்டி தயிரும் பழையதுமாகக் குழந்தைகளுக்கு அன்னம் பிசைந்து போடுவாள். கண் தெரியாவிட்டாலும் நிதானமாய் அவர்கள் கைகளைப் பிடித்துக்கொண்டு கைநிறையப் போட்டு வயிறு நிரம்ப குளிர்ச்சியாய்ப் புகட்டிவிடுவாள். தலையில் எண்ணெய் வைத்து வாரி, தலைமயிரையும் உடம்பையும் சுத்தமாய் வைப்பாள். செல்லச் சித்தம்மை ஆற்றுக்குப் போய் குளித்து வருவதற்குள் அன்னம்மாள் நிதானத்திலேயே தயிர் கடைந்து, கறிகாய்கள் ஆராய்ந்து நறுக்கி வைத்து, அடுப்பு முட்டானை நெரித்துவைத்து அதன்மேல் விறகு வரட்டியை விண்டுபோட்டுத் தயாராய் வைத்திருப்பாள். இதற்குள் செல்லச் சித்தம்மை வந்து அடுப்பு மூட்டி எருமைப்பால் பசுவின்பால்களைத் தனித் தனியாய்க் காய்ச்சியெடுத்துவைத்துவிட்டுப் பிறகு சமையல் செய்வாள். பத்தும் எட்டும் வயதான விசாலாக்ஷியும் வாலாம்பாளும் சில்லறைக் காரியங்களைச் செய்வார்கள். பூஜை பாத்திரங்களைத் தேய்த்துவைத்துப் பூஜைக்கு வேண்டிய இடம் தயாரித்துக் கோலமிட்டு, புஷ்பம் எடுத்துவைத்துப் பிறகு படுக்கையிலிருக்கும் தகப்பனாருக்குப் பசுவின்பால் விட்ட கஞ்சி கொடுத்து அவருக்கு ஸ்நானம் செய்ய வெந்நீர் கொடுத்துப் பிற்பாடு கண்தெரியாத பாட்டியை அழைத்துக்கொண்டு நதிக்குச் சென்று ஸ்நானம் செய்துவிட்டு பாட்டி ஜபம் செய்தான பிறகு அவள் கையைப் பிடித்துக்கொண்டு மெதுவாய் வீடுவந்துசேர்வார்கள். இதற்குள் சாமண்ணா ஸ்நானமாடி மெதுவாய்ப் பூஜைக்கு உட்காருவார். கூட இருந்து வியாதியினால் தள்ளாமையுடைய அவருக்கு வேண்டியன செய்துவிட்டுப் பிறகு கூடம் பெருக்கி, இலை போட்டு, சாப்பிடுவதற்கு வேண்டியதைச் செய்வார்கள். செல்லச் சித்தம்மையினிடத்தில் இவர்கள் அந்தச் சிறுவயதில் வீட்டு வேலைகள் செய்யப் பழக்கிக்கொண்டார்கள்.

12

செல்லச் சித்தம்மை அவள் ஓர்ப்படி அம்மணியம்மாளைப் போலின்றி சூது கபடமே யில்லாமல் பேதையாகத் தன் புருஷனைப்போலவே தனதென்றும் பிறருடையதென்றும் பேதம் பார்க்காமல் சமரசமாயிருப்பாள். எந்த வேலையும் ஆசாரமாயும் சுசியாயும் செய்யவேண்டும். தேய்த்து வைத்திருக்கும் பாத்திரங்கள் எதிலேனும் ஒரு சோற்றுப் பருக்கை ஒட்டிக்கொண்டிருந்தாலும் படபடவென்று கோபித்துக்கொண்டு அந்தப் பாத்திரத்தை வெடுக்கென்று பிடுங்கித் தொட்டி முற்றத்தில் எறிந்துவிடுவாள். அவளிடம் சிற்சில நாட்கள் இருந்து மருமக்களாய் அடங்கி ஒடுங்கி வேலை செய்த செல்லம்மாள், யோகாம்பாள், அம்மாளு என்னும் சீதாலக்ஷ்மி, காந்திமதி எல்லோருமே பயந்துகொண்டு ஜாக்கிரதையாக வேலை செய்து பழக்கிக்கொண்டார்கள். அவள் எத்தனை கத்தினாலும் பிறகு எல்லோரிடத்திலும் ஒரேவித அன்பாய் அவர்களை அருகணைத்து அவர்களுக்கு வேண்டியதைச் செய்வாள். ஆதலால் எல்லோருக்கும் அவள்மேல் மிகுந்த அன்பும் மரியாதையும் உண்டு. அவள் பிள்ளைகள் இருவரும் இன்னும் படித்துத் தேறி விவாகம் ஆகவில்லையே என்பது அவளுக்கு பெருத்த ஈரலாயிருந்தது. இதை உணர்ந்த சாமண்ணாவும் "சித்தம்மை, நீங்கள் வருந்த வேண்டாம். என் உயிர்போகுமுன்பே இந்த ஆனி மாதத்துக்குள் என் தம்பி ஸ்வாமினாதனுக்கு விவாகம் செய்து விடுகிறேன்" என்று சொல்லி அவளை சமாதானப்படுத்திவிட்டு, தன் ஒன்றுவிட்ட சிற்றப்பாவும் தனக்கு மிகவும் அந்தரங்கமான வருமான ஐடாவல்லவ அப்பாத்துரை ஐயாவை வருவித்து, எப்படியாவது ஒரு தகுந்த பெண்ணைப் பார்த்து ஸ்வாமினாதனுக்கு விவாகம் செய்து வைக்கும் விஷயத்தில் உதவிபுரியவேண்டுமென்று

கேட்டுக்கொண்டு வழிச்செலவுக்கு வேண்டிய பணமும் கொடுத்து அனுப்பினார். அவரும் உடனே புறப்பட்டுத் தன் சகோதரி அம்மாளூ என்பவள் இருந்த ஊராகிய வரகூருக்கு வந்துசேர்ந்தார். சிறுவயதிலேயே வைதவ்வியம் அடைந்த அம்மாளூவின் ஒரே பிள்ளைக்குத் தன் ஏழு பெண்களில் ஒருத்தியாகிய லக்ஷ்மி என்பவளை விவாகம் செய்துகொடுத்து உதவி செய்துவந்தார் ஜடாவல்லவர். அம்மாளூ அம்மாள் வரகூரில் எல்லோராலும் நன்கு மதிக்கப்பட்டு செல்வமாய் தன் அருமையான புத்திரன், மருமாளாகிய மருமகள் இவர்களுடன் வாழ்ந்துவந்தாள். அவள் உதவியின் பேரில் அந்த ஊரில் செல்வாக்குள்ளவரான வைத்திசாஸ்திரி என்பவரின் மூத்த புத்திரி செல்லம்மாள் என்பவளை ஸ்வாமிநாதனுக்குக் கொடுக்கும்படி பேசி முடித்துக்கொண்டு பரிசப்பணம் ரூ. 400 கொடுப்பதாக வாக்களித்துவிட்டு ஆனிமாதம் 30ஆம் தேதிக்கு விவாக முகூர்த்தமும் வைத்துக்கொண்டு ஜடாவல்லவர் வைகளத்தூர் திரும்பிவந்து, ஆவலாகக் காத்துக்கொண்டிருந்த சாமண்ணா, சுப்புக்குட்டி, செல்லச் சித்தம்மை இவர்களுக்குத் தான் போய் மங்களகரமாய் முடித்துக்கொண்டுவந்த சந்தோஷ சமாசாரத்தைச் சொன்னார். அம்ருதம் போன்ற இந்த சுபமான சமாசாரத்தைக் கேட்ட சாமண்ணா, மனங்குளிர்ந்து தன் வியாதியையும் கூட அந்தச் சமயம் மறந்துபோனார். பிறகு பரிசப்பணம் கொடுக்கவும் மற்றச் செலவுகளுக்கும் ரூ. 500ஆவது வேண்டுமே என்று கவலைகொண்டார். மருமான் ஸ்ரீநிவாசனை நினைத்துக்கொண்டார். உடனே அவருக்கு ஒரு கடிதமெழுதி யாரிடமாவது கேட்டு எப்படியாவது 500 ரூபாய் கடன்வாங்கி அனுப்பும்படியாயும் ஐந்தாறு மாதங்களில் தன் தம்பிமார் நடராஜய்யரும் ராமஸ்வாமியும் அந்தக் கடனை அடைத்துவிடுவார்கள் என்றும் தன் உயிர் இருக்கும்போதே எப்படியாவது ஸ்வாமினாதனுக்கு விவாகம் செய்தாக வேண்டு மென்றும் எழுதி அக்கடிதத்தை ஜடாவல்லவ ஐயாவிடம் கொடுத்து அவரையே கும்பகோணத்துக்கு அனுப்பினார். அவர் அங்கு சென்று பாலாம்பாள் அத்தை, அத்திம்பேர், ஸ்ரீநிவாசய்யர் இவர்களிடம் எல்லா சமாசாரங்களையும் விவரமாகச் சொல்லிக் கடிதத்தையும் கொடுத்தார். உடனே ஸ்ரீநிவாசய்யர் தன் சிநேகிதர் ஒருவரிடமிருந்து ரூபாய் 500 கடன் வாங்கி, தன் தாயார் பாலாம்பாளையும் விவாகத்துக்கு வேண்டிய ஏற்பாடுகள் எல்லாம் செய்யும்படியாக வைகளத்தூருக்கு அனுப்பினார். திருமங்கிலியம், குண்டுகொடி, ராக்கோடி, திருகுபூ, கூறைப்புடவை நிச்சயதாம்பூலப் புடவை இவைகள் ரூ. 200ம் சம்பந்திகள் கையில் ரொக்கமாய் ரூ. 200ம் கொடுத்தார்கள். மாப்பிள்ளைக்கு வேண்டிய வேஷ்டி முதலியவற்றை

வாங்கினார்கள். நீளவண்டியாய் 2 இரட்டைமாட்டு வண்டிகள் பேசிக்கொண்டு சுப்புக்குட்டி ஐயர், செல்லச் சித்தம்மை, அவளுடைய உடன்பிறந்தவர்கள் இருவர், அவர்களது மனைவிமார்கள், சாமண்ணாவின் 4 குழந்தைகள் மற்றுஞ் சில முக்கிய பந்துக்கள் எல்லோருமாய் சுமார் 20 அல்லது 25பேர்கள் வைகளத்தூரிலிருந்து புறப்பட்டார்கள். வியாதியஸ்தரா யிருந்த சாமண்ணாவைப் பார்த்துக்கொள்ளுவதற்காகப் பூவனூரிலிருந்து அவர் சகோதரி மீனாம்பாளும் அவள் கணவர் கைலாசய்யரும் வந்திருந்தார்கள்.

விவாகத்துக்குப் புறப்பட்டவர்கள் மிகுந்த குதூகலத்துடன் வேண்டிய சாமான்களையெல்லாம் வண்டிகளில் ஏற்றிக் கொண்டு சில இடங்களில் சிறிது தூரம் வேடிக்கையாய் நடந்துகொண்டும் சிரமமாயிருக்கும்போது வண்டிகளில் ஏறிக்கொண்டும் போனார்கள். புதன் கிழமை காலையில் புறப்பட்டவர்கள் பூண்டியென்ற கிராமத்தில் தங்கி ஸ்நானம், சாப்பாடு செய்துகொண்டு, மறுபடி புறப்பட்டு இரவு தஞ்சையில் தங்கி, மறுநாள் அதிகாலையில் வண்டி கட்டிக்கொண்டு புறப்பட்டு பகலில் பூதலூர் கடந்து புதுச்சத்திரம் என்னும் ஊரில் தங்கி ஸ்நானம், போஜனம் முடித்துக்கொண்டு, அன்றிரவு 8–நாழிகைக்கு வரகூர் போய்ச்சேர்ந்தார்கள். வழிநெடுக இருபுறமும் நிழல்கொடுக்கும் மரங்களுக்கிடையிலுள்ள ரஸ்தாக்களில் போவதும் சிறு பெண்கள் அடிக்கடி குதூகலமாய்ப் பாடிக் கொண்டே வழிநடப்பதும் ஜடாவல்லவ ஐயா குழந்தைகளுக்கு விநோதமாய்க் கதைசொல்வதும் ஆங்காங்கு நதிகளில் தங்கி போஜனம் செய்வதும் மிகுந்த சந்தோஷத்தை உண்டாக்கிற்று. பெரியத்தை பாலாம்பாள் மற்றுஞ் சிலர் ரயில் மார்க்கமாய் வந்துசேர்ந்தார்கள். ஊருக்கு அருகாமையிலிருந்த ஆற்றங்கரை மண்டபத்தில் மாப்பிள்ளை சம்பந்திகளையெல்லாம் உட்கார வைத்து, கற்கண்டு, சீனி, பழம், பாக்கு, வெற்றிலை, குங்குமம், சந்தனம் எல்லாம் கொடுத்து உபசரித்துப் பிறகு மாப்பிள்ளையைப் புஷ்பப்பல்லக்கில் ஏற்றி ஊர்வலமாக அழைத்துவந்து ஜடாவல்லவ ஐயாவின் சகோதரி அம்மாளு அம்மாள் வீட்டில் இறக்கினார்கள். அன்றிரவு சம்பந்திகளுக்கு விருந்துச் சாப்பாடு. மறுநாள் விவாகதினத்தன்று காலையில் தோசை, இட்டலி, அதிரசம், குழம்புப்பால், மிளகாய்ப்பொடி, நெய், எண்ணெய், சர்க்கரைப்பொங்கல், வெண்பொங்கல், தாளகம், குழம்பு, வத்தல் வடகம், அப்பளம், நல்ல தயிர், மோர் எல்லாம் காலை வேளை ஆகாரத்துக்காகக் கொண்டுவந்து வைத்தார்கள். (வழக்கமான காபி, இட்டலி கிடையாது) மாப்பிள்ளைக்கு மாத்திரம் பால், பழம் கொடுத்துவிட்டு மற்றவர்கள் எல்லோரும் திருப்தியாகக் கொண்டுவந்துவைத்த ஆகாரப் பதார்த்தங்களைச் சாப்பிட்டு

விட்டுப் பிறகு விவாகப் பிள்ளைக்கு மங்களஸ்நானம் செய்வித்து, தாய், தகப்பனுடனிருந்து விரதம் செய்யும்படி செய்தார்கள். அதாவது ப்ரம்மசரிய விரதத்தை முடித்து கிருஹஸ்த ஆச்ரம தர்மமாகிய விரதத்தை ஆரம்பித்தல். விரதத்துக்கு அப்பமும், அதிரசமும் செய்துகொண்டுவந்து கூடைகளில் சீர் வைத்தனர் பெண் வீட்டுக்காரர். பிறகு காசியாத்திரை செய்ய பரதேசிக்கோலம் பூண்டு புறப்பட்டுவரும்போது பெண்ணின் தகப்பனார் வாத்திய கோஷத்துடன் எதிர்வந்து, "நீ பரதேசியாகிக் காசிக்குப் போக வேண்டாம், என் கன்னிகையை உனக்குத் தானம் செய்கிறேன். அவளைக் கைக்கொண்டு சில நாட்கள் கிரகதர்மத்தில் இருப்பாயாக" என்று சொல்லி, மஞ்சளிட்ட தேங்காயைக் கையில் கொடுத்துத் தன் வீட்டுக்கழைத்துச் சென்றார். கன்னி ஊஞ்சலாடிக் கொண்டிருந்த கன்னிகையுடன் மாப்பிள்ளையும் உல்லாசமாய் சுமங்கலிகள் ஊஞ்சல் பாட ஊஞ்சலாடி, பிறகு மணப்பெண்ணும் மணப்பிள்ளையும் அவரவர்கள் மாமன்மார் தோள் மேல் ஏறிக்கொண்டு எல்லோரும் பார்க்கும்படி மாலை மாற்றிக் கொண்டார்கள். பிறகு 5 பெரிய சுமங்கலிகள் பச்சைப்பொடி சுற்றி (மஞ்சள் கலந்த அன்னம்) திருஷ்டி கழித்துப் பிறகு திருவிளக்கு, சுத்த ஜலம், நிறை நாழி அரிசி இம்மூன்று சாமான்களையும் கையிலேந்திக்கொண்டு, மணமக்களிருவரையும் மும்முறை சுற்றிவந்து, அந்தச் சாமான்களை மணப்பெண்ணின் மாமியாரிடம் கொடுத்தார்கள். ஆலாத்தி சுற்றியான பிறகு, மணமகன் மணப்பெண்ணின் வலக்கரத்தைப் பிடித்து அழைத்துச்சென்று மணக்கூடத்தில் வீற்றிருந்து மந்திர பூர்வமாய், அக்கினிசாக்ஷியாய் மாமனார், மாமியார் அன்புடன் தாரைவார்த்துக்கொடுத்த பெண்ணை ஏற்றுக்கொண்டு, அவள் கழுத்தில் மங்களவாத்திய கோஷத்தினிடையில் திருமங்கல்யத்தைத் தரித்தான். வேதவிதி வழுவாமல் மந்திரலோபமின்றி விவாகம் நடந்தான பிறகு ஆலாத்திசுற்றி திருஷ்டிகழித்து, பூரி தக்ஷிணைகள்,[1] முகூர்த்தத் தேங்காய், வெற்றிலை, பாக்கு, பழம் எல்லாம் வந்தவர்களுக்கு வழங்கினார்கள். சம்பந்திகளை உபசரித்து வேண்டிய ஸ்ரீதனங் களுடன் வழியனுப்பி, அவர்களும் தாங்கள் இறங்கியிருந்த ஜாகைக்கு வந்து மணமகனுக்கு ஆலாத்திசுற்றி உள்ளே அழைத்துச்சென்று வேடிக்கையாகப் பேசிக்கொண்டிருக்கும்போது பெண் வீட்டுப் புரோகிதர்கள் போஜனத்துக்கு வரும்படி வைஸ்வதேவ[2] வெற்றிலைபாக்கு வைத்து மரியாதையாய் அழைத்தார்கள். அங்கு சென்று மணமக்களை ஒன்றாக உட்காரவித்து அவர்களுக்கு அன்னம் முதலியன பரிமாறி மற்றவர்களும் வேடிக்கையாகச் சம்பந்திப்பாடல்கள் பாடிக் கொண்டு விருந்துண்டனர். சற்றுநேரம் சிரமபரிகாரம் செய்து கொண்டு, அதன்பிறகு மணப்பெண்ணுக்குத் தலைவாரிப்பின்னி

தலைசாமான்கள் வைத்து அலங்கரித்து, புஷ்பம் சூட்டி வாயிலில் போட்டிருந்த பெரிய விவாகப்பந்தலின் நடுவில் பட்டுப்பாய் விரித்து அதன் மேல் மணப்பெண் பிள்ளையை எதிரெதிராக உட்காரவைத்து “நலங்கிடுதல்” என்னும் விளையாட்டை விளையாடினார்கள். பெண்ணும் பிள்ளையும் நலங்கு மஞ்சளை (சுண்ணாம்பு கலந்த சிவந்த மஞ்சள்) ஒருவர் காலில் ஒருவர் இட்டும், ஒருவர்க்கொருவர் சந்தனம் பூசியும் பூச்செண்டு ஆடியும் நலங்குப்பாட்டு, பத்தியம்[3] முதலான பாடல்களைப் பாடியும் களித்தனர். சுற்றிலும் உட்கார்ந்திருந்த ஸ்திரீ புருஷர்களும் இதைப்பார்த்து ஆனந்தித்து தாங்களும் பாட்டுக்கள் பாடிச் சந்தோஷித்தனர். பிறகு மணமக்கள் இருவரும் அக்கினிக்கெதிரில் உட்கார்ந்து ஔபாசனம் செய்து இரவில் பல்லக்கில் ஊர்வலம் வந்து மறுபடி ஊஞ்சலாடிப் பிறகு போஜனம் செய்தனர். ஊஞ்சலில் மணமக்களை உட்காரவைத்து பெண்கள் புருஷர்கள் எல்லோரும் ஊஞ்சல், லாலி, கப்பல் பாட்டு முதலான பாடல்கள் பாடிச் சந்தோஷித்து மறுபடி போஜனமானபிறகு அதிகநேரம் பெண்மக்கள் யாவரும் சேர்ந்து மணப்பந்தலில் வளைய நின்றுகொண்டு குதித்துப்பாடிக் கும்மியடித்தார்கள். இப்படியே நாலுநாள் கலியாணமும் செய்து ஐந்தாம்நாள் விடியற்காலம் புஷ்பப்பல்லக்கு ஜோடித்து விநோதமாக மத்தாப்பு, தீவட்டி, வாணவேடிக்கைகளுடனும் வாத்தியகோஷத்துடனும் ஊர்வலம்வந்து பிறகு ஊஞ்சலாடி பிறகு உள்ளே அழைத்து சேஷ ஹோமம்[4] செய்து அதன்பிறகு மணமக்களுக்கு எண்ணெய் தேய்த்து மங்களஸ்நானம் செய்வித்து, மஞ்சள் வேஷ்டியை மாப்பிள்ளையைக் கட்டிக்கொள்ளச் செய்து, மணையில் தம்பதிகளை உட்சாரவைத்து பெரியவர்கள் எல்லோரும் வாழ்த்தி “ஆசீர்வாதம்” செய்தனர். நான்காம் நாள் விவாகத்தன்று பெண் வீட்டார் சம்பந்திகளுக்கெல்லாம் எண்ணெய், புண்ணாக்கு, மஞ்சள்பொடி எல்லாம் கொண்டுவந்து கொடுத்து எண்ணெய் தேய்த்து ஸ்நானம் செய்யும்படி செய்தார்கள். இதுவே விவாக காலத்தில் செய்யும் வழக்கங்கள். ஐந்தாம் நாள் விவாகச் சடங்குகள் எல்லாம் ஆனபிறகு, தயிர்சாதம், புளியஞ்சாதம், தோசை, இட்டலி இவைகளை நாலைந்து கூடைகளிலும், பருப்புத் தேங்காய், பக்ஷணங்கள், திரட்டுப்பால், பாக்குவெற்றிலை, தேங்காய், பழம், கல அரிசி, அதற்கு வேண்டிய பருப்பு, வெல்லம், கறிகாய், இலை, வற்றல், வடாம், அப்பளம், ஐந்தரைப் பொடி சாமான்கள், பொடிவகைகள் முதலிய எல்லாச் சாமான்களும் கொண்டுவந்து வைத்து வழியனுப்பினார்கள். சுப்புக்குட்டி ஐயர் ஒருநாள் கலியாணத்துக்கு மாத்திரம் இருந்துவிட்டு சாமண்ணாவைத் தனியாய் விட்டுவைக்க இஷ்டமில்லாமல் வைகளத்தூருக்குத் திரும்பிவந்து நடந்த சமாசாரங்களைச் சாமண்ணாவிடம்

சொல்லி அவரைச் சந்தோஷப்படுத்தினார். ஐந்தாம்நாளே மணப் பெண்ணான செல்லம்மாளை கலியாண கோலத்துடன் அழைத்து கிரகப்பிரவேசம் செய்யவேண்டுமென்று தீர்மானித்தார்கள். இதற்கு வேண்டிய ஏற்பாடுகளையெல்லாம் சாமண்ணாவின் சகோதரி மீனாம்பாளும் கைலாசய்யரும் சுப்புக்குட்டி ஐயருமாக செய்துவைத்துக்கொண்டிருந்தார்கள். கலியாணத்துக்குப் போயிருந்தவர்கள் எல்லோரும் பெண் வீட்டுக்காரர், மணப்பெண் இவர்களுடன் சாயங்காலம் 4 மணிக்கு நீடாமங்கலம் ஸ்டேஷனில் வந்திறங்கி 5 மணிக்கு வைகளத்தூர் வந்துசேர்ந்தார்கள். காவிரிக்கரை மண்டபத்தில் மணமக்களை மணையிலிருத்தி, தஞ்சையிலிருந்து வருவித்திருந்த புஷ்ப ஹாரங்களைச் சூட்டி, புதிய வேஷ்டி புதிய புடவைகள் கொடுத்து உடுத்திக்கொள்ளச் செய்து, வந்திருந்த சம்பந்திகளுக்கெல்லாம் சந்தனம், குங்குமம், பாக்கு, வெற்றிலை, பழங்கள் வழங்கி உபசரித்து, பெரிதாய் அலங்கரித்து வைத்திருந்த புஷ்பப் பல்லக்கில் மணமக்களை உட்கார வைத்து, நாகசுரம் முதலிய வாத்திய கோஷங்களுடன் ஊர்வலம் வந்தார்கள். இரண்டு காலும் வயிறும் வீங்கி நடக்கவே முடியாமலிருந்த சாமண்ணாவும் மெதுவாகத் தடியை ஊன்றிக் கொண்டு காவிரிக் கரைக்கு வந்து சம்பந்திகளை உபசரித்தார். இவரது சிறந்த குண விசேஷங்களையும் பந்துப் பிரியத்தையும் எல்லோரும் கொண்டாடினார்கள். தென்கோடியிலுள்ள ஆற்றங்கரையிலிருந்து வடக்குக் கோடியிலிருக்கும் வீட்டுக்கு வருவதற்கு ஒருமணி நேரம் ஆகிவிட்டது. நர்கஸ்வரக்காரன் வீடு வீடாக நின்று நின்று தன் முழு சாமர்த்தியத்தையும் காட்டி கீர்த்தனைகளும் ஆலாபனமும் செய்து எல்லோரையும் மகிழச்செய்தான். வீடுசேர்ந்து பல்லக்கைவிட்டிறங்கி பந்தலுக்குள் கட்டியிருந்த ஊஞ்சலில் உட்கார்ந்து ஆடி, மாலை மாற்றிக் கொண்டு, பெரியவர்கள் பச்சைப்பிடி சுழற்றி எறிந்து திருஷ்டி கழித்து ஆலாத்தி சுற்றிய பிறகு, தீபம் ஏற்றும் சுபகரமான வேளையில் வீட்டுக்குள் சென்று மணையில் வீற்றிருந்து விநாயக பூஜை, நவக்கிரக பூஜை, சந்தி, கிரகப்பிரீதி முதலிய சடங்குகள் எல்லாம் ஆனபிறகு பெரியவர்களை நமஸ்கரித்து அவர்களது ஆசீர்வாதத்தைப் பெற்றார்கள். சாமண்ணாவும் தம்பி ஸ்வாமினாதனை அருகில் அழைத்து அணைத்துக்கொண்டு, தம்பி மனைவியை ஆசீர்வதித்துப் பிறகு செல்லச் சித்தம்மையைப் பார்த்துத் திருப்தியாய், "என் அன்பான சித்தம்மை, உங்கள் மனம் மகிழ இந்த விவாகம் சுபமாக ஒருவிதக் குறைவுமின்றி கடவுள் கிருபையில் நடந்தேறிற்று. எனக்கு இனி ஒரு விசாரமுமில்லை. என் ஆத்மாவும் சந்தோஷமாய் ஆறுதலடைந்துவிட்டது" என்று சொல்லி ஆனந்தக்கண்ணீர் விட்டு மகிழ்ந்தார். சித்தம்மையும் கூடவிருந்த மற்றவர்களும் இவருடைய தீரத்தையும் மன

உறுதியையும் அமைதியையும் கண்டு இவரைப்போன்ற உத்தம புருஷன் வேறு கிடையாது என்று சொல்லிக் கொண்டாடினார்கள். பிறகு எல்லோரும் திருப்தியாக விருந்துண்டு களித்தனர். மறு நாள் சம்பந்திகளுக்கு வேண்டிய உபசரணைகள் செய்து விவாகமான பெண்ணுடன் கூட வரகூருக்கு அனுப்பினார்கள். ஸ்வாமினாதனும் சுந்தரமும் மறுபடி கும்பகோணத்துக்கே போய் தங்கள் படிப்பில் ஈடுபட்டிருந்தனர்.

அடிக்குறிப்புகள்:

1. **பூரி தக்ஷிணை:** புரோகிதர்கள் உண்ணும்போது இலையின் ஒரு நுனி அடியில் ஒரு வெள்ளி நாணயம் வைக்கப்படும். நாலணாவும் ஒரு ரூபாயும்தான் அந்தக் காலத்தில் வெள்ளியால் ஆனவை. இதுதான் பூரி தக்ஷிணை. இதேபோன்ற பூரி தக்ஷிணை, வந்திருக்கும் அனைவருக்கும் தாம்பூலத்துடன் தரப்படும்.
2. **வைஸ்வதேவ:** இதன் பொருள் போஜனம். போஜனத்துக்கு வெற்றிலை பாக்கு வைத்து மரியாதையாய் அழைப்பதை வைஸ்வதேவ வெற்றிலை பாக்கு வைத்தல் என்பார்கள்.
3. **பத்தியம்:** ஒரு வகைப் பாடல். மணப்பெண்ணோ மணமகனோ அல்லது அவர்களைச் சேர்ந்தவர்களோ அவர்கள் தரப்பி லிருந்து மணப்பெண்ணையும் மணமகனையும் அவர்கள் குடும்பத்தினரையும் புகழ்ந்தும் சீண்டியும் பாடும் பாடல்கள்.
4. **சேஷ ஹோமம்:** சேஷம் என்றால் எஞ்சியிருப்பது. எஞ்சி யிருக்கும் நெய்யை அக்னியில் தெளித்து மணமகளின் தலையிலும் தெளிக்கும் திருமணத்தை நிறைவு செய்யும் கடைசிச் சடங்கு.

13

சாமண்ணாவுக்கு நிரம்பவும் அபாய நிலைமை ஏற்பட்டு இனிமேல் பிழைக்கமாட்டார் என்பது நிச்சயமாயிற்று. கிரகப்பிரவேசத்துக்கு வந்த விஷ்ணம்பேட்டை சகோதரி தைலம்மாளும் தமையனுக்குப் பணிவிடை செய்வதற்காக அங்கேயே தங்கிவிட்டாள். பாலாம்பாள் அத்தை, அத்திம்பேர், ஸ்ரீநிவாசய்யர் மூவரும் வந்தனர். சாமண்ணா தன் அருமைச் சகோதரிகள் மற்றும் எல்லோரையும் தன்னைச் சுற்றி வைத்துக்கொண்டு தன் மருமான் ஸ்ரீநிவாசனைப் பார்த்து "நான் இன்னும் இரண்டு நாட்களே ஜீவித்திருப்பேன். என் காலமான பிறகு மிகவும் உத்தம ஜாதகமுடைய என் பெண் விசாலாக்ஷியை உன் தம்பி சுப்ரமணியனுக்கு விவாகம் செய்துகொள்ளவேண்டும். என் பெண் வாலாம்பாளை தங்கை சுந்தரி பிள்ளைக்காவது அல்லது வேறு ஏதேனும் நல்ல குடும்பத்தில் ஒரு பிள்ளையைத் தேடியாவது விவாகம் செய்து வைக்கவேண்டும். என் மூன்றாவது பெண் சிவகாமசுந்தரியைத். தங்கை தைலம்மாள் பிள்ளைக்குக் கொடுக்கவேண்டும். என் மூத்த பெண் ஜாதகம் நல்ல ஜாதகம், ஆனால் வாலாம்பாள் ஜாதகம் அத்தனை திருப்தியாயில்லை. ஏதோ குழந்தைகள் சௌபாக்கியமாயிருக்கவேண்டியது. தாயில்லாக் குழந்தைகளை நானாவது இருந்து காப்பாற்ற நினைத்தேன். ஆயினும் நீங்கள் எல்லோரும் பார்த்துக்கொள்ளுங்கள். என் குஞ்சப்பா குழந்தைகளை அருமையாக பார்த்துக்கொள்ளுவார். என் தம்பி நடராஜன் அவனுடைய பாலையாவின் தீராத வியாதியைக் கண்டு மனம் புழுங்கி வருந்துகிறான். தம்பி ராமன் சூதுவாது ஒன்றும் தெரியாதவனாய் இன்னமும் சிறு குழந்தையைப் போலவேயிருக்கிறான். நீ மிகுந்த புத்திசாலி, என் தம்பிமார்களை விட உன்னிடம் நான் அதிக அருமை பாராட்டி

உன்னையும் நடராஜனையும் சேர்த்துப் படிக்கவைத்ததற்கு நீ நன்றாய்ப் படித்து நல்ல நிலைமையிலிருந்து நல்ல பெயரெடுத்து கீர்த்தியுடனிருப்பது எனக்கு மிகவும் சந்தோஷம், உன் ஜாதகப்பிரகாரம் நீ இன்னும் மகோன்னத நிலைமைக்கு வரப்போகிறாய். நானிருந்து பார்க்கக் கொடுத்துவைக்கவில்லை, எனக்கு அதிருஷ்டமில்லை. என் கண் தெரியாத அருமையான தாயாரை விட்டுப்போவதுதான் எனக்குத் தாங்கக்கூடாத துக்கம். நமது குலகுரு ஆதி சங்கராசாரியரும் மாதாவின் மரண காலத்துக்கு வந்து உதவி அவள் மனங்குளிரச் செய்தார். எனக்கு மாத்ருகர்மஞ் செய்வதற்கு பாக்கியமில்லை. எனக்கு 41ஆவது வயதில் ஒரு கண்டமிருப்பதாக என் ஜாதகத்திலிருந்தபடி ஆகப்போகிறது. என் அன்னை அதிகம் வருந்தாமல் பார்த்துக் கொள்ளுங்கள். அவள் செய்யும் சிவத்தியானமே அவளை காப்பாற்றுமாக. என் தகப்பனார் பூஜையை இதுவரைக்கும் நான் செய்ததுபோல் இனி என் தம்பி நடராஜன் செய்யட்டும். என் தம்பிகளை நான் இனிமேல் பார்க்கப்போகிறதில்லை. அதனால் உன்னிடம் என் மனத்திலுள்ள எல்லாவற்றையும் சொல்லி விட்டேன். என் குஞ்சப்பா மனந்தளராமல் பார்த்துக்கொள். எனக்காக அதிக நாள் லீவு எடுத்துக்கொண்டு நீ இங்கிருக்க வேண்டாம், நீ திரும்பிக் கும்பகோணம் போ, என் தமக்கையும் அத்திம்பேரும் மாத்திரம் சிலநாட்கள் இங்கிருக்கட்டும்" என்று மிகுந்த தீரத்துடன் பேசி தன்வசமழிந்து சமீபத்திலுட்கார்ந்திருந்த குஞ்சப்பா சுப்புக்குட்டி ஐயரின் கையைப் பிடித்து இவர் கையில் வைத்து மருமானை ஆசீர்வதித்தார். இவரது உறுதியான வார்த்தைகளைக் கேட்டு சூழ்ந்திருந்தவர்கள் யாவரும் கதறி அழுதனர். இத்தனை பேச்சும் மனோதிடத்தினால் பேசினதேயன்றி கைகால்களை அசைக்கவும் சரீரத்தில் சக்தியில்லை, உடனே களைப்படைந்தார். அருகிலுள்ளவர்கள் அவர் களைப்புத் தெளியும்படி சிறிது பாலைக் கொஞ்சங் கொஞ்சமாய் அவரை அருந்தச்செய்தனர். ஸ்ரீநிவாசய்யரும் "மாமா நீங்கள் விசாரமில்லாமலிருங்கள், நீங்கள் சொன்ன விதமாய் எல்லா விஷயத்திலும் நடந்துகொள்ளுகிறோம். எங்களுடைய அதிருஷ்டவசத்தினால் நீங்களும் உடம்பு குணமாக எழுந்திருக்கவேண்டுமென்று நாங்கள் கடவுளைப் பிரார்த்திக்கிறோம். உங்கள் கட்டளைப்படியே நான் நாளைக்குப் போய் இன்னும் 2 நாட்களில் திரும்பி வருகிறேன்" என்று சொன்னார், அதன்பிறகு மதுரம்மாள் சமீபத்திலேயிருந்து பணிவிடை செய்துகொண்டிருந்தாள், சுப்புக்குட்டி ஐயர் நீடாமங்கலம் சென்று பகவான் தரிசனம் செய்து விபூதிப்பிரசாதம் கொண்டுவந்து சாமண்ணா நெற்றியில் இட்டார். கண்ணில்லாத் தாயாரும் அருகே உட்கார்ந்து மனத்திலேயே தன் அபரிமிதமான

வருத்தத்தை அடக்கிக்கொண்டு வெளிக்காட்டி அழுது புலம்பாமல் வியாதியான அருமைப் புதல்வன் காதுகேட்கத் தன் வருத்தம் எதையும் சொல்லாமல் விவேகமாய்ச் சிவன் செயலின்படியே எதுவும் நடக்கும் என்று நினைத்துச் சிவநாமம் செய்துகொண் டிருந்தாள். இனிமையான இந்தச் சிவ நாமத்தைக் கேட்டுக் கொண்டே சாமண்ணா தூங்காமல் தூங்கி மெய்மறந்திருந்தார்.

கிரகப்பிரவேசம் ஆனபிறகு விடைபெற்று வரகூர் சென்ற சம்பந்தி வைத்தி சாஸ்திரியும் சாமண்ணாவின் தேக நிலையைப் பார்க்க அவாவுடன் வந்து சேர்ந்தார். மறுநாள் கோகுலாஷ்டமியானதால் வெறுங்கையுடன் வரக்கூடா தென்று சம்பிரதாயப் பிரகாரம் மரக்கால் திரட்டுப்பால், பெரிய அளவில் தேன் குழல் 100, 9 சுற்றில் சுற்றின முறுக்கு 50, ஒவ்வொரு குருணி உப்புச் சீடை வெல்லச் சீடையும் செய்து பிரம்புப் பெட்டிகளில் வைத்து எடுத்துக்கொண்டுவந்து வெற்றிலை பாக்குப் பழங்களையெல்லாம் கொண்டுவந்து வைத்து சாமண்ணாவிடம் அவரே முதன் முதலில் திரட்டுப்பால் சாப்பிடவேண்டுமென்று உபசரித்தார். இவரைத் திருப்தி செய்யும் பொருட்டுச் சிறிதளவு திரட்டுப்பாலை எடுத்து வாயில் போட்டுக்கொண்டார். பிறகு வைத்தி சாஸ்திரிகளை அருகில் உட்கார வைத்துக்கொண்டு அவருடன் அன்பாயும் வினயமாயும் பேசினார். “சாஸ்திரிகளே, உம்மைப்பற்றி நான் மிகவும் கேள்விப்பட்டிருக்கிறேன். நீங்கள் படித்த விவேகி. மனைவி போனபிறகும் சிறந்த வானப்பிரஸ்தனாய் குழந்தைகளைக் காப்பாற்றிக்கொண்டு விவேகமாயிருந்து கொண்டிருப்பதையறிவேன். எனக்கும் ஏறத்தாழ உமது வயதுதான். நானும் வானப்பிரஸ்தனாயிருந்துகொண்டு குடும்பத்தைப் பரிபாலித்துக்கொண்டிருந்தேன். அதிசீக்கிரத்தி லேயே அந்தப் பரமேஸ்வரன் என்னை அழைத்துக் கொள்ளுவார் போலிருக்கிறது என் அருமையான சுப்புக்குட்டி குஞ்சப்பாவும் செல்லச் சித்தம்மையும் என் மரணத்தைக் குறித்து வருந்துவார்கள். குழந்தைகளைப்பற்றி எனக்கு விசாரமில்லை. என்னைவிட அருமையாகவே அவ்விருவரும் பார்த்துக்கொள்ளுவார்கள். உங்கள் மருமகன் ஸ்வாமிநாதனும் உங்கள் அருமைப் புதல்வி செல்லம்மாளும் நானும் என் மனைவி செல்லம்மாளும் இருந்ததுபோல், குஞ்சப்பா சித்தம்மைக்கு மிகுந்த ஆதரவாயிருக்கவேண்டும். என் மற்றத் தம்பிமார்களின் மாமனார்களைவிட நீங்களே சிறந்த மேதாவியும் ஆத்மபந்துவும் ஆகிவிட்டீர்கள். ஆதலின் என் குடும்ப விஷயத்தில் அபிமானத்துடனும் ஆதரவற்றுப் பேதைகளாய் நிற்கும் இந்தக் குழந்தைகளிடத்தில் மிகுந்த அபிமானத்துடனும் கூடிய என் குஞ்சப்பாவுக்குத் தைரியம்

சொல்லவேண்டும். உங்கள் பெண்ணும் மருமகனும் சிறந்த போகபாக்கியங்களுடன் நீடூழிகாலமிருப்பதை நீங்கள் கண்ணால் கண்டு களிக்கவேண்டும்" என்று இவ்விதமாய் உபசாரமாய் பேசினார். வைத்தி சாஸ்திரிகள் இவரது உருக்கமான பேச்சினால் மனங்கரைந்து அவருக்கு இருந்த சகோதர வாத்சல்யத்தையும் குடும்பப்பற்றையும் உணர்ந்து மெச்சிக்கொண்டார். "ஐயா! நானும் எத்தனையோ குடும்பங்களைப் பார்த்திருக்கிறேன். ஆயினும் உங்கள் குடும்பத்தைப்போல், ஐக்கியமாயும் ஒன்றுபட்ட மனத்தினர்களாயுமுடைய குடும்பத்தை நான் பார்த்ததில்லை. அதிலும் உங்களைப்போன்ற மேலான உத்தம குணத்துடன் கூடிய புருஷர்களைக் காண்பது அரிது. ஸ்ரீராமபிரான் எப்படித் தகப்பனார், தம்பிமார், மாற்றாந் தாயார்களிடத்திலெல்லாம் பேதமில்லாமல் ஒரேவித அன்புடனிருந்தாரோ அதைக்காட்டிலும் அதிகமாய் நீங்கள் உங்கள் குடும்பத்திலுள்ள ஒவ்வொருவரிடத்திலும் இருந்து கொண்டிருக்கிறீர். உங்கள் குழந்தைகளைவிட உங்கள் சகோதர சகோதரிகளின் குழந்தைகளே உங்களுக்கு மேலாகஇருக்கின்றார்கள். இவ்வளவு சிறந்த விவேகியாகிய தாங்கள் இன்னும் சில வருஷங்கள் திடகாத்திரத்துடனும் ஆயுள் ஆரோக்கியத்துடனும் இருந்தால் எங்கள் யாவருக்கும் சந்தோஷமாயும் ஆதரவாயும் இருக்கும். நாங்கள் அவ்வளவு பாக்கியத்துக்குக் கொடுத்துவைக்கவில்லை. இக்கலியில் புண்ணியாத்மாக்கள் அதிகநாள் உலகில் தங்குவதில்லை போலும். உங்கள் மனது இப்போது சஞ்சலமின்றி அமைதியுடனிருக்கிறது. நீங்கள் எதற்கும் விசாரப்படவே வேண்டாம். உங்கள் குழந்தைகள் உங்களைப்போலவே சிறந்த புத்திசாலிகள். என் பெண் கலியாணத்துக்கு வந்திருந்தபோது கவனித்தேன். உங்கள் பெண் விசாலாக்ஷி மிகவும் வணக்கமாயும் பணிவாயும் பெரியோருக்குக் கீழ்ப்படிந்து நடந்ததும் சிறு குழந்தையானாலும் வாலாம்பாளும் எத்தனையோ பணிவாயும் மரியாதையாயும் இருந்ததையும் பார்த்துச் சந்தோஷித்தேன். அவர்கள் கிராமத்துக் குழந்தைகளைப்போல் அநாகரிக விளையாட்டுகளில் சேராமலும் கண்டபடி பேசாமலும் கள்ளங்கபடமற்ற சுபாவத்துடனும் இருந்தார்கள். அவர்கள் சௌக்கியமாய் சந்தோஷமாயிருப்பார்கள். ஏதோ உங்களைப் பார்த்துச் சிறிது நேரமாவது பேசவேண்டுமென்று வந்தேன். உங்களுடன் பேசிக் களித்தேன். கடவுள் உங்கள் யாவரையும் ஆசீர்வதிப்பாராக" என்று வாழ்த்தினார். அன்றிரவே எல்லோரிடமும் விடை பெற்றுக்கொண்டு ஊருக்குப் போனார்.

மறுநாள் கோகுலாஷ்டமி. கிராமத்தில் எல்லோர் வீடுகளிலும் மெழுகிக் காவியிட்டுக் கோலமிட்டுக் கோலஞ்செய்திருந்தனர். காலை 8 மணிக்குப் பசுவின் பால் காய்ச்சி, தைலம்மாள்

சாமண்ணாவுக்குக் கொடுத்தாள். பாதிப்பால்தான் சிறிது சிறிதாய் உள்ளுக்குச் சென்றது. பாக்கிப் பாதி வெளியில் வழிந்து விட்டது. ஞாபகமின்றித் தலையணையைவிட்டு தலையும் ஒரு பக்கமாகச் சாய்ந்தது. உடனே கட்டிலைவிட்டுக் கீழிறக்கி அவரைப் பூமியில் படுக்கவைத்தனர். நெஞ்சில் கபங்கட்டிக்கொண்டு மூச்சுத்திணறி மூச்சுவிட முடியாமல் தத்தளித்தார். வீட்டில் உள்ளவர்கள் எல்லோரும் அழ ஆரம்பித்தனர். கண்ணில்லாத் தாயாரும் தட்டித் தடுமாறிக்கொண்டு சமீபத்தில் வரவந்தவள், தன் வசமற்றுத் தூணில் தலையை மோதிக்கொண்டு ரத்தம் வழியக் கீழே விழுந்தாள். அவள் பெண் ஒருத்தி அவளைத் தூக்கியணைத்துக்கொண்டு ரத்தத்தையெல்லாம் நன்றாகத் துடைத்து காசுக்கட்டிப் பொடியைப் புண்ணின் மேல் போட்டு ஈரத்துணியைச் சுற்றி சிறிதளவு குளிர்ந்த ஜலத்தை குடிக்கச்செய்து அவள் களையை ஆற்றினாள். இதனிடையில் மாட்டுக்கொட்டிலில் பசுக்களையும் கன்றுகளையும் கொஞ்சிக் குலாவி பால் கறந்துகொண்டிருந்த சுப்புக்குட்டி ஐயரும் குழந்தைகள் வந்து சமாசாரஞ் சொல்லக்கேட்டு ஓடோடியும் வந்து "ஏண்டி கீழே படுக்கவைத்தீர்கள்" என்று சொல்லிக்கொண்டே சாமண்ணாவைத் தூக்கி நிமிர்த்தி தன் மார்பின் மேல் சாய்ந்திருக்கும்படி தாங்கிக் கொண்டு அவர் மயக்கம் தெளியும்படி குளிர்ந்த ஜலத்தை அவர் முகத்தில் தெளித்து விசிறினார். மூர்ச்சை தெளிந்து சுற்றிலும் ஒருமுறை பார்த்துவிட்டு குஞ்சப்பாவையும் பார்த்து, "ஏன் இப்படி "காப்ரா" செய்துவிட்டார்கள்?" என்று மெதுவாய்க் கேட்டார். உடனே குஞ்சப்பா "ஒன்றுமில்லை, உன்னைக் கீழே படுக்கவைத்ததில் தலையணையில்லாமல் உனக்கு மூச்சுவிட முடியாமல் திணறிற்று" என்று ஆச்வாசப்படுத்தி இரண்டு மூன்று பேராகத் தூக்கி மெதுவாய்க் கட்டிலில் படுக்கவைத்து தலையணைகளை அணைத்துவைத்து சாய்ந்துகொள்ளச் செய்தனர். நெஞ்சு அடிக்கடி வரட்சியானமையால் அடிக்கடி தாகத்துக்கு எதாவது குடிக்கவேண்டுமென்று ஜாடைகாட்டிக் கேட்டுக் குடித்துக்கொண்டிருந்தார். புழுங்கலரிசியும் பச்சைப்பயறும் சேர்த்து வெந்துகொண்டிருந்த புனர்பாக ஜலத்தையும் குளிர்ந்த ஜலத்தையும் அடிக்கடி கொடுத்துக் கொண்டிருந்தனர். தீபம் வைத்தபிறகு அன்று மாலை அவருக்குச் சுவாசம் கண்டுவிட்டது. கட்டிலைவிட்டு கீழேயிறக்கிப் படுக்கவைத்தனர். சுப்புக்குட்டி ஐயர் நீடாமங்கலம் சென்று சுவாமி தரிசனம் செய்துவிட்டு விபூதிப் பிரசாதம் கொண்டுவந்து சாமண்ணா நெற்றியில் இட்டார். பிறகு எல்லோரும் சொற்ப ஆகாரத்தை வேண்டாவெறுப்பாக உண்டு, அவரைச் சுற்றிலும் உட்கார்ந்து ஏங்கிப்போய் சிவநாமம் செய்துகொண்டிருந்தனர். அன்னம்மாள் சாமண்ணாவின் பெண்கள் விசாலாக்ஷியையும்

சிவகாமியையும் அணைத்துக்கொண்டு அழுதுகொண்டே சிவநாமம் சொல்லிக்கொண்டிருந்தாள். குஞ்சப்பா 7 வயதுள்ள சாமண்ணாவின் பிள்ளை விஸ்வனாதனை அணைத்துக் கொண்டு சாமண்ணாவின் தலைப்புறத்தில் உட்கார்ந்திருந்தார். சாமண்ணாவின் சுவாசம் சிறிது சிறிதாய் அடங்கிக்கொண்டே வந்து நிற்கும் சமயத்தில் அவர் தலையை அவர் சிறு குழந்தையின் மடியில் வைத்து கர்ண மந்திரம் ஜபித்தார்கள். சாமண்ணாவின் ஜீவாத்மா அவர் சரீரத்தை விட்டு நீங்கி பரமாத்மாவுடன் ஐக்கியமாகிவிட்டது. சுற்றியிருந்தவர்கள் வாயிலிற் சென்று தெற்கு நோக்கித் தண்டனிட்டு விழுந்து அழுதுவிட்டு வந்தார்கள். அன்றிரவெல்லாம் ஒவ்வொருவரும் துக்கம் தாங்கமுடியாமல் அழுது அயர்ந்துபோனார்கள். மறுநாள் பந்துக்களுக்கெல்லாம் சொல்லியனுப்பி முல்லைவாயிலிலிருந்து அம்மாக்குட்டி முதலானவர்கள் யாவரும் வந்துசேர்ந்து கதறியழுதார்கள். தாய் தகப்பன் இருவரையும் இழந்து பேதைகளாய் நிற்கும் நான்கு குழந்தைகளையும் பார்த்துப் பரிதபித்தார்கள். முடிவில் ஏழே வயதினனான விஸ்வனாதன் கையிலிருந்து தருப்பைப்புல்லை வாங்கிக்கொண்டு சுப்புக்குட்டி குஞ்சப்பா செய்யவேண்டிய கருமாதிகளைச் செய்து சாமண்ணாவின் களேபரத்தை[1] ஸ்மசானத்தில் கொண்டுபோய் நீராக்கிவிட்டு ஜடாவல்லவ ஐயா வீட்டிலிருந்து சமைத்துக்கொணர்ந்த ரச அன்னத்தைப் புசித்து விட்டு, சோகக் கடலில் ஆழ்ந்து செய்வதறியாமல் கிடந்தனர். சாமண்ணா தன் ஜாதகத்தைப் பார்த்துச் சொல்லிக்கொண் டிருந்தபடி அவர் இறந்த தினத்தன்று அவருக்கு 41 வயதும் 41 நாளும் ஆகியிருந்தது. மறுநாள் சஞ்சயனம்[2] செய்து கல் ஊன்றி, பிண்டஞ் சமைத்து புத்திரன் கையினால் ஜலத்தில் போடப்பட்டது. இப்படியே 9 நாளும் பிண்ட நிவேதனம் செய்து பத்தாம்நாள் உப்பில்லாத பணியாரங்கள், பாயசம் செய்து ஒரு புதிய துணியை விரித்து அதில் வடித்த அன்னத்தையும் இந்த உப்பில்லாப் பண்டங்களையும் கொட்டி பிரேத திருப்தி செய்துவிட்டு, துணியிலிருந்த அன்னத்தை ஒரு பிண்டமாகப் பிடித்து ஒரு கிண்ணத்தில் போட்டு அந்தக் கிண்ணத்தை மூத்தபெண்ணாகிய விசாலாக்ஷி கையில் கொடுத்து அதைக் கொண்டுபோய் ஆற்றில்விட்டு, மற்றப் பக்ஷணங்களையுடைய துணி மூட்டையை ஆற்றங்கரையில் வைத்து ஒரு வண்ணானை எடுத்துப் போகும்படி கொடுத்துப் பிறகு எல்லோரும் ஆற்றில் ஸ்நானம் செய்துவிட்டுத் திரும்பினர். கல் ஊன்றியிருந்ததை யும் அதன் பக்கத்தில் வைத்திருந்த கமுகு தெங்கு இளநீர் இவற்றையும் எடுத்துப்போய் ஆற்றில் போட்டு வந்தார்கள். பதினொன்றாம் நாள் ரிஷபோர்ச்சனம்[3] செய்து ஒரு காளைக் கன்றை சிவாலயத்துக்குக் கொடுத்தார்கள். பிறகு ஹோமம்

செய்து "ஒத்தன்"[4] சாப்பிட்டான். பனிரெண்டாவது நாள் சபிண்டி கர்மம்[5] செய்து இறந்துபோன ஆத்மாவைப் பித்ருலோகத்தில் சேர்த்தார்கள். பதின்மூன்றாம் நாள் கிருகயக்ஞம் செய்து மந்திரிக்கப்பட்டத் தீர்த்தத்தினால் நாலு குழந்தைகளுக்கும் ஸ்நானம் செய்வித்துப் புதிய வஸ்திரங்களைக் கொடுத்து உடுத்திக்கொள்ளச்செய்தனர். இத்துடன் சாமண்ணாவின் காரியங்கள் முடிந்தன.

அடிக்குறிப்புகள்:

1. **களேபரம்:** உயிர் நீங்கிய உடல்; பிணம்

2. **சஞ்சயனம்:** சஞ்சயனம் என்பது இறந்தவர்களின் எரிந்து போன சரீரத்தின் எலும்புப் பாகங்களை எடுத்து வந்து அதை பால் நிரப்பிய மண் குடத்தில் போட்டு கடற்கரை அல்லது நதியில் சென்று கரைக்கும் சடங்கு ஆகும்.

3. **ரிஷபோர்ச்சனம்:** காளைக் கன்றைத் தானமாகக் கொடுக்கும் சடங்கு.

4. **ஒத்தன் சாப்பாடு:** பதினோறாம் நாள் நடைபெறும் இந்தச் சடங்கில் ஒத்தன் எனப்படும் புரோகிதரை அழைத்து உப்பில்லாச் சாப்பாட்டை அங்கேயே சமைத்து அங்கேயே அவர் உண்ணவேண்டும். மீதியை எடுத்துச் செல்லவேண்டும். அவர் போகும்போது அவரை யாரும் பார்க்கக்கூடாது என்று ஒரு நியதி. அவரைப் பிரேத மனிதர் என்பார்கள். அந்த உப்பில்லாத உணவை பெற்றுக் கொள்ளும் ஜீவனானது, 'ஐயோ இந்த உப்பில்லாத உணவை உண்பதை விட வேறெங்காவது போய் விடலாம்' என்று உலக பந்தத்தை அறுத்துக் கொண்டு செல்லும் மன நிலையை அதற்கு அளிக்கும் என்று இந்தச் சடங்கை வைத்து உள்ளார்கள் என்று கூறப்படுகிறது. (சாந்திப்பிரியாவின் வலைப் பக்கத்திலிருந்து)

5. **சபிண்டி கர்மம்:** இறந்தவரின் குலத்திலுள்ள மூதாதையருக் காகச் செய்யப்படும் பூஜையாகும். இறந்தவருக்குமுன் மாண்ட மூன்று தலைமுறையினருடன் இவர் பிண்டத்தையும் இணைக்கும் சடங்காகும். (சாந்திப்பிரியாவின் வலைப் பக்கத்திலிருந்து)

14

சாமண்ணாவின் தம்பி ராமஸ்வாமி சாமண்ணாவின் இரண்டாவது பெண் வாலாம்பாளை 6 மாதமாய்த் தன்னிடம் அழைத்து வைத்துக்கொண்டிருந்தார். சாமண்ணாவின் மரண சங்கதி கேட்டவுடன் வாலாம்பாளையும் அழைத்துக்கொண்டு, கள்ளிக்கோட்டையிலிருந்து வந்து சேர்ந்து, 13 நாள் கர்மமுமானவுடனே மறுபடி 9 வயதுள்ள வாலாம்பாளையும் அழைத்துக்கொண்டு போகவேண்டுமென்று புறப்பட்டார். குழந்தை வாலாம்பாள் தேம்பி தேம்பி அழ ஆரம்பித்து விட்டாள். உடனே அத்தையும் பாட்டியும் அந்தப் பெண்ணைச் சமீபத்தில் அழைத்து அணைத்துக் கொண்டு "எங்கள் கண்ணே, ஏன் அழுகின்றாய்? உனக்குக் குஞ்சப்பாவிடம் போக இஷ்டமில்லையா? உனக்கு சம்மதமில்லாவிட்டால் நீ போகவேண்டாம்" என்று அருமையாகக் கேட்க அதற்கவள், "குஞ்சி என்னை ரொம்ப அதட்டுகிறாள். நான் அழுதால் அழாதே என்று என் வாயை ஒரு கையினால் மூடிக்கொண்டு மற்றொரு கையினால் என் கன்னங்களில் இரத்தம் வழியும்படி கிள்ளுகிறாள். பிறகு, தான் அதட்டினது கிள்ளினது எல்லாம் குஞ்சப்பாவுக்குத் தெரியக்கூடாது, அவரிடம் சொல்லக்கூடாது என்று பயமுறுத்துகிறாள். குஞ்சப்பா சாயங்காலம் வந்து 'உன் கன்னத்தில் ரத்தம் வரும்படி சொறிந்துகொண்டாயா?' என்று கேட்கும்போது நான் குஞ்சிக்குப் பயந்துகொண்டு ஒன்றுஞ் சொல்லாமல் இருந்துவிடுவேன். நான் இங்கே வருவதற்குப் புறப்படும்போது கூட 'நான் கிள்ளுவதையும் அடிப்பதையும் அதட்டுவதையும் உன் பாட்டி அத்தைகளிடத்தில் சொல்லக்கூடாது, சொன்னால் இன்னும் அதிகமாய் உன்னை அடித்துக் கிள்ளுவேன்' என்று சொல்லியிருக்கிறாள். எனக்கு அங்கு போக பயமாயிருக்கிறது" என்று சொல்லி அழுதாள். இதைக்கேட்டு மனம்வருந்திய

அத்தைகள், பாட்டி, குஞ்சப்பா, சித்தம்மை எல்லோரும் 'குழந்தை இங்கேயே இருக்கட்டும், ராமஸ்வாமியுடன் அனுப்புவதில்லை' என்று தீர்மானித்தனர். ராமஸ்வாமி அய்யரிடம் இந்த விஷயங்களை யாரும் சொல்லவில்லை. தன் மனைவி இத்தனை இரக்கமற்றிருப்பதும் அவருக்குத் தெரியாது. அவர் பெரிய பெண் விசாலாக்ஷியைத் தன்னிடம் அழைத்து அணைத்துக்கொண்டு "வாலாம்பாள் குழந்தை, அவள் அத்தைகள் பாட்டியிடத்தில் இருக்கட்டும், நீ என்னுடன் கூட வந்துவிடு, உனக்கு நான் தினம் இரண்டு வேளையும் தமிழ் சொல்லிக் கொடுக்கிறேன், நீயும் நானும் சேர்ந்து தமிழ் செய்யுட்கள் எல்லாம் படிக்கலாம். நீ என்னைவிடச் சின்னவள் ஆனதால் உனக்கே சீக்கிரம் பாடம் எல்லாம் மனப்பாடமாகிவிடும். நான் காலேஜுக்குப் போனபிறகு பகல் வேளையில் நீ உன் குஞ்சிக்கு முதற்பாடப் புத்தகம் சொல்லிக்கொடுக்கலாம். உனக்கு வேண்டிய புஸ்தகமெல்லாம் வாங்கிக் கொடுக்கிறேன். மலையாள பாஷை நாமிருவரும் சேர்ந்து சொல்லிக்கொள்ளலாம்" என்று இப்படியெல்லாம் ஆசை வார்த்தை சொன்னவுடன், விசாலாக்ஷியும் தங்கை வாலாம்பாள் சொல்லியழுததைக் கேட்டிருந்துங்கூட 'என்னைக் குஞ்சி ஒன்றும் சொல்லமாட்டாள், மேலும் நான்தானே குஞ்சிக்குக்கூட பாடம் சொல்லிக் கொடுக்கப்போகிறேன், என்மேல் அவள் பக்ஷமாயிருப்பள்' என்று தைரியமாய் எண்ணிக்கொண்டு பெரியவர்களிடம் விடைபெற்றுக்கொண்டு ராமஸ்வாமி குஞ்சப்பாவுடன் புறப்பட்டு விட்டாள். கிருகயக்ஞத்தன்றே மாலை 4 மணிக்கு ரயிலேறித் தஞ்சையில் ரயில் மாற்றித் திருச்சி மார்க்கமாய் இரவு 11 மணிக்கு ஈரோடு சேர்ந்து அங்கும் ரயில் மாறினார்கள். மறுநாள் அதிகாலையில் கள்ளிக்கோட்டை போகும் ரயிலில் 4 மணிக்குப் புறப்பட்டு பேப்பூர் என்னும் ஸ்டேஷனில் இறங்கி ஒரு படகின் மூலமாய் ஒரு நதியைத் தாண்டி கள்ளிக்கோட்டை சேர்ந்து, அங்கு ஒரு வாடகை வண்டியில் ஏறி வீட்டுக்குப் போகும் வழியில் மலையாளத்துப் பெண்கள் இடுப்புக்கு மாத்திரம் வஸ்திரம் தரித்து மேலே ஒன்றுமில்லாமல் நடந்துபோவதைப் பார்த்து விசாலாக்ஷிக்கு மிகுந்த வெட்கமும் குஞ்சப்பாவைப் பார்க்க முடியாமல் கூச்சமும் உண்டாகிக் கண்களை மூடிக்கொண்டாள். இவள் சங்கடத்தைக் கவனித்த குஞ்சப்பாவும் சிரித்துக்கொண்டு, "விசாலாக்ஷி, இந்த ஊரில் இப்படித்தான் வழக்கம், இதற்காக நீ பயப்படாதே, கூச்சப்படாதே" என்று சொன்னபிறகே மெதுவாய்க் கண்களை விழித்தாள். ஒருவேளை குஞ்சிகூட இப்படித்தான் இருப்பாளோ என்றுகூட எண்ணிவிட்டாள். ஆனால் அப்படியின்றி அவள் எப்போதும்போலவேயிருந்தாள். குஞ்சியும் குழந்தை விசாலாக்ஷியை அணைத்துக்கொண்டு

அவள் தகப்பனார் இறந்துபோனதைக் குறித்து சிறிது வருத்தப் பட்டாள். பிறகு ஸ்நானம் செய்து சாப்பிட்டு, குஞ்சப்பா காலேஜுக்குப் போய்விட்டார். கள்ளிக்கோட்டை போய் ஒரே வாரத்துக்கெல்லாம் குஞ்சப்பாவுக்குக் கண்ணனூருக்கு மாற்றல் ஆகிவிட்டது. சாமான்களையெல்லாம் கட்டிக்கொண்டு ஒரு கால்வாய் மார்க்கமாய், தோணியில் ஏறி ஓர் இரவெல்லாம் பிரயாணம் செய்து, மறுநாள் காலையில் தலைச்சேரி என்னுமிடத்தில் ஒரு சிநேகிதர் வீட்டில் தங்கி சாப்பாடு செய்துகொண்டு, மறுபடி படகு ஏறி மறுநாள் கண்ணனூர் போய்ச்சேர்ந்தார்கள். அங்கு இவர்கள் வசிப்பதற்கு ஏற்பட்ட வீடு அழகிய ஒரு மேட்டுப்பூமியில் கட்டப்பட்டு சுற்றிலும் தோட்டத்தையுடையதாயிருந்தது, அந்த ஊரில் அநேகமாய் எல்லா வீடுகளுக்கும் சுற்றித் தோட்டமுண்டு. தெருக்களில் இருமருங்கும் நெருக்கமாக வீடுகள் கட்டப்பட்டு, வீட்டின் வாயிலில் வந்து எளிதாய் அக்கம்பக்கத்து ஜனங்களைப் பார்ப்பதுபோல் அங்கு பார்க்கமுடியாது. சில வீடுகளின் தோட்டத்துக்குள்ளேயே குளமொன்றிருக்கும். ராமஸ்வாமி அய்யர் வீட்டில் ஒரு பெரிய கிணறு இருந்தது. ராமஸ்வாமி அய்யரின் சகோதரி, தலையாமங்கலத்தில் வாழ்க்கைப்பட்டிருந்த சுந்தரியம்மாளின் புதல்வன் வெங்கடராமன், ராமஸ்வாமி அய்யரிடமிருந்து படித்துக்கொண்டிருந்தான். அவனுக்கு வயது அப்போது 14. அவன் மாமாவாகிய ராமஸ்வாமி அய்யர் எத்தனை விதமாகப் பாடம் கற்பித்தும் அவனுக்குக் கூர்மையாய்ப் பாடங்களை கிரகிக்கும் சக்தி போதவில்லை. வகுப்பில் எப்போதும் கடைசியாகவே இருந்துவந்தான். அவன் அங்கிருந்தது விசாலாக்ஷிக்கு மிகவும் ஆறுதலாயும் பொழுதுபோக்காயுமிருந்தது. பிரதிதினமும் விசாலாக்ஷி எழுந்து குஞ்சியின் இஷ்டப்படி அடுப்பு மெழுகி, கற்சட்டிகள், பித்தளை, வெண்கலப் பாத்திரங்களை எல்லாம் தேய்த்து வைத்து, கிணற்றிலிருந்து தண்ணீர் இழுத்துக்கொண்டு வந்து பாத்திரங்களில் நிரப்பி, அடுப்புமூட்டி உலைவைத்து அரிசியைத் தேய்த்துக் கழுவிவைத்துக்கொள்ளும் போதுதான் குஞ்சி எழுந்துவந்து ஸ்நானம்செய்து மடி கட்டிக் கொண்டு அடுப்பினருகில் வந்து உட்கார்ந்து காய்கறி, உப்பு, புளி முதலான பண்டங்களை ஒவ்வொன்றாய் விசாலாக்ஷியைக் கொண்டுவரச் சொல்லி ஏவிக்கொண்டே சமையலை முடிப்பாள். பிறகு பண்டங்களையெல்லாம் அதனதன் இடத்தில் ஒழுங்காய் வைத்துவிட்டு, குஞ்சியின் விழுந்த புடவையுடன் வெங்கடராமனை யும் அழைத்துக்கொண்டு 2 பர்லாங்குக்கப்பாலுள்ள குளத்துக்குச் சென்று குளித்துவிட்டு குஞ்சி புடவை, தன் சித்தாடை முதலிய வற்றைத் தோய்த்துப் பிழிந்து எடுத்துக்கொண்டு வீடுவந்து சேருவாள். வைகளத்தூரில் இவள் சித்தாடையையே பிறர்

பிழிந்துகொடுப்பது வழக்கம், ஆகவே பெரிய புடவையைத் தூக்கி, அலசி, ஜலம்போக ஒட்டப் பிழிவது இவளுக்குக் கஷ்டமா யிருந்தது. இவள் குஞ்சி அதை மறுபடி பிழிந்துகொண்டே இவளுக்குப் பிழியத் தெரியவில்லையே என்று சொல்லிக் காட்டுவாள். புடவையை உலர்த்திவிட்டு, “வாடியம்மா உன் குஞ்சப்பா குளித்தாய்விட்டது அவருக்கு இலைபோட்டு தீர்த்தமெடுத்துவை” என்று சொல்லிக்கொண்டு அவருக்கு டிபனுக்கு உப்புமா, தோசை ஏதாவது ஒன்றும் வெங்கடராமனுக்கு இடைவேளைக்கு மோர் சாதமும் தயாரித்து எடுத்து வைப்பாள். விசாலாக்ஷி சாப்பிடும் இடத்தைப் பெருக்கி இலை போட்டு குஞ்சப்பாவுக்கு அக்ஷதை சந்தனம் தயாரித்துவைத்து, குஞ்சியுடன் அவர்கள் இருவருக்கும் பரிமாறுவாள். பிறகு குஞ்சப்பாவுக்கு வெற்றிலை மடித்துக் கொடுத்துவிட்டு குஞ்சி திரும்பிவந்து இலையில் உட்கார்ந்துகொண்டு, “எனக்குப் பசிக்கிறது, எனக்கு அன்னம் பரிமாறிவிட்டு உனக்கும் போட்டுக்கொண்டு உட்கார். சுருக்கச் சாப்பிட்டுவிட்டு எனக்கு மோருக்குச் சாதம்போட வரவேண்டும், தெரியுமா?” என்று சொல்லிக்கொண்டே நிதானமாய்ச் சாப்பிடுவாள். விசாலாக்ஷி சீக்கிரமாகச் சாப்பிட்டு விட்டு அன்னமும் மோரும் குஞ்சிக்குப் பரிமாறிவிட்டுப் பிறகு சமையல் பாத்திரங்களையெல்லாம் ஒழித்துவைத்து எச்சில் சுத்தி செய்தபிறகு தாழ்வாரத்தில் வந்து உட்கார்ந்து தன் பாடத்தைப் படிப்பாள். குஞ்சி வெற்றிலை பாக்குப் போட்டுக் கொண்டு பிறகு படுத்துத் தூங்குவாள். அவள் எழுந்தவுடன் விசாலாக்ஷியும் எழுந்து இரண்டாம் வேளை சாப்பிட்டுவிட்டு இரவு சமையல் செய்வாள். வைகளத்தூரிலிருந்தவரைக்கும் சமையல் வேலையே செய்தறியாதவள் இங்கு வீட்டு வேலைகள் எல்லாம் செய்து பழக்கிக்கொண்டாள். இவளை இத்தனை வேலைகள் செய்யும்படி ஏற்படுத்தியிருந்தது ராமஸ்வாமி அய்யருக்குத் தெரியாது, சமையல் வேலை முடிந்தவுடன் குஞ்சப்பாவும் காலேஜிலிருந்து வீட்டுக்கு வருவார். அவர் வந்தவுடன் விசாலாக்ஷியைச் சமீபத்தில் வைத்துக்கொண்டு தாயுமான ஸ்வாமி பாடல், தனிப்பாடல் திரட்டு இவற்றிலிருந்து நல்ல பாடல்களைப் பொறுக்கியெடுத்து தினம் 4 பாடல்கள் சொல்லி அர்த்தம் சொல்லிக்கொடுப்பார். நடராஜ சித்தப்பா விடம் சொல்லிக்கொண்ட ராமநாடகம், நந்தன் சரித்திரப் பாடல்களையெல்லாம் பாடச்சொல்லிக் கேட்பார். மலையாளப் புத்தகம் முதற்பாடம் வாங்கி அவளுக்கு மலையாளம் சொல்லிக் கொடுப்பார். விசாலாக்ஷியும் இளங்கன்று பயமறியாது என்றபடி கபடமில்லாமல் தனக்குத் தெரிந்ததையெல்லாம் பாடிக் கொண்டும் தனக்குத் தெரியாததை குஞ்சப்பாவிடமிருந்து ஆவலாய்க் கற்றுக்கொண்டும் பொழுதுபோக்கினாள். “குஞ்சிக்குப்

பாடம் சொல்லிக்கொடுத்தாயா?" என்று கேட்பார். ஆனால் அவளை விட்டுக்கொடுத்துக்கொள்ளாமல் "குஞ்சிக்குச் சிரமமா யிருந்து, தூங்கினபடியால் இன்று படிக்கவில்லை" என்று சொல்லுவாள். இதனிடையில் வெங்கடராமன் சாயங்காலம் வரும்போதே காய்கறிகள் வாங்கிக்கொண்டுவந்துவைத்து, விளக்குகளைத் துடைத்து எண்ணெய் விட்டு, கிணற்றிலிருந்து தண்ணீர் இழுத்துக்கொண்டுவந்து கொட்டிவிட்டுப் பிறகு குஞ்சப்பாவிடம் பாடம் சொல்லிக்கொள்ளுவான்.

இவ்விதமாகவே பிரதிதினமும் நடந்து வந்தது. குஞ்சி அதிக வேலைகளைக் கொடுத்து கடுகடுப்பாகப் பேசினாலும் வாய் திறவாமல் பொறுமையாயிருந்துகொண்டு குஞ்சப்பாவிடம் சொல்லாமல் அவராக ஜாடையறிந்து பலவந்தமாக ஏதாவது கேட்டாலும் குஞ்சியை விட்டுக்கொடுத்து எதுவும் சொல்லாம லிருந்தமையால் குஞ்சியும் திருப்தியாயிருந்தாள். "இந்தப் பெண் நன்றாய் வேலைசெய்கிறாள், எனக்குத் திருப்தியாய் நடந்து கொள்ளுகிறாள்" என்றும் சொல்லிவிடமாட்டாள். ஆயினும் தன் மனைவி நல்ல உழைப்பாளி, ஈவு இரக்கத்துடன் நம்மிடம் அண்டியிருக்கும் குழந்தைகளைக் கவனிக்கிறாள். அவர்களைப் பக்ஷமாய் நடத்துகிறாள் என்று எண்ணும்படியும் தான் சிறந்த குணபூஷனம் என்று மதிக்கும்படியும் அவரிடம் நடந்து கொள்ளுவாள். பேதையாகிய விசாலாக்ஷியும் "குஞ்சி நம்மை அடிக்கவும் கிள்ளவுமில்லை, சரீரத்துக்கும் கைக்கும் நல்ல வலுவுண்டாகும்படி காரியங்கள் எல்லாம் செய்யச்சொல்லு கிறாள், அதுவும் நமக்கு நல்லதுதானே" என்று எண்ணிக்கொண்டு அவள் சொல்லுவதற்கு முன்னமேயே தனக்கு ஏற்பட்ட வேலைகளையெல்லாம் ஒழுங்காகச் செய்துவிடுவாள். பாட்டி அன்னம்மாளின் பழக்கப்படி தினம் சிவநாமம் செய்வாள், ஆசையடங்கும்வரைக்கும் பகல் வேளைகளில் தினம் செய்யுள் பாட்டு எல்லாம் படிப்பாள். நடராஜ சித்தப்பா சொல்லிக் கொடுத்திருந்த ராகங்கள் பாட்டுகள் எல்லாம் மறந்துபோகாமல் அடிக்கடி பாடிப் பழக்கிக்கொள்ளுவாள். படிப்பதையும் பாடுவதையும் குஞ்சி தடுப்பதில்லை. ஸ்ரீராமபிரான் காட்டில் 14 வருஷம் வசித்தபோது அடிக்கடி தன் சிற்றன்னை கைகேயியை நினைத்து, அவளால்தான் தனக்குச் சந்தோஷமான ஆரண்ய வாசமும், துஷ்ட அசுரர்களைக் கொன்று சிஷ்டர்களான முனிவர்கள் மற்றுமுள்ள ஜனங்களுக்கு உதவிசெய்யும் பாக்கியமும் கிடைத்தது என்று அவளிடத்தில் இருந்த நன்றி பாராட்டினாராம், அதேபோல் வைகளத்தூரை விட்டுவந்து அக்கம்பக்கத்து ஜனங்களைக்கூட பார்க்கமுடியாத விதமாய் அமைந்திருந்த வீட்டில் ஏகாந்தமாயிருந்துகொண்டு, வீட்டுக் காரியங்க ளெல்லாம் செய்துபழக்கிக்கொண்டு, ஒழிந்த நேரங்களில் பாட்டும்

படிப்பும் பழக்கிக்கொண்டு இருக்கும்படியான பாக்கியம் தன் குஞ்சியின் தயவினாலேயே கிடைத்தது என்று நன்மையாகவே அதைக் கருதினாள். விசாலாக்ஷி குளித்துவிட்டு வரும்போது சில சமயங்களில் அத்தான் வெங்கடராமன் "விசாலாக்ஷி நீ இப்படிக் கஷ்டப்படுவது எனக்கு வருத்தமாயிருக்கிறது. இத்தனை பெரிய கனமான புடவையை ஈரம் போகப் பிழியவும் முடியாமல் உப்புப் பொதியைப்போல் தோளில் சுமந்துகொண்டு நீ போவதும், அவள் குளிப்பதற்கு வேண்டிய ஜலம்கூட நீயே கிணற்றிலிருந்து கை சிவக்க, வலிக்க, இழுத்துக்கொண்டுவந்து கொட்டுவதும் என்னால் சகிக்க முடியவில்லை. குஞ்சப்பாவிடம் ஏன் இதைப் பற்றி நீ சொல்லக்கூடாது, அல்லது நானாவது மாமாவிடம் சொல்லட்டுமா?" என்று அடிக்கடி சொல்லுவான். ஆனால் அதற்கு விசாலாக்ஷி இணங்காமல், "என்னிடம் எத்தனையோ அன்பாயிருக்கும் குஞ்சப்பாவிடம் இதையெல்லாம் சொல்லி அவரை வருத்தக்கூடாது. என்ன பிரமாதம், எனக்கும் காரியங்கள் எல்லாம் செய்யத் தெரியவேண்டாமா? கிணற்றில் ஜலம் இழுத்தால் முதலில் கையைத்தான் வலிக்கும், பிறகு சரியாய்ப் போகிறது. குஞ்சப்பாவினால் எனக்குப் படிப்பு பாட்டெல்லாம் நன்றாய் வருகிறது. வைகளத்தூரில் சுப்புக்குட்டி குஞ்சப்பா இத்தனைக் கண்டிப்பாய்ப் பாடம் படிக்க ஏற்பாடு செய்ய மாட்டார். செல்வமாய் விட்டுவிடுவார், நானும் சோம்பலாய் ஊர்க்குழந்தைகளுடன் விளையாடப் போய்விடுவேன். இங்கிருந்து படிப்பது எனக்கு எத்தனையோ சந்தோஷமாயிருக்கிறது. அத்தான், நீயும் இன்னும் சற்றுச் சுறுசுறுப்பாய்ப் படிக்கவேண்டும். குஞ்சப்பாவைக் கேட்டுக்கொண்டு படித்து வகுப்பில் முதன்மை யாக இருந்தால் குஞ்சப்பாவுக்கும் சந்தோஷமாயிருக்கும், உனக்கும் நன்மை. உனக்கு இது தெரியாமல் இருக்கிறாய். குஞ்சப்பா நீ பாடம் சரியாய்ப் படிக்கவில்லை என்று உன்னை கோபித்துக் கொள்ளும்போது எனக்கு அழுகை வருகிறது" என்று சொல்லி அவனுக்கே புத்திபுகட்ட ஆரம்பித்துவிடுவாள். ஆனால் வெங்கடராமனுக்குப் படிப்பு ஏறவில்லை. சோம்பலின்றிச் சுறுசுறுப்பாய்ப் படித்தும் வித்தை வரும்படியான பாக்கியமின்றி அவன் உழைப்புக்கேற்ற பலனில்லாமற் போய்விட்டது. நிற்க. விசாலாக்ஷி குஞ்சப்பாவிடம் வந்த நாலு மாதத்துக்கெல்லாம் குஞ்சியாகிய அம்மாளு அம்மாள் தலைச்சன் குழந்தையை உண்டாகி வளைகாப்புக் கலியாணத்துக்கு அவளை அழைத்துப் போக அவளுடைய தகப்பனார் சீதாராமையர் வந்தார். ராமஸ்வாமி அய்யரும் வெங்கடராமனும் ஓட்டலில் சாப்பிடு வதற்கு ஏற்பாடு செய்துகொண்டு விசாலாக்ஷியையும் அவள் குஞ்சியையும் சீதாராமையர் அழைத்துக்கொண்டு அவர் ஊராகிய தண்டாங்கோரை போய்ச்சேர்ந்தார். அம்மாளு

அம்மாளின் வளைகாப்புக் கலியாணம் ஆகும்வரைக்கும் அங்கேயேயிருக்க வேண்டுமென்று விசாலாக்ஷியை வைத்துக் கொண்டார்கள். இவர்கள் போய்ச்சேர்ந்த மறுநாளே அம்மாளுவின் தாயார் நாகம்மாள் தனக்கு வேண்டியவர்களை வளைகாப்பு கலியாணத்துக்கு அழைத்து வருவதற்காகப் போய் விட்டமையால் அங்கேயும் சமையல் முதலான வேலைகள் செய்யும் பாக்கியம் விசாலாக்ஷிக்கு ஏற்பட்டது. அக்கம் பக்கத்துப் பெண்கள் குஞ்சியிடம் வந்து வம்பளக்க உட்காருவார்கள். "ஏண்டி அம்மாளு, உன் மச்சினன் பெண்ணா, உன்னிடம் வைத்துக்கொண்டிருக்கிறாயா? எத்தனை ஒடுங்கி வணங்கி காரியம் செய்கிறாள்.இந்தப் பெண்ணைப் பக்கத்தில் விடாதேயடி, உன் அகமுடையானிடத்திலும் அப்பா இடத்திலும் சொல்லி ஜாதகம் பார்த்து உன் தம்பி சிவராமனுக்கே கலியாணம் செய்துவிடு. நன்றாய்ப் படித்திருக்கிறாள் என்று சொல்லுகிறாய். இத்தனை குணமான சமத்தான பெண்கள் நம்ம பக்கங்களில் கிடைக்காது, உன் புக்காத்து மனிதர்களே எல்லோரும் நிரம்பவும் மரியாதைப்பட்டவர்கள். உன் சாந்திக் கலியாணத்துக்கு வந்திருந்த போது பார்த்தோமே. வந்தவர்களிடத்திலெல்லாம் எத்தனை மரியாதையாயிருந்தார்கள். அம்மாளு நீ பாக்கியசாலிதாண்டி" என்று சொல்வார்கள். இவளும் "நன்றாயிருக்கிறது. நீங்கள் சொல்லுவது, என் புக்காத்துப்பேர் நல்லவர்களானாலும் எங்கள் வீட்டில் பெண்ணைக் கொடுக்கமாட்டார்கள், அவள் அத்தை பிள்ளைக்கு அவள் வாழ்க்கைப்பட ஏற்பாடாகியிருக்கிறது" என்று சொல்லுவாள். விசாலாக்ஷிக்கு இதையெல்லாம் கேட்பதில் பயமேயில்லை.ஏனெனில் அவளுடைய அருமையான சுப்புக்குட்டி அப்பா அப்படியெல்லாம் தன்னைத் தகுதியல்லாதவர்களுக்கு விவாகம் செய்துகொடுக்க மாட்டார் என்றும், அப்படி யாராவது கேட்டால் அவர்கள் பற்களை ஒன்றுவிடாமல் பிடுங்கிவிடுவார் என்றும் அவளுக்குத் தைரியமாகத் தெரியும். நிற்க. வளைகாப்புக் கலியாணம் ஒரு வாரத்தில் நடந்தது. விஷ்ணம்பேட்டையிலிருந்து தைலம்மாள் என்பவள் வளைகாப்புக்கு வந்துவிட்டுப் பிறகு விசாலாக்ஷியை அழைத்துக்கொண்டு வைகளத்தூர் வந்து சேர்ந்தாள். தைலம்மாள் தண்டாங்கோரையிலிருந்த 24 மணி நேரமும் விசாலாக்ஷிக்கு அம்மாளு செய்த உபசாரம் கணக்கு வழக்கில்லை. வளையடுக்கிக்கொண்டு மணையைவிட்டு எழுந்தவுடன், பார்த்து பார்த்து நல்ல வளைகளாகப் பொறுக்கி எடுத்து விசாலாக்ஷி கை நிறைய வளைகளைத் தானே அடுக்கி விட்டாள். பக்ஷணம் பணியாரங்களையெல்லாம் கட்டி ஒரு மூட்டையை அவள் புறப்படும்போது அருமையாக அவளிடங் கொடுத்து விசாலாக்ஷியின் கையை அருமையாகப் பிடித்துக் கொண்டு வண்டியைத் தொடர்ந்துகொண்டே குளத்தங்கரை

ஓர் ஐக்கியக் குடும்பச் சரித்திரம்

வரைக்கும் சென்று வழிவிட்டு அவளை வண்டியிலேற்றி, வேண்டிய புத்திமதிகளைக் கூறி, "என் கண்ணே, போய்வருகிறாயா? அக்கா, போய்விட்டு வருகிறீர்களா" என்று சொல்லி விசாலாக்ஷியின் பிரிவாற்றாமையினால் வருந்தி கண்ணீர்விட்டு தலைப்பினால் துடைத்துக்கொண்டு விடைபெற்றுக்கொண்டு வீட்டுக்குப் போனாள். இதையெல்லாம் பார்த்துக் கொண்டிருந்த அத்தையும் விசாலாக்ஷியை அணைத்துக்கொண்டு, "ஏண்டியம்மா, தெரு முழுவதும் உன் கையை அருமையாகப் பிடித்துக்கொண்டு குசுகுசுவென்று ரகசியம் பேசிக்கொண்டே வந்தாளே. என்ன சமாசாரம்?" என்று ஆன மட்டும் அன்புடன் கேட்டாள். ஆனால் விசாலாக்ஷி ஒன்றும் சொல்லாமல் ஏதோ போக்காக, "அதெல்லாம் ஒன்றுமில்லை. உனக்கெதிரில் உன் குஞ்சப்பாவிடம் நான் பேசுவதில்லையென்று உன் அத்தையிடம் சொல்" என்று சொன்னாள் என்று சொல்லிப் பிறகு "அத்தை, அவாத்துச் சிவராமனுக்கு என்னைக் கலியாணம் செய்யலாமென்று பேசிக்கொண்டார்கள். எனக்கு அழுகையாய் வந்தது. பயந்து போய்விட்டேன். அவர்கள் பேசின விதத்தில் எங்கே நம்மாத்தில் யாருக்குமே தெரியாமல் உடனே கலியாணத்தையே செய்து விடுவார்களோ என்று நினைக்கும்படி இருந்தது. பிறகு குஞ்சி 'அதெல்லாம் முடியாது, அவளுடைய பெரியத்தை பிள்ளைக்கு அவளைக் கொடுப்பதாகத் தீர்மானமாகியிருக்கிறது' என்று சொன்னபிறகுதான் நான் சற்றுத் தைரியமாயிருந்தேன். என்னை இந்த 6 நாளாய் அவர்கள் வீட்டில் விட்டுவைத்தீர்களே என்று என் மனத்துக்குள்ளேயே அழுதுகொண்டிருந்தேன். அத்தை, இனிமேல் என் சுப்புக்குட்டி அப்பாவைவிட்டு நான் வேறு யாரிடத்திலும் போயிருக்கமாட்டேன்" என்று சொல்லியழுதாள். அத்தை தைலம்மாளும் அவளை அணைத்துத் தேற்றி, "என் கண்ணே, அழாதே, அத்தைகளாகிய எங்களிடத்திலும் முல்லைவாயிலிலிருக்கும் உன் அருமையான பாட்டியிடத்திலுங் கூட உங்களை விட இஷ்டப்பட மாட்டாரே உன் அப்பா, நீ இனிமேல் பயப்படாதே, உன் சுப்புக்குட்டி அப்பா இடத்திலேயே நீ இருக்கலாம்" என்று சொல்லித் தைரியப்படுத்தினாள். தஞ்சையில் வந்து ரயிலேறி வழியில் தோசை பக்ஷணங்களைத் தின்றுகொண்டு 11 மணிக்கு நீடாமங்கலம் சேர்ந்து, அதிக வெயிலாயிருந்தபடியால் வாடகைக்கு ஒரு வண்டி அமர்த்திக் கொண்டு ஊர் வந்துசேர்ந்தனர். தாகத்தினால் களைத்தவர்களுக்கு கங்கா தீர்த்தம் கிடைத்ததுபோல் விசாலாக்ஷியும் அவளுடைய பாட்டி முதலானவர்களும் ஒருவரையொருவர் பார்த்து அளவுகடந்த சந்தோஷத்தை அடைந்தனர். விசாலாக்ஷியின் தங்கை வாலாம்பாளாவது 2 வருஷம் கும்பகோணத்தில் அம்மணியம்மாளிடத்திலிருந்து அடிக்கடி பெரியத்தையிடம்

போய்வருவதுண்டு. ஆனால் விசாலாக்ஷி அவள் விவாகம் ஆகும் வரைக்கும் அத்தை பாட்டிகளிடத்தில் வேறு ஊர்களுக்குப் போனதே கிடையாது. சுப்புக்குட்டி அப்பாவிடமே சலுகையாயும் செல்லமாயுமிருந்துவிட்டாள். ஆனதால் இந்த 4 மாதம் வெளியில் போய் வந்தவுடன் அவளுக்கு இன்னும் பதின்மடங்கு அதிகமாய்ப் பாட்டி, செல்லச் சித்தம்மை இவர்களிடம் அபிமானமும் வண்ணாற்றில் ஸ்நான ஆசையும் வைகளத்தூரின்மேல் அபிமானமும் ஏற்பட்டுவிட்டது. தன் அருமையான சுப்புக்குட்டி அப்பா, சகோதர சகோதரிகளுடன் சந்தோஷமாய்க் காலந்தள்ளிக்கொண்டிருந்தாள்,

மாதா மாதம் சாமண்ணாவுக்கு மாஸியம்,[1] ஸோதகும்பம்[2] நடந்துவந்தது. சாமண்ணா பிள்ளை விஸ்வநாதன் தாய் தகப்பனில்லாத குழந்தையென்று சற்றுச் செல்வமாக வளர்க்கப்பட்டு, அவனுக்கு முரட்டுத்தனமும் பிடிவாதமும் அதிகமாயிருந்தது. எந்தப் பண்டம் செய்தாலும் அதை அப்படியே பாத்திரத்துடன் தன்னெதிரில் வைத்துவிடவேண்டு மென்று பிடிவாதம் செய்து அழுவான். சித்தம்மை அத்தனை யும் தொட்டு எச்சிலாக்கிவிடுமே என்பதற்காகத் தயங்குவாள். சுப்புக்குட்டி அப்பாவுக்குத் தன் மனைவிமேல் இது விஷயமாகக் கோபம் வந்துவிடும். சித்தம்மை அழுவாள். இதெல்லாம் விசாலாக்ஷிக்கு மனத்துக்குக் கஷ்டமாயிருக்கும். தம்பியைத் தனிமையாய் அழைத்துப்போய் அவனை அமைதி யான நல்ல வார்த்தைகளால் சமாதானப்படுத்தி அவனுக்கு வேண்டியதைக் கொடுத்து ஜடாவல்லவ ஐயா பள்ளிக்கூடத்துக்கு அவனுடன் கூடப்போய் அவனைச் சமத்தாய்ப் படிக்கும்படி தூண்டுவாள். இவளுடைய சகோதரிகள் இருவரும் படுத்தாமல் பாட்டியினிடத்திலும் சித்தம்மையிடத்திலும் வணக்கமாய் அவர்கள் சொல்கேட்டு நடந்து கையாலானதைக் கூடசெய்துகொண்டிருப்பார்கள். விஸ்வனாதன் எப்போது மிகுந்த முரட்டு சுபாவம் உள்ளவன். ஐயா பள்ளிக்கூடத்தில் பாடம் சரியாய்ப் படிக்காமல் முரண்டுபண்ணி அவரிடம் வேண்டிய அடிபடுவான். இதைப் பார்த்து அழுதுகொண்டே விசாலாக்ஷி சுப்புகுட்டி அப்பாவிடம் வந்து சொல்லுவாள். அதிகமாய் அடிக்காமலிருக்கும்படி ஐயாவை அவர் கேட்டுக் கொள்ளுவார். "பெற்றோரில்லாத குழந்தையென்று நீங்கள் செல்லங்கொடுத்தால் அவன் முரட்டுத்தனம் அதிகமாய்விடும். அடியாத பிள்ளை படியாது. ஆயினும் உங்களுக்காக வேண்டி அதிகமாய் அடிக்காமலிருக்கிறேன்" என்று சொல்லுவார் ஐயா. இதனிடையில் தம்பியுடன் தானும் பள்ளிக்கூடத்துக்குப் போய் மூன்றாவது வகுப்பில் முதன்மையாகப் படித்து ஐயா மெச்சும்படி நடந்துகொண்டாள் விசாலாக்ஷி. அந்த வருஷம்

இந்தப் பள்ளிக்கூடத்தைப் பரீக்ஷிக்க வந்த இன்ஸ்பெக்டரும் விசாலாக்ஷியின் புத்திக்கூர்மையைக் கண்டு வியந்து, கிராமங்களில் பெண் குழந்தைகளுக்கும் பள்ளிக்கூடம் இருக்கவேண்டியது அவசியம் என்பதை உணர்ந்துகொண்டு போனதுடன் அந்த வருஷம் பள்ளிக்கூடத்துக்கு ரூ. 25 அதிக "கிராண்ட்" (உதவித் தொகை) கொடுக்கவும் சிபார்சு செய்தார். இதன்பிறகு அவ்வூரில் இன்னும் சிலர் தங்கள் பெண் குழந்தைகளையும் ஐயா பள்ளிக்கூடத்துக்குத் தைரியமாக அனுப்பிப் படிக்க ஏற்பாடு செய்தனர். இதன்பிறகு விசாலாக்ஷி தன் வீட்டிலும் தன் பாட்டி அன்னம்மாளின் தங்கை தையுக்குஞ்சுப்பாட்டி வீட்டிலும் ராமாயணம், பாரதம் முதலான புத்தகங்கள் படிப்பதும், ராமாயணப் பாட்டுகள் பாடுவதும், அதை அநேகம் அத்தைமார், பாட்டிமார்கள் வந்து கேட்பதும் வழக்கமாயிருந்தது.

அன்னம்மாள் தங்கை தையுக்குஞ்சுப்பாட்டிக்கு இரண்டு குமாரர்கள். மூத்தவர் ஸ்வாமிநாதன், ஊரிலேயே இருந்து கொண்டு வயதான தன் தகப்பனாருக்கு உதவியாய்ப் பண்ணை வேலையைக் கவனித்துவந்தார். ஒழிந்த வேளைகளில் சிறந்த விவேகத்தைக் கொடுக்கக்கூடிய புத்தகங்களைப் படித்துக் கொண்டிருப்பார். தாயாரும் நல்ல விவேகியானதால் படிக்கச்சொல்லிக் கேட்டுக்கொண்டிருப்பாள். இரண்டாம் புதல்வன் கோபாலன், கும்பகோணத்தில் ஓர் ஓட்டல்காரியிடம் சாப்பிட்டுக்கொண்டு படித்துக்கொண்டிருந்தார். அநேகமாய் வைகளத்தூர் பிள்ளைகள் எல்லோரும் தினம் இடைவேளைக்கு வேண்டிய சாதம் எடுத்துக்கொண்டு நீடாமங்கலம் போய், படித்துவருவார்கள். சிலர் மாத்திரம் கும்பகோணம் சென்று மேல்படிப்பு படித்து நல்ல உத்தியோகங்களில் இருந்து வந்திருக்கின்றனர்.

அடிக்குறிப்புகள்:

1. **மாஸியம்**: ஒருவர் இறந்த திதிப்படி மாதந்தோறும் செய்யப்படும் சடங்கு.

2. **ஸோதகும்பம்**: இறந்தவரை நேரடியாகப் பித்ருவாக பாவித்துச் செய்யப்படும் சடங்கு. மாஸியச் சடங்குடன் செய்யப்படும் சடங்கு.

15

அன்னம்மாளுடைய தாயார் குஞ்சம்மாளுக்கு ஒன்று விட்ட சகோதரரும் சொந்தச் சகோதரருமாக 3 சகோதரர்கள் இருந்தனர். மூத்தவர் முத்துவையர். இவரைக் குஞ்சம்மாள் பெண்கள், பேரன் பேத்திகள் எல்லோரும் ஆண்டம்மான் (ஆண்ட அம்மான்) என்று கூப்பிடுவது வழக்கம். அவர் மனைவி லக்ஷ்மியை ஆண்டாமி (ஆண்ட அம்மாமி) என்று கூப்பிடுவர். இவர்களும் முத்து சுப்ரமணியய்யர் குடும்பத்துக்குத் தாயாதிகளே. சங்க்ருதி கோத்திரத்தைச் சேர்ந்தவர்கள். ஆண்டம்மான் ஆண்டாமிக்கு 8 புதல்வர்கள் பிறந்தனர். மூன்றாவது பிரசவமானதும் ஆண்டாமிக்குக் கண்ணில் நோயுண்டாகி பார்வையை இழந்துவிட்டாள். பிறகு நிதானமாய்த் தன் வேலைகளைச் செய்துகொண்டு குழந்தைகளைப் பெற்று வளர்த்துக்கொண்டிருந்தாள். அப்பாதுரை, அய்யன், சுப்பன், கிருஷ்ணன், வெங்கடராமன், கைலாசம், விஸ்வநாதன் என்பவர்கள் முதல் எழுவர். கடைசிப் புதல்வன் சிறுவயதிலேயே இறந்துவிட்டான். ஆண்டாமி சிறந்த அறிவாளி. கண்ணில்லாவிட்டாலும் மற்ற ஒருவிதக் குறைவு மின்றி நல்ல சரீரக்கட்டுடன் தன் வேலைகளை எளிதாகச் செய்துகொண்டு மிகுந்த அறிவுடன் தன் குடும்பத்தை நடத்திவந்தாள். அன்னம்மாளுக்கும் இவளுக்கும் அந்தரங்கமான சிநேகமும் அன்பும் ஒருவர் மீதொருவருக்கு உண்டு. ஒருவர் வீட்டுக்கு ஒருவர் சென்று வேண்டிய உதவிகளைச் செய்துகொள்வார்கள்.

குஞ்சம்மாளின் இரண்டாவது சகோதரர் நல்லம்மான், அவர் மனைவி நல்லாமி இவர்கள் முல்லைவாயிலில் தங்கி வசித்தனர். இவர்களுக்கு துரைசாமி, வைத்தி, அய்யாத்துரை முதலான 6 புதல்வர்களும் துரையம்மாள், தங்கம்மாள் பொன்னம்மாள் என்னும் 3 புதல்விகளும் உண்டு. மூன்றாவது சகோதரர் நாணுமாமா. இவர் அன்னம்மாளைவிட ஒன்றிரண்டு வயது பெரியவர்.

இவர்கள் எல்லோரும் அன்னம்மாளின் புருஷன் வீட்டுக் குடும்பத்தாருடன் மிகுந்த சிநேகமாய் ஒருவருக்கொருவர் வேண்டிய உதவிகளைச் செய்துகொண்டிருந்தனர்.

ஆண்டம்மானாகிய முத்துவையர் தன் மூத்த புதல்வன் அப்பாதுரைக்கு மாங்குடியில் ஒரு கௌரவமான குடும்பத்தி லிருந்து ஆனந்தவல்லியென்னும் பெண்ணை விவாகம் செய்து அழைத்துவந்தார். அதன்பிறகு சிறுவயதிலேயே ஆண்டம்மான் காலமாகிவிட்டார். பிறகு அப்பாதுரை என்பவர் தன் தம்பிமாருடன் பண்ணைத் தொழிலைக் கவனித்துக்கொண்டிருந்தார். ஐந்தாம் பிள்ளையாகிய வெங்கடராமன் சில பண்ணையாட் களை அழைத்துக்கொண்டு மலையாளப் பக்கம் சென்று காபிக்கொட்டை பயிரிட்டு வியாபாரம் செய்துகொண்டிருந்தார். தகப்பனாருடைய வருஷ சிரார்த்தம் ஆனவுடன் ஒருநாள் திடீரென்று அப்பாதுரை அய்யர் தன் அத்தங்கா அன்னம்மாள் வீட்டுக்கு வந்து "எனக்குப் பசியாயிருக்கிறது" என்று சொல்லி அன்னம்மாள் போட்ட அன்னத்தையுண்டு ஒருவரிடமும் சொல்லிக்கொள்ளாமல் நீடாமங்கலம் சென்று ஒரு யாத்திரைக் கூட்டாத்தாருடன் புறப்பட்டு காசியாத்திரை போய்விட்டார். ஒருமாதம் வழிநடந்து காசிக்ஷேத்திரம் சேர்ந்து கங்காஸ்நானம் செய்தபிறகு, தன் தாயார் தம்பிகளுக்கு கடிதம் எழுதித் தன் க்ஷேமசமாசாரத்தை தெரிவித்து, "எங்கு போய்விட்டானோ" என்று அழுது விசாரப்பட்டுக்கொண்டிருந்தவர்களது விசனத்தை நீக்கினார். இரண்டு வருஷங்களுக்குப் பிறகே காசி, கயை முதலான க்ஷேத்திரங்கள் எல்லாம் தரிசனம் செய்துகொண்டு காவடியில் கங்கா தீர்த்தத்தைச் சுமந்து எடுத்துக்கொண்டு வழி நடந்து திரும்பி வைகளத்தூர் வந்துசேர்ந்து தாயாரை கங்கா தீர்த்தத்தினால் அபிஷேகம் செய்வித்து கங்கா சமாராதனை செய்து பந்து மித்திரர்களுக்கெல்லாம் கங்கா ஜலம் வழங்கி ஆசமனம் செய்வித்தார். பிறகு ஆனந்தவல்லியைச் சாந்தி செய்து கொண்டு அவளுடன் சந்தோஷமாக வாழ்ந்து 4 பெண்களையும் 2 பிள்ளைகளையும் பெற்று வளர்த்தார்கள். மூத்த பெண் செல்லம்மாள் எல்லோருக்கும் மிக அருமையாக இருந்தனள். பெண்ணில்லாத பாட்டி ஆண்டாமிக்கும் சகோதரிகளில்லாத சித்தப்பன்மார்களுக்கும் கண்ணுக்குக் கண்ணாயிருந்தாள். அவர்கள் இல்லம் முத்தண்ணா அகம் என்றும் அன்னம்மாள் அகம் முத்துஸ்வாமி சிவன் அகம் என்னும் வழங்குவது வழக்கம். இவ்விரு வீட்டாரும் மிகுந்த ஒற்றுமையுடன் இருந்தனர்.

அப்பாதுரை தம்பி வெங்கடராமனுக்கு தையுக்குஞ்சுப் பாட்டியின் பெண் ஜானகியென்பவளை விவாகம் செய்து சிறுவயதிலேயே சாந்தியாகி மலையாளத்தில் காபி பயிர்த்தொழில்

செய்து வியாபாரம் செய்துகொண்டிருந்த இடத்திலேயே புருஷனும் மனைவியும் இருந்து வந்தனர். 13 வயதுள்ள ஜானகி ஆறேமாதம் புருஷனுடன் சந்தோஷமாய்க் குடித்தனம் செய்தாள். வயிற்றில் 40 நாள் கர்ப்பம். அப்போது திடீரென்று வெங்கடராமன் இறந்துபோய்விட்டார். கூடப்போயிருந்த பண்ணையாட்கள், வேறு யாரும் பந்துக்களும் உற்ற மனிதர்களுமே யில்லாத அந்தத் தூர தேசத்தில் வந்து தனிமையாகக் கணவனை யிழந்து பரிதவிக்கும் 13 வயதேயுள்ள பேதை ஜானகியின் கஷ்டத்தைப் பார்த்து வருந்தி, இறந்து போன வெங்கடராமனின் உடலை எடுத்துத் தகித்துவிட்டு, ஓர் இரட்டைமாட்டு வண்டியில் பாத்திரம் சாமான்களையெல்லாம் வாரிப்போட்டு, ஜானகியையும் அதில் ஏற்றிக்கொண்டு பண்ணையாட்கள் சுமார் 15, 20 பேர் துணையாகக் கூட வழிநடந்து, ஏழுநாள் இரவும் பகலும் பிரயாணஞ்செய்து ஏழாம்நாள் பகல் வைகளத்தூரை எட்டும்போதே இரண்டு ஆட்கள் முன்னால் ஓடி, இந்தத் துக்க சமாசாரத்தை ஜானகி வீட்டாருக்குச் சொல்ல, அவர்களும் மற்று அந்தக் கிராமத்தாரும் இடிவிழுந்ததுபோன்ற இந்த எதிர்பாராத துக்க சம்பவத்தைக் கேட்டு ஓடி வந்து ஜானகியைக் கட்டிக்கொண்டு அழுது புலம்பி நதியில் ஸ்நானம் செய்து ஜானகியின் பிறந்தகத்தில் அவளைவிட்டு, ரசமும் அன்னமும் அவளுக்குக் கொடுத்தனர். பாவம், ஜானகி திடீரென்று ஏற்பட்ட துக்கத்தினாலும் 7 நாள் மிகுந்த ஆட்டமுள்ள கட்டை வண்டியில் வந்த சிரமத்தினாலும் மிகவும் அலண்டு போயிருந்தமையால் இரண்டு மூன்று நாள் படுத்த இடத்திலேயே துவண்டு கிடக்கும் தாமரைத்தண்டுபோல் கிடந்தாள். இவளது மைத்துனர் அப்பாதுரை அய்யர் தன் தம்பி மனைவியும் அத்தங்காள் தையுக்குஞ்சுவின் புதல்வியுமான இச்சிறுமிக்கு இத்தனைச் சிறிய பிராயத்தில் இந்தக் கஷ்டமாகிய வைதவ்வியம் வந்து விட்டதேயென்று விசனம் தாங்கமாட்டாதவராய் அவள் கையிலிருந்து தர்ப்பையை வாங்கிக்கொண்டு தம்பிக்கு வேண்டிய உத்தரகிரியைகளைச் செய்துமுடித்தார்.

ஜானகி 9 மாதம் கர்ப்பம் பூர்த்தியாகி 14 ஆவது வயதில் ஓர் ஆண் மகவை ஈன்றாள். இது எல்லோருக்கும் ஒருவித ஆறுதலை உண்டாக்கிற்று. ஜானகி மைத்துனர் வந்திருந்து புண்ணியாகவாசனம் செய்து குழந்தைக்கு ஜாதகர்மம் நாமகர்மம் எல்லாம் செய்தார். ராமச்சந்திரன் என்று பெயரிட்டுக் குழந்தையை எல்லோரும் மிகுந்த அன்பு ஆதரவுடன் சீராட்டிப் பாராட்டிக் கொஞ்சிக் குலாவி வளர்த்தனர். ஜானுவும் இந்தக் குழந்தையின் முகத்தைப் பார்த்துத் தன் துக்கத்தை ஒருவாறு மறந்திருந்தாள். தையுக்குஞ்சுவும் தன் சிறந்த விவேகத்தினால் தன்

பெண் ஜானுவின் துக்கத்தை மறந்து அவளைத் தேற்றிக்கொண்டு இருந்தாள்.

முத்தண்ணாவாத்தில் அவர் மூத்தபிள்ளையாகிய அப்பாதுரையை அவரது குழந்தைகள் எல்லோரும் அப்பா வென்றும் மற்றவர்களில் அய்யன் என்பவரை சித்தப்பா என்றும் சுப்பய்யரை குஞ்சப்பா என்றும் கிருஷ்ணனை கிருஷ்ணப்பாவென்றும் கைலாசய்யரை நல்லப்பாவென்றும் விஸ்வநாதய்யரை குட்டியப்பாவென்றும் கூப்பிடுவார்கள். கிருஷ்ணப்பா மாத்திரம் விவாகமே செய்துகொள்ளாமல் நித்ய பிரம்மசாரியாய் இருந்துவிட்டார். கடைசிப்பிள்ளையாகிய விஸ்வனாதய்யர் மாத்திரம் கும்பகோணத்தில் தங்கி ஆங்கில பாஷையைக் கற்றுக்கொண்டு பாலாம்பாள் என்னும் பெரியத்தை, அவள் புதல்வர் ஸ்ரீநிவாசய்யர் இவர்கள் குடும்பத்தாருடன் மிகுந்த அந்நியோந்நியமான சிநேகிதராகிவிட்டார். இவர் தமையன் அப்பாதுரை அய்யர் தன் பெண் ஜானகி என்பவளை மகராஜபுரத்தில் ஒரு வைதிகக் குடும்பத்தில் விவாகம் செய்து கொடுத்து ஜானகியின் நாத்தனாராகிய வாலாம்பாளை தன் தம்பி விஸ்வநாதய்யருக்கு விவாகம் செய்துவைத்தார். இதன்பிறகு விஸ்வனாதய்யர் தன் மனைவி வாலாம்பாளுடன் சென்னையில் மயிலாப்பூரில் கபாலீஸ்வரர் கோயிலுக்கருகில் ஒரு வீடு வாடகைக்கு அமர்த்திக்கொண்டு ஒரு வக்கீலிடம் குமாஸ்தாவாக இருந்து மிகுந்த அறிவுடன் வேண்டியது சம்பாதித்தார். குடும்பத்தாருக்கு வேண்டிய பொருளுதவி செய்து கொண்டும் அடிக்கடி தன்னிடம் வரும் பந்துமித்திரர்களுக்கு வேண்டியவற்றைச் செய்துகொண்டும் கட்சிக்காரர்களை உபசரித்து உதவி செய்தும் தன்னிடம் வரும் வித்வான்களை அடிக்கடி கச்சேரி காலக்ஷேபம் செய்யச்செய்து அவர்களுக்குத் திருப்தியாய் பரிசளித்தும உல்லாசமாய் மிகுந்த குதூகலத்துடன் வசித்துவந்தார். இவருக்குக் கமலாம்பாள், யோகாம்பாள் என்னும் இரண்டு பெண் குழந்தைகள் மாத்திரமே பிறந்து அருமையாய் வளர்ந்துவந்தனர்.

16

வைகளத்தூரில் சாமண்ணாவின் தம்பி ராமஸ்வாமி அய்யர் [1879] பிரமாதி வருஷம், கிறிஸ்துமஸ் லீவில் தன் சகோதரி சுந்தரி பிள்ளை வெங்கடராமனுக்கு படிப்பு ஏறாமையால் அது வரைக்கும் படித்த படிப்பே போதும் என்று தீர்மானித்து, அவனை அழைத்துக்கொண்டு ஊருக்கு வந்தார். வந்த சமயத்தில் ஒரு நல்ல நாள் பார்த்து அவருக்கும் அம்மாளுவுக்கும் ஸீமந்தக்கல்யாணம் நடந்தது. அதற்குப் பெரியத்தை பாலாம்பாள் அம்மாள் குடும்பத்தினர், மற்றும் அநேகம் பந்து ஜனங்கள் எல்லோரும் வந்திருந்தனர். இதற்குள் கும்பகோணத்தில் ஸ்ரீநிவாசய்யர் + மீனாம்பாளுக்கு நடராஜன், கிருஷ்ணசாமி, சங்கரன் என்னும் மூன்று பிள்ளைகள் பிறந்து லக்ஷ்மி என்னும் ஒரு பெண்ணும் பிறந்திருந்தது. ஸீமந்தக் கலியாணத்துக்கு வந்தவர்களுடன் சுப்புக்குட்டி ஐயர் ஆலோசனை செய்து ஆடி மாதம் நடக்கவேண்டிய சாமண்ணா வின் வருஷ ஆப்தீகத்துக்கு முன்பே அவருடைய பெண்கள் விசாலாக்ஷி, வாலாம்பாள் இருவருடைய விவாகமும் விஸ்வநாதனின் உபநயனமும் நடந்தாக வேண்டுமென்று முடிவுசெய்தார். இறந்து போன சாமண்ணாவின் விருப்பத்தின்படியே விசாலாக்ஷியை ஸ்ரீநிவாசய்யரின் தம்பி சுப்ரமணியனுக்குக் கொடுப்ப தாகத் தீர்மானித்தனர். சுந்தரி அத்தையின் பிள்ளை வெங்கடராமனுக்குப் படிப்புப் போதாமையால் அவனுக்கு வாலாம்பாளை விவாகம் செய்து கொடுப்பதைப்பற்றி யோசித்தனர். ராமஸ்வாமி குஞ்சப்பா வாலாம்பாளையே தன்னருகில் அழைத்து, "ஏண்டியம்மா, நீ வெங்கடராம அத்தானைக் கலியாணம் செய்துகொள்ளுகிறாயா?" என்று கேட்டதற்கு 10 வயது முடியப்பெறாத அப்பெண், "அவன் கறுப்பாயிருக்கிறான். அவனுக்கு நான் வாழ்க்கைப்படமாட்டேன்" என்று சொல்லி விட்டாள்!! "அந்தப் பெண்ணுக்கும் இஷ்டமில்லை,

அவனுக்கும் படிப்பு ஏறவில்லையாதலால் வேறு வரன் பார்க்க வேண்டியது” என்று தீர்மானித்தார்கள். இவர்கள் வீட்டுக்கு எதிர்வீட்டிலிருந்த அனந்தராமையரென்பவர் இவர்கள் நோக்கத்திற்கிணங்க, “ராமா! நமது குழந்தை வாலாம்பாளுக்கேற்ற வரனை நான் சொல்லுகிறேன். திருவாரூருக்கு அருகில் மணலி என்னும் கிராமத்தில் ராமையர் என்னும் ஒரு கௌரவமுள்ள மனிதர் கிராமக் கர்ணம் வேலையிலிருக்கிறார். அவரது சொந்த ஊர் நடுக்காவேரி. அவரது ரத்தினம்போன்ற இரண்டு புதல்வர்கள், சென்னை திருவல்லிக்கேணி இந்து ஹைஸ்கூலில் படிக்கின்றனர். அந்தப் பிள்ளைகளின் பெரிய தாயார் (தாயின் சகோதரி), அங்கிருந்து குடித்தனம் செய்துகொண்டு தன் தம்பி, இந்த இரண்டு பிள்ளைகள் மூவரையும் படிக்கவைத்துக்கொண்டிருக்கிறாள். மூத்தவனுக்கு 14 வயது, ஐந்தாவது பாரம் முடிந்து மெட்ரிக்யுலேஷன் வகுப்புக்குப் ப்ரமோஷன் ஆகியிருக்கிறது. பையன் மிகவும் சுறுசுறுப்பாயும் புத்திசாலியாயும் படிக்கிறான். பையனின் தகப்பனார், பாட்டனார் எல்லோரும் மிகுந்த யோக்கியமானவர்கள். தாயார் வாலாம்பாள் என்பவள் இரண்டு பிள்ளைகளுக்குப் பிறகு குழந்தைகளே இல்லாமையால் மூத்த பிள்ளைக்குச் சீக்கிரமே விவாகம் செய்து மருமகளைத் தன்னிடம் அருமையாக அழைத்து வைத்துக்கொள்ளவேண்டுமென்று நிரம்ப ஆவலுடனிருக்கிறாள், பையனும் நம் வாலாம்பாளைவிட அழகும் அறிவுமுடையவன். தகுந்த ஜோடியாக இருப்பார்கள். அந்தப் பிள்ளையின் பாட்டனாராகிய கிழவர் மிகுந்த பக்திமான். அவர்கள் கிராமத்துப் பிள்ளையார் கோவிலைப் புதுப்பித்து, தன் சொந்தச் செலவில் கட்டி முடித்து கும்பாபிஷேகம் செய்து தினம் இரண்டுவேளையும் தானே சென்று, அபிஷேக அர்ச்சனைகள் செய்து பூஜை செய்துவருகிறார். அவர் மனைவி இல்லாதவராதனால் வானப்ரஸ்தராய் கோவிலிலேயே தன் காலத்தைத் தள்ளிக்கொண்டு வருவதுடன் ஸந்நியாசியாகவும் ஆகப்போகிறார். இந்தச் சம்பந்தம், இரண்டு குடும்பத்தாருக்கும் பெருமையாகவேயிருக்கும்” என்று சொன்னார். இதையே எல்லோரும் ஒப்புக்கொண்டு அவரவர்கள் ஊர் போய்ச் சேர்ந்தனர். அம்மாளுவை பிரசவத்துக்கு அவள் பிறந்தகத்துக்கு அனுப்பிவிட்டு ராமஸ்வாமி அய்யர் கண்ணனூருக்குப் போனார்.

தைமாதம் பிறந்தது. சாமண்ணாவின் மனைவி செல்லம்மாளின் இரண்டாவது வருஷ சிரார்த்தம் நடந்தேறிற்று. எதிர் வீட்டு அனந்தராமையர் நடுக்காவேரி ராமையரிடம் சென்று, சாமண்ணா பெண் வாலாம்பாள் ஜாதகத்தைக் கொடுத்து அவரது மூத்த புதல்வன் ஜாதகத்தை வாங்கிவந்து சுப்புக்குட்டி ஐயரிடம் கொடுத்தார். பிறகு ராமையரும் அவர் மனைவியும் வைகளத்தூருக்கு வந்து வாலாம்பாள் என்னும் பெண்ணைப்

பார்த்துவிட்டு அவளது அழகையும் கள்ளங்கபடமற்ற நல்ல பேதமையான சுபாவத்தையுங் கண்டு மகிழ்ந்து, தங்களுக்கேற்ற மருமகளும் தங்கள் பிள்ளைக்குகந்த மனைவியும் இவளே ஆவாள் என்று தீர்மானித்தனர். இவர்களது குண விசேஷங்களைக் கண்ட சுப்புக்குட்டி ஐயரும் இவர்களே தமக்கேற்ற சம்பந்திகள் என்று சந்தோஷித்து அவர்களைப் பார்த்து, "எங்கள் குழந்தையின் அதிருஷ்டத்தினால் உத்தம குலத்தைச் சேர்ந்த உத்தமமான உங்கள் சம்பந்தம் எங்களுக்குக் கிடைக்கப்போகிறது. தாய் தகப்பனில்லாத இந்தக் குழந்தைகளை என் மதனியாராகிய அன்னம்மாளும் நாங்களும் எங்கள் கண்ணுள் மணியேபோல் கருதி, பொன்போல் போற்றி வளர்க்கிறோம். இவர்களது பெற்றோர்களாகிய என் தமையன் மகனும் அவர் மனைவியும் மகா மேதாவிகளாயிருந்து குடும்பத்தை மிகுந்த ஐக்கியத்துடன் தலைமை வகித்து நடத்தினார்கள். அவர்களைப்போலவே இந்தப் பெண்களும் புத்திசாலிகளாய் தமிழ், கிரந்தம் இரண்டும் படித்துத் தேர்ச்சியடைந்திருக்கின் றனர். மூத்த பெண்ணை அவள் அத்தை பிள்ளைக்கே கொடுப்பதாக நிச்சயமாகியிருக்கிறது. இரண்டாதவளாகிய எங்கள் கண்ணான வாலாம்பாளை உங்கள் பிள்ளைக்குக் கொடுப்பதில் எங்களுக்கெல்லாம் பூர்ண சம்மதம். இவ்விரு பெண்களையும் துளசி தீர்த்தத்துடன் கன்னிகாதானம் செய்துகொடுக்கப்போகிறோம். பரிசப்பணம் நாங்கள் வாங்கமாட்டோம், இயன்ற மட்டும் பாத்திரம், பண்டங்கள், நகைகள் முதலான ஸ்ரீதனங்கள் கொடுத்து விவாகச் செலவுகளையும் நாங்களே செய்துகொடுக்கிறோம். பெற்றோர்களில்லாத இந்தக் குழந்தையை நீங்கள் அருமை யாகப் பார்த்துக்கொள்ளவேண்டும்" என்று வருந்திக் கேட்டுக்கொண்டார். அந்தத் தம்பதிகளும் மிகவும் மகிழ்ந்து "நீங்கள் விசாரப்படவேண்டாம், இனிமேல் எங்களுக்குப் பெண்ணும் மருமகளும் உங்கள் குழந்தைதான். அவள் பாட்டி அத்தைகளைவிடப் பதின்மடங்கு அதிகமாய்ப் பாராட்டிச் சீராட்டி வைத்துக்கொள்ளுவோம்" என்று சொல்லி அப்போதே வாலாம்பாளை அருகிலழைத்து அணைத்துக்கொண்டு சந்தோஷமடைந்தனர். குழந்தை வாலாம்பாளும் அவர்களது அன்பினால் கவரப்பட்டு அவர்கள் பிள்ளையை விவாகம் செய்துகொள்ள இஷ்டப்பட்டாள். இதன்பிறகு வந்த தம்பதிகளிருவரும் பரிசப்பணமேயில்லாமல் விவாகம் செய்து கொடுப்போம் என்று சொன்ன சுப்புக்குட்டி ஐயரின் மேன்மையான குணத்தையும் தன் குழந்தை, தமையன் மகன் குழந்தையென்னும் பேதமின்றியிருக்கும் குடும்ப ஐக்கியத்தின் அழகையும் கண்டு வியந்து, மகிழ்ந்து, புகழ்ந்து, மெச்சிக்கொண்டு விவாக முகூர்த்தம் குறித்தனுப்பும்படி சொல்லிவிட்டு

எல்லோரிடமும் விடைபெற்றுச் சென்றனர். சுப்புக்குட்டி ஐயர் இந்த விவரங்களையெல்லாம் தன் தமையன் பிள்ளை நடராஜய்யருக்கு எழுத அவர் தனக்கும் இந்தச் சம்பந்தம் இஷ்டமேயென்று தெரிவித்து இந்த வருஷம் வைகாசி மாதத்திலேயே விவாகம் நடக்கவேண்டும், அதற்கென்றே 1000 ரூபாய் சேர்த்து வைத்திருக்கிறேன், மேலே இரண்டு மூன்று நூறு கூட ஆனாலும் பரவாயில்லை. எனது அருமைத் தமையனார் சாமண்ணாவுடையவும் அவர் மனைவி செல்லம்மாளுடையவும் ஆத்மாக்கள் திருப்தியாகும்படி அவர்களுடைய குழந்தைகளின் விவாகத்தை மங்களகரமாய் செய்துமுடிக்கவேண்டும். அதற்கு வேண்டிய எல்லா ஏற்பாடுகளையும் நீங்கள் செய்ய வேண்டியது" என்று எழுதினார்.

நாலைந்து தலைமுறையாய் இவர்கள் குடும்பத்தில் பிரதி வருஷமும் மாசி மாதத்தில் குலதெய்வமாகிய பாலாம்பிகை சமாராதனை நடப்பது வழக்கம். இந்த [1880] விக்ரம வருஷத்திலும் மாசி மாதம் ஒரு செவ்வாய்க்கிழமையன்று மிகவும் விமரிசையாக பாலாம்பிகை சமாராதனை நடந்தது, 6 மரக்கால் ஈர்க்குச் சம்பா அரிசியை நன்றாக வேகவைத்துப் புத்துருக்கு நெய்யும் வெல்லமும் மிகுதியாகக் கலந்து புடமிட்ட தங்கம் போன்ற நிறத்துடன் செய்த பாயஸான்னம், பலவித சித்ரான்னங்கள், கறிகாய்கள், பழங்கள் எல்லாவற்றையும் "பாலாம்பிகை"க்கு நிவேதனம் செய்து அக்கம்பக்கத்துக் கிராமங்களிலிருந்து வந்திருந்த நூறு நூற்றைம்பது இஷ்டமித்திர பந்துக்களுடன் போஜனம் உண்டு களித்தனர். சிலநாட்களுக்குப் பிறகு ராமஸ்வாமி அய்யர் மனைவி அம்மாளுவுக்குப் புத்திரன் பிறந்தான் என்னும் சந்தோஷ சமாசாரத்தை அவளுடைய வீட்டார் வந்து சொல்லி சருக்கரை, பழம் முதலியவற்றைக் கொண்டுவந்துவைத்து விருந்துண்டு, பிரதி மரியாதையாக அளிக்கப்பட்ட புதிய வேஷ்டியுடன் திரும்பிப்போனார்கள். இது நடந்த இரண்டு நாட்களுக்கெல்லாம் சுப்புக்குட்டி ஐயரின் மருமகள் செல்லம் வரக்ஷரில் பெரியவளானாள் என்னும் சமாசாரத்தை வைத்தி சாஸ்திரிகளின் பெரிய புதல்வன் வேதராமன் என்பவர் புதிய தாம்பாளம், வெண்கலப் பானை இவைகளில் சருக்கரை, கற்கண்டு, பழம், வெற்றிலை பாக்குடன் கொண்டுவந்துவைத்து சோபனம் சொன்னார். (மாராயம்[3]) அவருக்கு விருந்தளித்து புதுவேஷ்டி கொடுத்து மரியாதைசெய்து அனுப்பிவிட்டுப் பிறகு ராமஸ்வாமி + அம்மாளுவிள் குழந்தைக்கு பொன் காப்பு, வெள்ளிக் காப்பு, முக்காப்புகளும் பெரியவளான பெண்ணுக்குப் புதுப்புடவையும் வாங்கிக்கொண்டு, சுப்புக்குட்டி ஐயரின் மனைவி செல்லச் சித்தம்மை, சாமண்ணா பெண்கள் விசாலாக்ஷி, வாலாம்பாள் இருவரையும் உடனழைத்துக்கொண்டு,

துணைக்குத் தன் சகோதரனுடன் முதலில் வரகூருக்குப் போனாள். விஷ்ணம்பேட்டையிலிருந்து தைலம்மாளும் வந்துசேர்ந்தாள்.

ஒரு பெண் பெரியவளானால் அதை 5 நாள் கலியாணமாகக் கொண்டாடுவது வழக்கம். கிராமத்திலுள்ள கன்னிப்பெண்கள் எல்லோரும் ஐந்து நாட்களும் அவளிடத்தில் வந்து கூடி, பாடுவதும் பரிஹசிப்பதும் விருந்து சாப்பிடுவதுமாக இருப்பார்கள். சில சமயங்களில் பெரிய பெண்களும்கூட அந்த ஐந்துநாளும் தங்களுக்குப் பிரத்தியேகமாய் சுயேச்சையான சுதந்திரம் ஏதோ கிடைத்துவிட்டதுபோல், வெட்கத்தையே விட்டு கேவலமான கருத்துகளமைந்த பாடல்களை, பெரியவளான பெண்ணின் நெருங்கிய பந்துக்களான புருஷர்களுக்கெதிரிலுங்கூட நின்று அவர்களை வழிமறித்துப் பாடி அவர்களிடத்திலிருந்து பணம் வசூலித்து அந்தத் தொகையை ஐந்தாம் நாளன்று தங்களுக்குள் பங்கிட்டுக்கொள்ளுவார்கள். மூன்றாம் நாளிரவு புருஷன் வீட்டார் பெரியவளான பெண்ணுக்குப் பூச்சூட்டுவது வழக்கம். புஷ்ப மாலை, புஷ்பத்தாண்டா மற்றும் பல புஷ்பங்கள், வெற்றிலை பாக்கு, பழம், தேங்காய், புதுப்புடவை, ரவிக்கை இவைகளைத் தட்டுக்களில் வைத்துக்கொண்டு, மேளவாத்தியத்துடன் ஊர்வலம் வந்து தைலம்மாள், செல்லச் சித்தம்மை முதலானவர்கள் பெண் வீட்டுக்கு வந்துசேர்ந்து பெரியவளான பெண்ணை மங்கள மணையில் வீற்றிருக்கச்செய்து, பெரியவர்கள் அவளருகில் போனால் ஸ்நானம் செய்யவேண்டுமென்பதற்காகக் கன்னிப் பெண்ணாகிய விசாலாக்ஷியை அவளருகிற்சென்று, பூச்சூட்டும்படி செய்தனர். அவளுக்கு வேண்டியபடி புஷ்ப அலங்காரம் செய்து மங்களமாக பாடல்களைப் பாடி ஆலாத்தி சுற்றி, திருஷ்டிகழித்துக் கூடியிருக்கும் பெண்களுக்கு 5 ரூபாய் பணங்கொடுத்துப் பிறகு சம்பந்திகள் உபசரிக்க விருந்துண்டு துயில்கொண்டனர். மறுநாள் நான்காவது தினம் ஸ்நானம் செய்யும் முறை. ஆதலால் காலையில் தோசை, இட்டலி, குழம்புப்பால் முதலிய பலகாரங்கள் சாப்பிட்டான பிறகு பெரியவளான பெண்ணை ஆற்றுக்கு அழைத்துச்சென்று நலங்கு முதலிய பாடல்களுடன் முதலில் திரண்ட பெண்ணுக்கும் பிறகு அவளுடன் கூடியிருந்த கன்னிப் பெண்களுக்கும் எண்ணெய் தேய்த்து, மங்கள ஸ்நானம் செய்வித்து, பெரியவளான பெண்ணை புதிய பட்டுப் புடவையைக் கட்டி, புஷ்ப அலங்காரம் செய்து, புஷ்பப் பல்லக்கில் ஏற்றி ஊர்வலம் வந்தார்கள். ஒவ்வொரு வீட்டிலும் பல்லக்கை நிறுத்தி வீட்டிலுள்ள பெரிய சுமங்கலிகள் திரண்ட பெண்ணுக்குப் பாலும் பழமும் கொடுத்து உண்ணச்செய்து ஆலாத்தி சுற்றிக்கொட்டினார்கள். பெண்ணின் புருஷன் வீட்டார் செலவில் ஆலாத்தி சுற்றிக்கொட்டின தட்டில் ஒரு கிண்ணம் சருக்கரையும் 2 பழமும் வைத்துக் கொடுத்தார்கள். பிறகு

ஊர்வலம் வந்து வீட்டுவாயிலைச் சேர்ந்தவுடன் பெண்ணைப் பல்லக்கிலிருந்து இறக்கிக் கிழக்கு நோக்கி நிற்கச்செய்து ஆலாத்தி சுற்றிக்கொட்டி, பூமியில் கொட்டின ஆரத்தி மண்ணைக் கிள்ளியெடுத்துப் பொட்டிட்டுத் திருஷ்டிகழித்து உள்ளே அழைத்துச்சென்று மணையில் வைத்துப்பாடி, சுத்த ஜலமும் திருவிளக்கும் நிறை நாழி அரிசியுங்கொண்டு சுவாமிக்குத் தீபாராதனை செய்வதுபோல் தலைமுதல் கால்வரைக்கும் ஏற்றி இறக்கிவிட்டு மங்களம் பாடினார்கள். பிறகு மணையைச் சுற்றி அம்மானை, சோழி, கழற்சிக்காய், சங்குப்பாலாடை, எழுத்தாணி பனையோலைச் சுருள் இந்த ஐந்து விதச் சாமான்களையும் 5 கிண்ணங்களினால் மூடி வைத்திருந்ததை மணையிலிருந்த பெண் எழுந்திருந்து ஒவ்வொன்றாயெடுத்து மடியில் கட்டிக்கொண்டு மறுபடி மணையில் உட்கார்ந்தாள்; பிறகு அவளுக்குத் தலை வாழையிலை போட்டு, பாயஸம், அன்னம், பருப்பு, கறிவகைகள் எல்லாம் பரிமாறி, நெய்விட்டுப் பருப்பும் சாதமும் கலந்து அவள் கையினால் நாலைந்து குழந்தைகளுக்குச் சிறிதளவு கொடுத்து உண்ணச்செய்து, அதன்பிறகு அவளையும் விருந்து சாப்பிடச்செய்தார்கள். அன்று மாலையில் தீபமேற்றிய பிறகு மறுபடியும் பெரியவளான பெண்ணை மணையில் வைத்துப் பாடி வந்தவர்களுக்கெல்லாம் எள்ளுருண்டையும் தாம்பூலமும் வழங்கினார்கள். ஐந்தாம் நாள் காலையில் புளியன்னம், தயிரன்னம் இவ்விரண்டுடன் பெண்ணையும் அவளுடைய தோழிகளையும் அழைத்துக்கொண்டு நதிக்கரை சென்று "அன்னாள்"[1] ஸ்நானம் செய்வித்து மற்றவர்களும் ஸ்நானம்செய்து மடி உடுத்திக்கொண்டு, கொண்டுவந்திருந்த சித்திரான்னங்களை யெல்லாம் வேடிக்கையாகப் புசித்துவிட்டு வந்திருந்த பெண்கள் எல்லோரும் வசூலித்தப் பணத்தை பங்கிட்டுக்கொண்டு பிறகு அவரவர் வீடு சேர்ந்தனர். இத்துடன் "திரண்டு குளித்தல்" கலியாணமும் முடிந்தது.

செல்லச் சித்தம்மை, தைலம்மாள் எல்லோரும் சம்பந்தி களிடம் விடைபெற்று அன்று சாயரக்ஷையே புறப்பட்டு தண்டாங்கோரை வந்துசேர்ந்து அம்மாளு அம்மாளின் அருமைக் குழந்தைக்குக் காப்பிட்டார்கள். தைலம்மாள், குழந்தையை எடுத்து மடியில் வைத்துக்கொண்டு, கைக்கு ஒத்தும் காலுக்கு வெள்ளிக் காப்புச் சங்கிலி, முக்காப்பு, வேப்பிலைக் காப்புமிட்டு ஆலாத்தி சுற்றிக்கொட்டி வந்தவர்களுக்கெல்லாம் காப்பரிசியும் கட்டிப் பருப்பும் வழங்கினார்கள். மறுநாட் காலையிலேயே புறப்பட்டு வைகளத்தூர் வந்துசேர்ந்தார்கள். மறுபடி வழக்கம்போல் விசாலாக்ஷியும் வாலாம்பாளும் தங்கள் சித்தம்மைக்கு உதவியாய் வீட்டு வேலைகளைச் செய்வதும் பகல்வேளையில் பாட்டியம்மாள்

அன்னம்மாளைக் கேட்டுக்கொண்டு தையுக்குஞ்சுப்பாட்டி வீட்டுக்குப்போய் மார்க்கண்ட நாடகம், வள்ளி கலியாணம், அரிச்சந்திர புராணம், ராமநாடகம், நந்தன் சரித்திரம், புலந்திரன் களவு, அல்லியரசாணி மாலை, தேசிங்கு ராஜன் கதை இம்மாதிரியான புத்தகங்களைப் படிப்பதும் அவற்றிலுள்ள பாடல்களைப் பாடுவதும் இவ்விதமாய் நல்ல புராண காலக்ஷேபம் செய்வார்கள். தையுக்குஞ்சுப் பாட்டியின் புதல்வர் ஸ்வாமிநாதய்யர் தமிழில் நல்ல அறிவு உடையவராதலால் தெரியாத விஷயங்களை எடுத்து அர்த்தஞ்சொல்லி விளக்கிக்காட்டுவார். கிட்டினபந்துக்களான அத்தைமார், பாட்டிமார் எல்லோரும் வந்து உட்கார்ந்து குழந்தை விசாலாக்ஷியைப் படிக்கச்சொல்லி பிரியத்துடன் கேட்டு மகிழ்வார்கள். தீபமேற்றும் சமயம் ஐயா பள்ளிக்கூடத்துத் திண்ணையில் அவர் பிரபவச்சுவடி (பிரபவ முதலிய வருஷங்களின் பெயர், 27 நக்ஷத்திரங்கள், ராசிகள் முதலியன) சொல்லிக்கொடுப்பார். விசாலாக்ஷி, வாலாம்பாள், விஸ்வநாதன் எல்லோரும் அங்கு உட்கார்ந்து அவற்றை எல்லாம் கற்றுக்கொள்வார்கள். பிறகு வீடு திரும்பி இரவு போஜனம் ஆன பிறகு நிலா நாட்களில் ஊர்க்குழந்தைகள் யாவரும் தெருவில் ஒன்றுகூடி குந்து, மந்து, சோளாம், கும்மி, நிலாவாட்டம்[2] முதலிய விளையாட்டுக்களை விளையாடிவிட்டுப் பிறகு தன் பாட்டியிடத்திலோ அல்லது தையுப்பாட்டி வீட்டிலோ சென்று சிறிது நேரம் படித்துப் பிறகு நித்திரைசெய்வார்கள். இவ்வாறு சந்தோஷமாகப் பொழுதுபோக்கிக்கொண்டிருந்தனர்.

அடிக்குறிப்புகள்:

1. **"அன்னாள்" ஸ்நானம்**: மாதவிடாய்த் தீட்டுக் கழிந்த ஐந்தாம் நாள் செய்யும் ஸ்நானம்.

2. **குந்து, மந்து, சோளாம், கும்மி, நிலாவாட்டம்**: கும்மியைத் தவிர மற்ற விளையாட்டுகள் பற்றிய விவரங்கள் கிடைக்க வில்லை.

3. **மாராயம்**: நற்செய்தி. ஒரு பெண் வயதுக்கு வந்துவிட்டால் அந்த நற்செய்தியைச் சுற்றத்தாருக்கு அறிவித்தலை 'மாராயம் கூறுதல்' என்று சொல்வது வழக்கம்.

17

இதன்பிறகு வைகாசிமாதம் சாமண்ணா பெண்கள் விசாலாக்ஷி, வாலாம்பாள், சுந்தரியம்மாள் பெண்கள் விசாலாக்ஷி, சுப்பம்மாள் இந்த நால்வருடைய விவாகமும், சாமண்ணா பிள்ளை விஸ்வநாதன் உபநயனமும், சுப்புக்குட்டி ஐயர் பிள்ளை ஸ்வாமிநாதனுடைய சாந்திக்கல்யாணமும் ஆக இந்த ஆறு சுப காரியங்தளுக்கும் முகூர்த்தம் வைத்தார்கள். இந்த விவாகங்களுக்கு வேண்டிய காரியங்கள் மாசிமாதத்திலிருந்தே தயார்செய்ய ஆரம்பித்தனர். ஈர்க்குசம்பா நெல் 50 கலம் குத்தி நல்ல அரிசியாக்கி மூட்டைகளில் கட்டிப்போட்டனர். துவரை முளை கட்டி காயவைத்து தயாரித்தனர். உளுந்து உடைத்துப் புடைத்து எடுத்துவைத்தார்கள். ஊரிலுள்ள உற்றார், உறவினர் உதவியுடன் 5000 அப்பளம் இட்டுவைத்தனர். அவல்வடாம், மாவடாம், ஜவ்வரிசிவடாம் முதலிய வடகங்களும், அவரை, பாகல், கொத்தவரை, வெண்டை முதலிய வற்றல்களும், வடுமாங்காய், எண்ணெய் மாங்காய், எலுமிச்சை, கசப்புநாரத்தை முதலிய ஊறுகாய்களும் தயாரித்து வைத்துக்கொண்டனர். வீடெல்லாம் புதிய சன்னமான மணல் போட்டு தேய்கல்லினால் தேய்த்து, கரிபோட்டு மெழுகி, தரையெல்லாம் வழவழப்பாயிருக்கும்படி செய்தார்கள். இரண்டு திண்ணைகளுக்கும் மேலுள்ள சுவர்களை கரிமட்டையும், சாணமும் கலந்து மெழுகி பளபளப்பாக்கிப் பிறகு சாமண்ணாவின் சகோதரிகள் தைலம்மாள், மீனாம்பாள் இருவரும், மஞ்சள் பூராங்கல், காவிக்கல் இவ்விரண்டையும் தனி தனியாக அரைத்து இரண்டு சட்டிகளில் வைத்துக்கொண்டு சுவரில் சித்திரம் எழுதினார்கள். மூன்று அங்கணத்திலும் மூன்று மண்டபங்கள் சித்தரித்து அவற்றில் சிவலிங்கம், விநாயகர், முருகன். அம்பாள் இவர்களின் உருவங்களை

வரைந்து வைத்தனர். இரண்டாவது திண்ணையின் மேல்சுவரில், இரதம் போன்ற சித்திரமெழுதி இருபுறமும் கொடுங்கையிறக்கி மேல் விதானம் அமைத்து நடுவில் அம்பாள் உருவத்தைச் சித்திரித்தனர். இவ்விதம் வீட்டை அலங்கரித்து விவாகத்துக்கு வேண்டியவற்றையெல்லாம் தயாரித்தனர். வைகாசி மாதம் ஆரம்பத்திலேயே நதியில் புதுவெள்ளம் வந்து நிரம்பிற்று. வீட்டின் பக்கமுள்ள பெரிய குளத்திலுள்ள சேற்றையெல்லாம் வாரிக் கொட்டிவிட்டு அதற்கு நதியிலிருந்து புதிய ஜலம் கொண்டுவந்து நிரப்பினர்.

விவாகத்துக்கு வேண்டிய பந்து ஜனங்கள் எல்லோரும் வந்து சேர்ந்தார்கள். நான்கு சம்பந்திகளும் வந்து சேர்ந்து மரியாதையாக எதிர்கொண்டழைக்கப்பட்டு அவரவர்கட்கு ஏற்படுத்தியிருந்த ஜாகைகளில் தங்கினார்கள். குறித்த முகூர்த்தத்தில் நான்கு விவாகங்களும் மங்கள வாத்தியங்கள், வேதகோஷங்களுக்கிடையில் பெரியவர்களது ஆசீர்வாதத்துடன் நடந்தேறியது. விசாலாக்ஷியை சுப்புக்குட்டி ஐயரும் அவர் மனைவியும் தாரைவார்த்துக் கொடுத்தனர். வாலாம்பாளை அவள் சிற்றப்பா நடராஜய்யரும் யோகாம்பாளும் தாரைவார்த்தனர். சுந்தரியும் அவள் கணவரும் மூத்த பெண் சுப்பம்மாவைக் கன்னிகாதானம் செய்துகொடுத்தனர். இளையவளான விசாலாக்ஷியைச் சுந்தரியம்மாளின் மைத்துனரும், சுப்புக்குட்டி ஐயர் மனைவி செல்லச் சித்தம்மையின் சகோதரருமான வைத்தினாதய்யர் தாரைவார்த்துக்கொடுத்தார். சுப்பம்மாளைத் தண்டாங்கோரையைச் சேர்ந்த கேதாரசாஸ்திரி என்பவருக்கு ரூ. 400 பரிசப்பணம் வாங்கிக்கொண்டு விவாகம் செய்துகொடுத்தார்கள். 9 வயதுடைய இரண்டாவது பெண் விசாலாக்ஷியைச் சுப்புக்குட்டி ஐயரின் இரண்டாவது பிள்ளை சுந்தரத்துக்கே விவாகம் செய்தனர். இதற்கும் பரிசப்பணம் வேண்டுமென்று சுந்தரியம்மாள் கேட்டாள். பாலாம்பாள் அத்தை பிள்ளை ஸ்ரீநிவாசய்யர், சுப்புக்குட்டி ஐயர் மீதுள்ள அபிமானத்துக்காகக் கொடுத்த ரூ. 100, சுப்புக்குட்டி ஐயரின் மனைவியின் பெரியம்மாள் கொடுத்த ரூ. 100 இந்த ரூ. 200 உடன் நடராஜய்யர் ரூ. 200 சேர்த்து மொத்தம் ரூ. 400 பரிசப்பணம் கொடுத்தார்கள். சாமண்ணா பெண்கள் விசாலாக்ஷிக்கும் வாலாம்பாளுக்கும் பரிசப்பணம் வாங்கவில்லை. ஆதலினால் அவர்கள் புருஷன் வீட்டுப்பேர்கள் அந்தக் குழந்தைகளுக்கு அலங்காரமாய்ச் சில நகைகள் செய்துகொண்டுவந்து பூட்டினார்கள். முக்கியமாய் வாலாம்பாளின் மாமனார், மாமியார், தங்கள் அருமையான பிள்ளைக்காகத் தானம் வாங்கிய கன்னிகைக்கு வேண்டிய ஆபரணங்கள் செய்து போட்டுப் பார்க்கவேண்டுமென்று ஆசையுடன் சந்திரமுருகு, கொடி திருமங்கல்யம், காப்பு, கொலுசு

முதலான நகைகளும் நல்ல புடவைகளும், கன்னிகாதானம் செய்த நடராஜய்யர், யோகாம்பாளுக்கு வேஷ்டி, புடவையும் சன்மானம் செய்தார்கள். வேண்டிய பந்து ஜனங்களுடன் வந்திருந்து சந்தோஷமாய், கலியாணமான தம்பதிகளைக் கண்டு களித்தனர். வாலாம்பாளின் புருஷனான வெங்கடராமன், அவன் தம்பி கணேசன் இருவரும் ராமலக்ஷ்மணரைப்போல் அழகும் அறிவும் உடையவர்களாய் கையில் தங்கக்காப்பு, மோதிரம், காலில் வெள்ளிக் காப்பு, இடுப்பில் அரைஞாண் இவற்றுடன் வசீகரத்தோற்றத்துடன் தங்கள் வயதுக்குச் சமமான எல்லோருடனும் சல்லாபமாய், கலகலப்பாய்ப் பேசிக்கொண்டு இருந்தனர் விசாலாக்ஷியின் கணவர் இயற்கையிலேயே அதிகமாக யாருடனும் பேசமாட்டார். தனக்கு மிகவும் ஆப்தமான சில நண்பர்களுடன் மாத்திரமே தாராளாமாய்ப் பேசுவார். விசாலாக்ஷியும் சிறுவயதிலிருந்தே அவரைத் தன் கணவர் என்று பலரும் சொல்லக் கேட்டிருந்தமையால் அவரிடம் வெட்கப்பட்டுக்கொண்டு அதிகமாய்ப் பேசுவது வழக்கமில்லை. மற்றப்படி தன் தங்கையின் புருஷராகிய புதிய மாப்பிள்ளை, சமவயதான அத்தான், அம்மாஞ்சி, சித்தப்பன்மார்களுடன் வேடிக்கையாகப் பேசிக்கொண்டும் தங்களுக்குத்தெரிந்த விஷயங்களை ஒருவர்க்கொருவர் சொல்லிக்கொண்டும் விவாக தினங்கள் 5 நாட்களையும் சந்தோஷமாகக் கொண்டாடினார்கள்.

சாமண்ணாவின் தம்பி ராமஸ்வாமி அய்யர் சாமண்ணா பிள்ளை விஸ்வநாதனுக்கு ப்ரம்மோபதேசம் செய்து உபநயனம் செய்வித்தனர். சுப்புக்குட்டி ஐயர் மூத்தபிள்ளை ஸ்வாமிநாதனுக்கும் வைத்தி சாஸ்திரிகள் பெண் செல்லம்மாளுக்கும் சாந்தி முகூர்த்தமும் நடந்தேறியது. வைத்தி சாஸ்திரிகள் தன்னால் இயன்ற அளவு பாத்திரம் முதலிய ஸ்ரீதனங்களுடன் பெண்ணைக் கொண்டுவந்துவிட்டார். சுந்தரியம்மாளின் கணவர் செல்லச் சித்தம்மையின் உடன் பிறந்தவர். ஆதலின் தன் சொந்த உடன் பிறந்தவர் பெண்ணும் தன் மைத்துனர் பெண் சுந்தரியம்மாளின் பெண்ணுமான விசாலாக்ஷியைத் தன் பிள்ளை சுந்தரத்துக்கே விவாகம் செய்து கொண்டதில் செல்லச் சித்தம்மைக்கு மிகுந்த திருப்தியும் சந்தோஷமும் ஏற்பட்டது வந்தவர்கள் எல்லோரும் மிகுந்த சந்தோஷத்துடன் நாலுநாள் விவாகத்துக்குமிருந்து விருந்துண்டு களித்து, ஊஞ்சல், நலங்கு, ஊர்வலம் எல்லா விநோதங்களையும் பார்த்துவிட்டு தம்பதிகளை ஆசீர்வதித்தனர்.

இந்த விவாகங்கள் ஆனவுடனே, சுந்தரியம்மாளின் பிள்ளை வெங்கிடராமனுக்கு முல்லைவாயில் அம்மாக்குட்டியின் புதல்வர் குருஸ்வாமி சாஸ்திரிகளின் மூத்த பெண் பாகீரதி

என்னும் 8 வயதுப் பெண்ணை 200 ரூபாய் பரிசப்பணம் வாங்கிக்கொண்டு விவாகம் செய்துகொடுத்தனர். சுந்தரியம்மாள் மிகுந்த குதூகலத்துடன் விவாகமான தன் இரண்டு பெண்கள், பிள்ளை மருமகள் எல்லோரையும் அழைத்துக்கொண்டு தலையாமங்கலம் என்னும் தன் புருஷனூருக்குச் சென்று, ஒரு நல்ல நாளில் கிரகப்பிரவேசம் செய்து, உற்றார் உறவினருக்கெல்லாம் விருந்தளித்துச் சந்தோஷமாயிருந்தாள்.

விசாலாக்ஷி வாலாம்பாள் இருவரையும் அவர்களது புருஷன் வீட்டுப் பேர் மிகுந்த ஆடம்பரத்துடன் கிரகப்பிரவேசம் செய்து தங்கள் தங்கள் வீட்டுக்கு அழைத்து அதன்பிறகு அடிக்கடி தங்கள் வீட்டில் இவர்களை வைத்துக்கொண்டார்கள். முக்கியமாய் வாலாம்பாளின் மாமி, மாமன் அவளை வைகளத்தூரில் விடவே இஷ்டமில்லாமல் அடிக்கடி தங்களிடத்திலேயே அழைத்து மிகவும் அருமையாக வைத்துக்கொண்டு செல்வமாய்ச் சீராட்டினர்.

ராமஸ்வாமி அய்யர் 3 மாதக் குழந்தையுடன் தன் மனைவி அம்மாளுவை அழைத்துக்கொண்டு அவளுக்குத் துணையாய் அவள் தங்கை 9 வயதுடைய சிவகாமியையும் அழைத்துக் கொண்டு கண்ணனூர் போய்ச்சேர்ந்தார். நடராஜய்யரும் அவர் மனைவியுடன் ஸ்ரீவைகுண்டம் போனார். அவருடைய மூத்த பிள்ளை பாலையாவுக்குப் பிறகு 1 வயதுள்ள தங்கம்மாள் என்னும் பெண் இருந்தாள். ஆயினும் பாலையாவின் வாய்பேசாத்தன்மையையும் மனித அறிவேயில்லாமல் அசாதாரணமாயிருப்பதையும் பார்த்து, பெற்றோர்கள் இருவரும் மனமுடைந்து வருந்தி சந்தோஷமென்பதேயில்லாமல் காலங்கழித்தனர் பலவிதமான வைத்தியங்கள் செய்தும் ஒன்றிலும் குணமில்லாமற் போயிற்று. இதனால் யோகாம்பாள் தாங்கக்கூடாத துக்கத்தினால் அடிக்கடி சித்த சுவாதீனம் இல்லாமல் கஷ்டப்பட்டாள். பாவம், நடராஜய்யர் தன் புத்தியில்லாத பிள்ளை, அடிக்கடி சித்தம் கலங்கி கஷ்டப்படும் மனைவி, இவர்களுடன் மிகுந்த கஷ்டப்பட்டு அவர்களுக்காக வைத்தியச்செலவு. மாந்திரீகச் செலவு இவற்றையெல்லாம் செய்து மிகுந்த வருத்தத்தையடைந்தார். யோகாம்பாள் சிற்சில சமயங்களில் சௌக்கியமாயிருக்கும்போது அவளுக்கு வேண்டிய நகைகள் புடவைகள் வாங்கிக்கொடுத்து அவளை சந்தோஷப் படுத்த முயன்றார். தன் மனைவியைச் சேர்ந்தவர்களுக்கும் தன்னைச் சேர்ந்தவர்களுக்கும் தன் சம்பாத்தியத்திலிருந்து வேண்டியது செய்துகொண்டு ஒருவாறு காலங்கடத்தி வந்தார்.

18

விசாலாக்ஷி, வாலாம்பாள் இவர்களது விவாகம் நடந்த சில தினங்களுக்குப் பிறகு சுப்புக்குட்டி ஐயருடைய ஷஷ்டி அப்த பூர்த்தி வந்தது. ஆனால் அவருக்கு அதைப் பிரபலமாகச் செய்துகொள்ள இஷ்டமில்லை. அன்றைய தினமும் நீடாமங்கலம் சென்று ஸ்வாமி அம்மனுக்கு அபிஷேகம் அர்ச்சனை செய்து விசாலாக்ஷியம்மனுக்குச் சந்தனக்காப்பு சாத்தி கோவில் முழுவதிலும் தீபம் போட்டு தரிசனம் செய்துவிட்டு, நிவேதனப் பொருள், வேண்டிய புஷ்பங்களுடன் வீடுவந்து சேர்ந்தார். பிரதி வெள்ளிகிழமையும் பிரத்தியேக மாய்ப் பூஜை செய்து அர்த்தஜாம பூஜையான பிறகு, சுண்டல், வடை, புஷ்பம் முதலிய பிரசாதங்களுடன் வீட்டுக்குத் திரும்பிவருவார். விசாலாக்ஷிக்குப் புஷ்பம் சூட்டிக்கொள்ளுவதில் அபரிமிதமான ஆசை. அவள் தூங்கிப்போய்விட்டாலும் ஒரு போகினியில் புஷ்பத்தை வைத்து அவள் தலை மாட்டில் வைத்துவிடுவார். பொழுது புலர்ந்து எழுந்தவுடன் விசாலாக்ஷி ராக்கோடி வைத்துப் பின்னிக்கொண்டு புஷ்பத்தைப் பெரும்பாகம் தான் சூட்டிக்கொண்டு மீதியை மற்றவர்களுக்கும் பகிர்ந்துகொடுப்பாள். பக்ஷணம் பணியாரங்களைத் தின்பதில் அதிக ஆசை கிடையாது. அதற்கு ஏற்பட்டவர்கள் சுப்புக்குட்டி ஐயரின் பிள்ளை சுந்தரமும் சாமண்ணா பிள்ளை விஸ்வநாதனுந்தான். எத்தனை கிடைத்தாலும் அவர்களுக்குத் திருப்தி கிடையாது. பாத்திரத்துடன் எதிரில் வைத்தாலும் ஆசை அடங்குவதில்லை. முறுக்கு, தேன் குழல், சீடை முதலான பக்ஷணங்கள் செய்துவைத்திருந்தால் ஒரு நிமிஷத்தில் அவற்றைத் தின்று தீர்த்துவிடுவார்கள். விசாலாக்ஷிக்குத் தின்பண்டங்களில் அத்தனை விருப்பமில்லாவிட்டாலும் நல்ல புடவைகள், நகைகள், புஷ்பங்கள் இவைகளை அணிந்துகொண்டு அலங்காரம் செய்துகொள்ளுவதில் அதிகப் பிரியம்.

சுப்புக்குட்டி ஐயர் பிள்ளைகள் ஸ்வாமிநாதன், சுந்தரம் இருவரும் கும்பகோணத்தில் படித்துக்கொண்டிருந்தார்கள். ஸ்வாமிநாதன் மெட்ரிக்யுலேஷன் தேறி எப்.ஏ. பரீட்சைக்குப் படித்து ஒருமுறை தவறிவிட்டது. இதனிடையில் சாமண்ணா தம்பி ராமஸ்வாமி அய்யரைக் கண்ணனூரிலிருந்து மதுரைக்கு மாற்றினார்கள். ஸ்வாமிநாதன் அவரிடம் போயிருந்துகொண்டு இரண்டாம்முறை பரீட்சையில் தேறி பிறகு சென்னைக்கு வந்து அங்கு துரையப்பாவின் மனைவி அம்மணி அம்மா வீட்டிலிருந்துகொண்டு உபாத்திமைத் தொழிலுக்குப் படித்து, சேலம் ஜில்லாவிலுள்ள திருச்செங்கோடு என்னும் ஊரில் ஒரு பள்ளிக்கூட உபாத்தியாயராய் அமர்ந்து வசிக்கலானார். சுந்தரம் மெட்ரிக்யுலேஷன் பரீட்சையில் தேறவில்லை, கிருஷ்ணா ஜில்லாவில் இஞ்ஜினியராயிருந்த துரையப்பாவின் பிள்ளை சுப்ரமணியர் ஆலோசனையின்படி சுந்தரம் சென்னைக்கு வந்து துரையப்பாவின் மற்ற இரண்டு பிள்ளைகள் வைத்தினாதய்யர், ராமச்சந்திரனுடனும் அவர்கள் தாயாருடனுமிருந்துகொண்டு ஓவர்ஸியர் வகுப்பில் சேர்ந்து படித்துத் தேறி கிருஷ்ணா ஜில்லாவிலேயே ஓவர்ஸியர் உத்தியோகம் ஒன்றில் அமர்ந்தார்.

வைகளத்தூரில் சாமண்ணாவின் வருஷ ஆப்தீகம் [1880] விக்ரம வருஷம் ஆடி மாதத்தில் நடந்தது. இதன்பிறகு இவருடைய சகோதரி சுந்தரியம்மாளின் புருஷன், தலையாமங்கலத்தில் உடம்பு சௌக்கியமின்றி அன்னம் ஜீரணமாகாமல் மிகவும் கஷ்டப்பட்டுக்கொண்டிருந்தார். அந்தக் கிராமத்தில் தகுந்த வைத்தியர்கள் இல்லாமையால் சுந்தரியம்மாள் அவள் புருஷனுடன் கும்பகோணம் வந்து அங்கு அவள் தமக்கை பாலாம்பாள், அவள் கணவர், பிள்ளை இவர்களுடைய உதவியில் இங்கிலீஷ் முறைப் பிரகாரம் இரண்டு மாதம் வைத்தியம் செய்தும் குணந்தெரியாமல் விடாத ஜுரமும் ஞாபகமின்மையும் அதிகமாயிருந்தமையால் இனிமேல் பிழைக்கமாட்டார் என்று தெரிந்தவுடன் தலையாமங்கலத்துக்கே அழைத்துப்போனார்கள். அங்கு சேர்ந்த ஒரு மாதத்துக்கெல்லாம் அவர் இறந்துபோனார். பாவம், சுந்தரியம்மாள் தன் பெண்கள் இருவருக்கும் புத்திரனுக்கும் சந்தோஷமாய் விவாகம் செய்து பார்த்த 6 மாதத்துக்கெல்லாம் புருஷனையிழந்து வைதவ்வியத்தையடைந்தாள். சுப்புக்குட்டி ஐயரின் மனைவியாகிய செல்லம்மாள் தன் தமையன் இறந்துபோன செய்தி கேட்டு தலையாமங்கலம் வந்து புத்திரசோகத்தினால் வருந்தும் தன் தாயைத் தேற்றி, மைத்துனர் பெண்ணும் தமையன் மனைவியுமான சுந்தரியம்மாளுக்கும் ஆறுதல் சொல்லி அங்கு 15 நாட்களிருந்து தமையனுடைய உத்தரகிரியைகள் எல்லாம் ஆன பிறகு ஊர்வந்து சேர்ந்தாள். கிட்டின பந்துக்கள் யாவரும் போயிருந்து வெங்கடராமன் கையினால் கர்ம காரியங்கள்

யாவும் சரிவர நடந்தன. முல்லைவாயிலில் இருந்து அவனுடைய மாமனார் குருஸ்வாமி சாஸ்திரிகள், வழக்கப்பிரகாரம் பத்தாம் நாள் தன் செலவில் எல்லோருக்கும் விருந்திட்டு கிரகயக்ஞத்தன்று மாப்பிள்ளைக்குப் புதிய வேஷ்டி மோதிரம் முதலிய பரிசுகள் கொடுத்து வந்தார்.

[1881] விஷு வருஷம் ஆனிமாதம் மதுரையிலிருந்த ராமஸ்வாமி அய்யருக்கு இரண்டாவது குழந்தை பிறந்தது. மூத்தவனுக்கு அவனுடைய பாட்டனார் முத்து சுப்ரமணியன் பெயர் வைத்து மணியன் என்று கூப்பிட்டார். இரண்டாவது பிள்ளைக்கு மதுரைத் தல மூர்த்தியின் பெயராகிய சுந்தரேசன் என்னும் பெயரை இட்டு அழைத்தனர். ஆடிமாதம் சாமண்ணா வின் இரண்டாவது வருஷத் திவசம் நடந்தது. இதன் பொருட்டு மணலி என்னும் கிராமத்தில் தன் மாமனார் மாமியாருடன் இருந்த வாலாம்பாள் வைகளத்தூருக்கு வந்துசேர்ந்து அங்கேயே இருந்துகொண்டிருந்தாள். வரலக்ஷ்மி நோன்பு வந்தது. விசாலாக்ஷிக்கு வரலக்ஷ்மி நோன்பை எடுத்துவைக்கவேண்டு மென்று அவள் அத்தையும் மாமியாருமாகிய பாலாம்பாள், அவளைக் கும்பகோணத்துக்கு அழைத்துச்சென்று வரலக்ஷ்மி தினத்தன்று தன் மருமகளாகிய மீனாம்பாளுடன் 9 மணிக்கே வரலக்ஷ்மி அம்மனுக்குக் கலசம் வைத்து அழைத்து பூஜைமண்டபத்தில் பூஜித்து, இட்டலி, கொழுக்கட்டை, பாயசம், வடை, அன்னம் முதலிய நிவேதனங்கள் செய்து தாம்பூலம் கற்பூர தீபாராதனை முதலிய ஷோடச உபசார பூஜையும் முடித்து மந்திரம் சொன்ன வைதிகருக்கு வாயன தானம்[1] செய்தார்கள். உடனே பாலாம்பாளின் மைத்துனராகிய சிவராமையர் மெதுவாய் வைதிகரிடம் சொல்லி புனர்பூஜையை யும் முடித்துவிடும்படி சொன்னார். பாலாம்பாள் முதலானவர் களுக்கு அப்போதே ஏதோ கெடுதல் சமாசாரம் கேட்கப் போகிறோம் என்னும் திகில் உண்டாகிவிட்டது. சீக்கிரத்திலேயே பூஜையை முடித்தார்கள். உடனே சிவராமையர் தன் மதனியாகிய பாலாம்பாளை முதற்கட்டுக்கு அழைத்துப்போய், "மன்னி, நம் குழந்தை வாலாம்பாள் தலையில் இடிவிழுந்துவிட்டது. சென்னையில் அவள் புருஷன் இறந்துவிட்டதாக நம் ஸ்ரீநிவாசனுக்குத் தந்தி வந்திருக்கிறது" என்று சொல்லி, தாங்க முடியாமல் வாய்விட்டுக் கதற ஆரம்பித்துவிட்டார். இந்த அபார துக்கமான சங்கதியைக் கேட்டு நம்பமுடியாமல் எல்லோரும் தவித்தனர். இதற்குள் காலேஜிலிருந்து ஸ்ரீநிவாசய்யர் வந்துசேர்ந்து, "தந்தியில் கையெழுத்து இல்லை. யாரேனும் விரோதிகள் பொறாமையினால் விஷமத்துக்கு இப்படித் தந்தியடித்திருக்கவும் கூடும்" என்று சந்தேகித்து மறுபடியும் சென்னைக்குத் தந்தியனுப்பி விசாரித்தார்கள். நடந்த சம்பவம்

உண்மையென்று தந்தியும் மறுநாள் விவரமான ஒரு கடிதமும் வந்து சேர்ந்தது. அதன் விவரமாவது வகுப்பில் முதன்மையாக இருந்துகொண்டு 6ஆவது பாரத்துக்கு மாற்றப்பட்டுப் படித்துவந்த வாலாம்பாள் புருஷனாகிய வெங்கடராமனை ஹெட்மாஸ்டர் தட்டிக்கொடுத்து வகுப்பில் புகழ்ந்தார் என்றும், அன்று மாலை வீட் டுக்கு வரும்போதே தலைவலி ஜுரத்துடன் வந்தான் என்றும், அவன் பெரிய தாயார் திருஷ்டிகழித்து விபூதி மந்திரித்து இட்டு கஞ்சிவைத்துக்கொடுத்து உபசரித்தாள் என்றும், அன்றிரவும் மறுநாள் முழுவதும் கடுமையான ஜுரத்துடன் கஷ்டப்பட்டு மறுநாள் இரவே இறந்து போய்விட்டதாயும் எழுதப்பட்டிருந்தது. என்ன சொல்லி என்ன பயன், பேதை வாலாம்பாள் அவளது பூர்வ கர்மவினையினால் அந்த இளம்பிராயமாகிய 10 வயதிலேயே வைதவ்வியத்தையடைந்தாள். தங்கமான மாமனார் மாமியார், அழகும் அறிவுமுள்ள புருஷன் இவர்களையடைந்தும் அவர்களுடன் இருந்து எல்லாவித போகபாக்கியங்களையும் அனுபவிக்கும் அதிருஷ்டம் இல்லாமற் போய்விட்டாள். பிள்ளையைப் பெற்றவர்களும் அவர்களைச் சேர்ந்தவர்களும் துக்கமே வடிவாய் ஆராத்துயரமென்னும் ஆழ்கடலில் மூழ்கிக் கரையேறும் வகையேயின்றித் தவித்தனர்.

ஏற்கனவே பெற்றோர்களை இழந்து அநாதையாயிருக்கும் பேதையான குழந்தை வாலாம்பாள் மறுபடியும் அருமையாகக் கிடைத்த நாதனையும் இழந்து அநாதையாகிவிட்ட துக்கத்தைக் கேட்ட அவளது பந்துக்கள், பாட்டிகள், மாமன்மார்கள், கிராமத்தவர்கள் எல்லோரும் அடைந்த தாங்கக்கூடாத வருத்தத்தையும் பதைத்த பதைப்பையும் சொல்லமுடியாது. பிரளயமே வந்துவிட்டதுபோல் ஒவ்வொருவரும் தாங்கக் கூடாத சங்கடப்பட்டுக் கதறிப் புலம்பினார்கள். வேறு எவ்வித பரிகாரமும் செய்யமுடியாத இந்தக் கஷ்ட சம்பவத்தைக் குறித்து ஆயுள் முழுவதும் அழுவதொன்றைத் தவிர வேறு என் செய்ய வல்லார்? இதனிடையில் கடுக்காவேரி மனிதரில் ஒருவர் வந்து வாலாம்பாள் கையினால் தொட்டுக்கொடுத்த தர்ப்பைப் புல்லை எடுத்துக்கொண்டுபோய் இறந்துபோனவனுடைய தம்பி கணேசனைக்கொண்டு அந்திய கர்மங்களைச் செய்து முடித்தனர்.

சாமண்ணா இவள் ஜாதகம் அத்தனை திருப்தியாயில்லை என்று சொல்லியிருந்ததற்கேற்ப, இப்படியாகிவிட்டதே என்று சுப்புக்குட்டி ஐயர் பட்ட வருத்தத்திற்கு அளவேயில்லை. விசாலாக்ஷி மிகவும் உணர்ச்சியுள்ளவள். தன்னைக்காட்டிலும் இன்னும் நல்ல நிலைமையில் அருமையான மாமனார், மாமியாரால் அன்புடன் நடத்தப்படுவாள், அவளைப்பற்றி

நாம் கவலையின்றியிருக்கலாம் என்று எண்ணியிருந்த அவள் சந்தோஷமெல்லாம் பறந்து போயிற்று. தன் அருமையான தங்கைக்கு இந்தக் கதி வந்துவிட்டதேயென்று உள்ளங்கலங்கி உருகி அழுது, ஆயினும் அவள் எதிரில் தன் துக்கத்தைக் காட்டாமல் அடக்கிக்கொண்டு அவளுடன் நல்ல புத்தகங்களைப் படிப்பதும், அவள் தனது துக்கத்தை அதிகமாய் உணர்ந்து வருந்தாவண்ணம் அவளுடைய பொழுது நல்லவிதமாகப் போகும்படி செய்துகொண்டுமிருந்தாள். வாலாம்பாளுக்குச் சற்று காது மந்தம். யாராவது அவளைச் செவிடு என்றோ வேறு குறைவாகவோ ஏதாவது சொல்லிவிட்டால் விசாலாக்ஷி தாங்க மாட்டாள். அவர்களைக் கோபித்துக் கண்டித்து அனுப்புவாள். பெற்றோர்களில்லாத தன் சகோதர சகோதரிகள் விஷயத்தில் மிகுந்த கவலையும் விசாரமும் விசாலாக்ஷிக்கு ஏற்பட்டு, சிறுவயதி லிருந்தே அதிகச் சந்துஷ்டியில்லாதவளாய், எதற்கும் ஆழ்ந்த கவலைப்படுவதும் கண்ணீர்விடுவதும் வழக்கமாகிவிட்டது. ஆயினும் கூடியமட்டும் விவேகமாய் நல்ல வேதாந்தமான புஸ்தகங்களைப் படிக்கவும் அதனால் தன் சிந்தாசோகத்தை ஆற்றிக்கொள்ளவும் பழக்கம் செய்துகொண்டுவந்தாள்.

அடிக்குறிப்புகள்:

1. ***வாயன தானம்:*** மந்திரம் சொல்லும் வைதிகருக்கு ஒரு மூங்கில் தட்டில் அரிசி, சிறிது துவரம் பருப்பு, தேங்காய், இனிப்பு பட்சணம், உப்புப் பட்சணம், வெற்றிலை பாக்கு, தட்சிணை மற்றும் வெல்லம் ஆகியவற்றை வழங்குவதாகும்.

19

அவகோலமான ஆடிமாதமும் [1881] விஷு வருஷமும் முடிவதற்குள்ளேயே பாலாம்பாள் கணவர் வெங்கடராமய்யருக்கு தேக அசௌக்கியம் ஏற்பட்டது. தன் புதல்வன் ஸ்ரீநிவாசனுக்குக் கும்பகோணத்தில் வேலையான உடனேயே அவர் தன்னுடைய கர்ணம் வேலையை விட்டு, சௌக்கியமாய்ப் புதல்வனிடத்தில் 10 வருஷகாலம் சந்தோஷமாய்க் குடும்பத்துக்குத் தலைவராய் பந்துக்களுக்கும் வேண்டியன செய்துகொண்டு பக்தியுடன் சத்காலக்ஷேபம் செய்துகொண்டிருந்தார். ஒருநாள்கூடத் தவறாமல் அதிகாலையில் எழுந்து காவிரிக்குச் சென்று, பகவத் படித்துறையில் ஸ்நானம் ஆடி, சூரியநமஸ்காரம், பஞ்சாக்ஷர ஜபம் செய்து, பிறகு ஸ்ரீமத் சங்கராசார்யார் மடத்திற்குப் போய் ஆசார்யாள் பூஜை செய்யும்போது தானும் வேதப்ராம்மணர்களுடன் வேதபாராயணம், ருத்ரம், நமகம், சமகம், புருஷஸூக்தம், ஸ்ரீஸூக்தம் இவைகள் எல்லாம் சொல்லிக்கொண்டிருந்து பிறகு பூஜை முடிந்தவுடன் ஆசார்யாள் கையிலிருந்து தீர்த்தப் பிரசாதம் பெற்றுக்கொண்டு 10 மணிக்குமேல் வீட்டுக்கு வந்து தன் சொந்த ஆத்மார்த்தமான பூஜையை முடித்து, பகவத் நிவேதனம் செய்த அன்னத்தைப் பந்துமித்திரர்களுடன் புசித்துச் சற்று இளைப்பாறுவார். மறுபடி 3 மணிக்கு ஆசார்யாள் மடத்துக்குச் சென்று படித்தப் பெரியவர்களுடன் சேர்ந்து புராண காலக்ஷேபம் செய்வார். இவருக்குத் தமிழ், ஸமஸ்க்ருதம் இரண்டு பாஷைகளும் தெரியுமாதலால் அவ்விரு பாஷைகளிலுமுள்ள அருமையான புஸ்தகங்களைப் படித்துப் பிறருக்கும் விவரித்துச் சொல்லுவார். அச்சில் இல்லாத சௌந்தரிய லஹரி[1], மூகபஞ்சகம்,[2] தேவி மகாத்மியம்[3] இவற்றையெல்லாம் மடத்திலுள்ள ஏட்டுப்பிரதிகளிலிருந்து நிரம்பவும் அழகாய் நோட்டுப்புத்தகங்களில் எழுதி மனப்பாடம் செய்வார். அப்போதிருந்த

ஆசார்ய ஸ்வாமிகள் இவரிடத்தில் அத்தியந்தப் பிரியத்துடன் இருந்துகொண்டு இவரைப் படிக்கச்சொல்லிக் கேட்பார். சில சமயங்களில் ஆளனுப்பி இவரை அழைத்து வரச்செய்து புராண காலக்ஷேபம் ஆரம்பிப்பார். அங்கிருந்த வித்வான்கள், சாஸ்திரிகள் யாவரும் இவரிடத்தில் சிறந்த மதிப்பும் மரியாதையுமா யிருப்பார்கள். பௌர்ணமி, அஷ்டமி, பிரதோஷம், துவாதசி, மாதப்பிறப்பு முதலான முக்கிய தினங்களில் விசேஷ விமரிசை யுடன் பூஜைகள் நடத்தி வடை, பாயசம், அப்பம், அதிரசம் முதலிய பக்ஷண வகைகளுடன் வைதிக ஒழுக்கத்துடன் கூடின பிராம்மணர்களுக்குப் போஜனம் நடக்கும். அந்தக்காலங்களில் இவரும் போய் போஜனம் செய்து வருவார். ஆசார்யாளிடமே 'பாலை', 'ஸ்ரீவித்தை' முதலிய மந்திர உபதேசங்கள் பெற்றுக் கொண்டு பிரதி வெள்ளிக்கிழமையும் தேவி லலிதா ஸஹஸ்ரார்ச்சனை செய்வார். அவருக்குப் பாடுவதில் மிகவும் பிரீதி; அதற்கேற்ப நல்ல சாரீரமும் அவருக்கிருந்தது. அரிச்சந்திர புராணச்செய்யுள், ராமநாடகப் பாடல் முதலியவற்றை இசையுடன் பாடி எல்லோருக்கும் அர்த்தம் சொல்லுவார். தன் ஒரே அருமைப் பெண்ணாகிய விசாலாக்ஷிக்குத் தமிழ் பாஷையைக் கற்பித்திருந்தார். ஆனால் அழகிய பாடல்களைப் பாடுவதற்கு வேண்டிய நல்ல சாரீரம் அவளுக்கு இல்லாமையைக் குறித்து வருந்துவார். இங்ஙனம் இவர் நல்ல சத்காலக்ஷேபம் செய்துகொண்டு தன் அருமையான மனைவி, நல்ல அருமை யான கீர்த்திவாய்ந்த புதல்வன், மற்றப் பந்துக்களுடன் சந்தோஷமாகப் பொழுதுபோக்கிக்கொண்டிருந்தார். இவருடைய மூத்த குமாரன் ஸ்ரீநிவாசய்யர் உத்தியோகத்தில் மேன்மேலும் சிறப்படைந்துவந்தார். கணித சாஸ்திரத்தில் ஒரு பகுதியான "யூக்லிட்" என்னும் பாடத்தில் மகாநிபுணராயிருந்தமையால் அவர் "யூக்லிட்" ஸ்ரீநிவாசய்யர் என்று எல்லோராலும் பட்டப்பெயரிட்டு அழைக்கப்பட்டார். மாதா மாதம் வாங்கும் சம்பளத்தைத் தன் அருமைத் தகப்பனாரிடம் கொண்டுவந்து கொடுத்துவிடுவார். அவர் மிகவும் கவனத்துடன் சிக்கனமாகச் செலவுசெய்து பந்துக்களுக்கும் வேண்டியன செய்துவந்தார். பிள்ளையார் கோவில் தெருவில் தன் பிள்ளை ஸ்ரீநிவாசய்யர் பெயரால் ஓர் அழகிய வீட்டைக் கட்டிமுடித்தார். அதில் சமையலறை, சாப்பாட்டிடம், ஸ்நான அறை, கூடம், மாட்டுக்கொட்டில் முதலிய இடங்கள் எல்லாம் பெரிதாயும் சௌகரியமாயும் ஒழுங்காயும் கட்டிமுடித்திருந்தார். புழக்கடையில் கிணறும் பெரியதோட்டமும் அதில் வாழை, தென்னை மற்றும் பூஜைக்கு வேண்டிய புஷ்பச் செடிகளும் வைத்து வளர்த்திருந்தார். இவ்விதம் அருமையாகப் பார்த்துக் கட்டின சொந்த வீட்டில் நிம்மதியாக வசித்துவந்தார். இவருடைய

தாயார் சுப்பம்மாளும். அநேகமாய் கும்பகோணத்திலேயே இருந்துகொண்டும் தன் அருமையான புதல்வன், மருமகள், பேரன்மார்கள், கொள்ளுப் பேரன்மார்கள் எல்லோரும் சந்தோஷமாய் சுபிக்ஷமாய் இருப்பதைக்கண்டு சந்துஷ்டியுடன் இருந்தாள். இவ்வளவு சந்தோஷத்தினிடையில் வெங்கடராமய்யருக்கு ஏற்கெனவே குறிப்பிட்டபடி விஷு வருஷக் கடைசியில் உடம்பு அசௌக்கியம் ஏற்பட்டுப் படுக்கையில் படுத்துவிட்டார். வயிறும் கைகால்களும் வீங்கி ஆகாரம் செல்லாமல் படுக்கவும் முடியாமல் தலையணைகளை ஒன்றின் மேல் ஒன்றாய் அடுக்கி அதில் சாய்ந்து கொண்டிருந்தார். இவருடைய தாயார் சுப்பம்மாள், தங்கை காமாக்ஷியம்மாள் பெண் விசாலாக்ஷி எல்லோரும் சமீபத்திலிருந்து இவருக்கு வேண்டிய உபசரணைகள் செய்துகொண்டு அவருடைய தேக உபாதி தெரியாமலிருக்கும்படி வார்த்தையாடிக்கொண்டிருந்தார்கள். வைகளத்தூரிலிருந்து இவருடைய கண் தெரியாத மாமியாராகிய அன்னம்மாளும் இந்த மூத்த மாப்பிள்ளையைப் பார்க்க வேண்டுமென்று வந்தாள். தன் வயதான தாயாரையும் வயதான கண் தெரியாத மாமியாரையும் பார்த்து வெங்கடராமய்யர் மிகவும் வருந்தினார். மூத்த புதல்வனாகிய தான் தன் அருமையான தாயாருக்கு வயது காலத்தில் பணிவிடை செய்யவும் அவளது உத்தரகிரியைகளைச் செய்வதற்கும் இல்லையே என்றும், புதல்வனாகிய சாமண்ணாவையும் கணவராகிய சிவன் என்பவரையும் இழந்து கண்ணையுமிழந்து பரிதபிக்கும் வயதான மாமியாருக்குத் தான் ஆறுதல் சொல்லி சகாயம் செய்வதற்கில்லையே என்றும் துக்கித்தார். பிறகு தன் மூத்த புதல்வனையும் மருமகளையும் அருகில் அழைத்து "என் அருமையான ஸ்ரீநிவாசா! என் பெரியவர்களைப்போல் நீடித்த ஆயுளுடனில்லாமல் என் 51ஆவது வயதிலேயே நான் உங்களையெல்லாம் விட்டுப் பிரிந்து போகப்போகிறேன். நீங்கள் இருவரும் மிகவும் அந்நியோந்நியமாய் இருந்து வேண்டிய பாக்கியங்களை அனுபவித்துக்கொண்டிருக்கப் போகின்றீர்கள். என் சின்னப்பிள்ளைகளாகிய உன் தம்பிகள் இருவருக்கும் இன்னும் படிப்பு முடிந்து ஒழுங்காகவில்லை. உன்னைப் படிக்கவைத்து முன்னுக்குக் கொண்டுவந்ததுபோல் உன் தம்பிகள் இருவரையும் அன்புடன் ஆதரித்துப் படிக்கவைத்து அவர்களை முன்னுக்குக் கொண்டுவரவேண்டியது உன்னுடைய கடமை. என் ஸ்ரீநிவாசா! உன் தாயாரை மிகவும் அன்புடன் போற்றிப் பாதுகாத்து அவளிடம் மரியாதையாயிருக்க வேண்டும்" என்று புத்திமதி கூறினார். "அப்பா! நீங்கள் வருந்த வேண்டாம், தம்பிகளைக் குறித்தும் தாயாரைக் குறித்தும் கவலைப்படவேண்டாம். என் தம்பிகள் படித்து என்னை விட மேலான நிலைமைக்கு

வந்துவிடுவார்கள். இப்போது இருப்பதுபோலவே என் தாயார் எப்போதும் இந்தக் குடும்பத்துக்குத் தலைவியாகவேயிருந்து நடத்துவார். நீங்கள் அநேக வருஷம் ஜீவித்திருந்து உங்களுக்கு வேண்டிய பணிவிடைகளைச் செய்யும் பாக்கியமில்லாதவர்களாய் ஆனோம். உங்களுடனிருந்து எல்லாப் பாக்கியங்களையும் அனுபவிக்கும் அதிருஷ்டம் எங்களுக்கில்லாமற்போய்விட்டது" என்று வருந்தியழுதார். [1882] சித்ரபானு வருஷம் பிறந்து சித்திரை மாதம் பௌர்ணமி தினம் முழுவதும் அசௌக்கியம் அதிகமாகி துவிதியையன்று இரண்டுமணி நேரம் ஸ்வாசம் கண்டு பிறகு அடங்கிவிட்டது. தன் அருமையான தாயார், மனைவி மற்ற எல்லா பந்துக்களையும் துக்கசாகரத்தில் அழுந்தச்செய்து, வெங்கடராமய்யர் பரமபதமடைந்தார். உடனே அருகிலிருந்தவர்கள் எல்லோரும் வாயிலில் சென்று, யமபுரமிருக்கும் தெற்குத் திக்கை நோக்கி தண்டனிட்டு அழுது, மறுபடியும் உள்ளே வந்து அழுது வருந்தினார்கள். புத்திரனாகிய ஸ்ரீநிவாசய்யர் தன் சிறிய தகப்பனார் சிவராமய்யர் மேன்பார்வையில், தகப்பனாருக்குச் செய்யவேண்டிய அந்திய கர்மங்களைச் செய்ய ஆரம்பித்து, தகனம், சஞ்சயனம் இரண்டும் முடிந்த பிறகு, தங்கள் சொந்த வீடாகிய பக்கத்து வீட்டில் கல் ஊன்றி அங்கு பிண்டோதகக் கிரியைகளையும் பெரிய வீட்டில் பந்துக்களுக்குச் சாப்பாடு முதலான காரியங்களையும் நடத்தினார்கள்.

ஸ்ரீநிவாசய்யர் உயர்ந்த பதவியிலிருந்தபடியால் தன் அருமையான தகப்பனாருக்குச் செய்யவேண்டியவற்றை மிகவும் தாராளமாய்ச் செய்ததுடன், இரண்டு மூன்று சமையலாட்கள் ஏற்படுத்திப் பிரதி தினமும் 50, 60 பேர் பந்து ஜனங்களுக்குச் சாப்பாடும் செய்வித்தார். ரிஷியூரிலிருந்து பந்துக்கள், சிநேகிதர்கள் எல்லோரும் ஒருவர் மீதியின்றி வந்திருந்தார்கள். பாலாம்பாளின் சகோதரிகள், அவர்கள் புருஷர்கள், வைகளத்தூர், பூவனூர், முல்லைவாயில் இவ்விடங்களிலிருந்து முக்கியமான பந்துக்கள் எல்லோரும் 100 பேருக்குமேல் பத்தன்று வந்துசேர்ந்தார்கள். பாலாம்பாளம்மாளின் தம்பிகள் நடராஜய்யர், ராமஸ்வாமி அய்யர் இருவரும் வந்து தங்கள் எல்லோருக்கும் பெரியவளாய் குடும்பத்துக்குத் தலைவியாய் மங்களகரமாய் வாழ்ந்து எல்லோரும் பெருமையடையும்படி இருந்த தங்கள் அருமையான தமக்கைக்கு வைதவ்வியம் வந்துவிட்டமைக்கும் பந்துக்களுக்கெல்லாம் அருமை பெருமையுடன் வேண்டியவற்றைச் செய்துகொண்டு வேண்டிய ஆலோசனை புத்திமதியைச் சொல்லிவந்த தங்கள் அத்திம்பேராகிய வெங்கடராமய்யர் இறந்துபோனமைக்கும் மிகவும் வருந்தித் துக்கித்தனர். பாலாம்பாள்

அம்மாள் அருமையான புதல்வன் சம்பாதிக்க, பட்டுப்பட்டாய் புடவைகளும் நகைகளும் போட்டுக்கொண்டு அருமையான கணவருடன் சந்தோஷமாயிருந்த காலம்போய் தனக்கு இவ்விதத் துக்கம் வந்ததற்கு வருந்திச் சோகித்தாள். கல் ஊன்றியிருந்த பக்கத்து வீட்டில் பிரதிதினமும் பிண்டம் வடித்து கல்லின் எதிரில் மூன்று இழையில் கோலமிட்டு இளநீர்க் கண் திறந்து வைத்து எப்போதும் எரிந்துகொண்டிருக்கும்படியாகத் தீபமேற்றிவைத்து, பிண்டத்தை எதிரில் வைத்து பிரேத நிவேதனம் செய்து, காலையும் மாலையும் இரண்டு இரண்டு மணி நேரத்துக்குக் குறையாமல் பெண்டுகள் சுற்றி வளைய நின்றுகொண்டு இறந்து போனவருடைய பிரதாபங்களை எல்லாம் கோர்வையாக எடுத்துச் சொல்லி பிரலாபகானம் செய்துவிட்டுப் பிறகு பிண்டத்தைக் கொண்டுபோய் நதியில் இறந்துபோனவரின் புதல்வர்கள் போட்டு வருவார்கள். பத்தாவது நாள் வழக்கம்போல் உப்பில்லாத பக்ஷணம், பணியாரங்கள், அன்னம், பாயசம் முதலியன செய்துவைத்து, கல்லுக்கெதிரில் ஐந்தாறு ஆவர்த்தி நிலைவைத்து அடித்துக்கொண்டு அழுதார்கள். இறந்தவரின் வரிசைகளைச் சொல்லி வருணித்து கானம் செய்யும் பழக்க முள்ளவர்கள், நான் முன், நான் முன் என்று போட்டி போட்டுக் கொண்டு பிரலாபகானம் செய்ய ஆரம்பித்தனர். இதில் முக்கியமானவள் ரிஷியூர் ஸ்ரீநிவாசப் பாட்டாவின் சகோதரி பெண் தாயு என்பவள். இவளை எல்லோரும் தாயு அத்தங்காள் என்று அழைப்பது வழக்கம். இவள் பிரலாபகானம் செய்ய ஆரம்பித்துவிட்டால் அந்த 10 நாட்களிலும் ஸ்ரீநிவாசய்யர் முதலான எல்லோரும் தங்கள் தங்கள் வேலையை விட்டுவிட்டு இவளுடைய கோர்வையான வரிசைப் பிரலாபகானத்தைக் கேட்க வந்துவிடுவார்கள். பத்தாநாளும் இவளுடைய கானம் மிகுந்த உருக்கமாயும் கேட்பவர் மனத்தைக் கரைத்து அழச்செய்வதாயுமிருந்தது. பிரலாபகானமே செய்யத்தெரியாத விசாலாக்ஷி முதலான சிறுமிகளும் முதல் 9 நாளும் கேட்டு கேட்டு மனப்பாடம் செய்துகொண்டு பத்தாநாள் தாங்களும் கூட கானம் செய்து வரிசை சொல்ல ஆரம்பித்துவிட்டனர். இதைக்கேட்ட பெரியவர்கள் எல்லோரும் மகிழ்ந்து கொண்டாடினார்கள். இவ்விதம் சுமார் 60 பெண்டுகள் வளைய நின்று அடித்துக்கொண்டு பிரலாபகானம் செய்த பிறகு பத்துக் கொட்டிவிட்டு, பெண்ணாகிய விசாலாக்ஷி கையில் வெள்ளிக் கிண்ணத்தில் பிண்டத்தை எடுத்துக்கொண்டு புருஷனையிழந்த பாலாம்பாளம்மாளை இரண்டு பாட்டிமார்கள் இருபுறத்திலும் தாங்கியழைத்துக்கொண்டு மற்றவர்கள் எல்லோரும் வரிசை வரிசையாகக் கட்டிக்கொண்டு அழுதுகொண்டே போய் காவிரிநதியில் பிண்டத்தைக் கொட்டிவிட்டு ஸ்நானம்

செய்து வீடுவந்து சேர 12 மணியாகிவிட்டது, அன்றைக்கு மூத்த நாட்டுப்பெண் மீனாம்பாளின் தகப்பனார், மாங்குடி தியாகராஜய்யரின் செலவில் விருந்து நடந்தது. வந்தவர்கள் எல்லோரும் ஷட்ரச அன்னத்துடன் கூடிய விருந்தை சம்பிரமமாகச் சாப்பிட்டு தாம்பூலம் மென்று சிரமபரிகாரம் செய்துகொண்டார்கள். முக்கிய பந்துக்களைத் தவிர்த்து மற்ற எல்லோரும் அவரவர் ஊர் போய்ச்சேர்ந்தனர்.

பதினொன்றாம் நாள் அதிகாலையில், பாவம், பாலாம்பாளின் நகைகளையெல்லாம் கழற்றிவிட்டு, கேசத்தை நீக்கி, வெள்ளைப்புடவையைக் கொடுத்து ஸந்நியாசினியாக்கினார்கள். அன்று ஓமம் செய்து, ஒத்தன் சாப்பாடு முதலான எல்லாச் சடங்குகளும் நடந்தேறின. பன்னிரெண்டாம் நாள் சபிண்டிகரணம், தான தருமங்கள் எல்லாம் நடந்தேறின. பதின்மூன்றாம் நாள் கிரகயக்ஞம், அன்று இரண்டாவது நாட்டுப்பெண் விசாலாக்ஷியின் பிறந்தகத்துப்பேர் செலவில் முப்பருப்பு, முப்பழம் பக்ஷணங்களுடன் வந்தவர்களுக்கெல்லாம் விருந்து நடந்தது. மாங்குடி தியாகராஜய்யர், மாப்பிள்ளை ஸ்ரீநிவாசய்யருக்கு மோதிரம், புதிய வேஷ்டி முதலிய மரியாதைகள் செய்தார் வைகளத்தூரார் தங்கள் மாப்பிள்ளை சுப்ரமணியனுக்கு மோதிரமும் வெண்பட்டு ருத்திராக்ஷக்கரை போட்ட சிவப்புப்பட்டு பத்தாறு ஜோடியும் வாங்கிக்கொடுத்தனர். பிறந்தகத்தார் வாங்கிக்கொடுத்த புதுப் புடவைகளை மீனாம்பாள், விசாலாக்ஷி இரண்டுபேரும் கட்டிக்கொண்டார்கள். பெண் விசாலாக்ஷி, பேரன், பேத்திமார்கள் எல்லோரும் புதிது கட்டிக்கொண்டு பிறகு ஆசீர்வாதம் முதலான கிரகயக்ஞ கரரியங்கள் எல்லாம் முடிந்து அத்துடன் வெங்கடராமய்யருடைய உத்தரகிரியைகள் பூர்த்தியாயின.

பாலாம்பாள் அம்மாள் தன் ஆபரணங்களில் கல்லிழைத்த ஓலை, சந்திர முருகு இரண்டையும் தன் ஒரே அருமைப் பெண்ணான விசாலாக்ஷிக்குக் கொடுத்தாள். தன் கணவர் அபரகிரியையில் பிண்டங் கொண்டுபோன வெள்ளிக்கிண்ணம், பத்து நாளும் பிண்டம் சமைத்த வெண்கலப்பானை, சிப்பல் கரண்டி, கல் ஊன்றிய இடத்தில் 10 நாளும் ஏற்றி வைத்திருந்த குத்திவிளக்கு, தன் நல்ல புடவைகளுடன் புதுப்புடவை ஒன்றும் தன் பெண் விசாலாக்ஷிக்குக் கொடுத்தாள். தன் நாத்தனார் காமாக்ஷியம்மாளுக்குத் தன் உட்கழுத்துக்கொடி திருமங்கல்யத்தைக் கொடுத்து ஒரு சிவப்புப் புடவை புதிதும் வாங்கிக்கொடுத்தாள். மணஞ்சேர் ஓர்ப்படியாகிய வாலு அம்மாளுக்குத் தன் கெம்பு மூக்குத்தியைக் கொடுத்தாள். தன் முதல் நாட்டுப் பெண் மீனாம்பாளுக்குச் சமீபத்திலேயே தான் செய்துகொண்ட கிள்ளட்டிகையையும் சிறியவள் விசாலாக்ஷிக்குத்

திருமங்கல்யச் சாமான் இரண்டும் கொடுத்து மீதி திருமங்கல்யச் சாமான்களையெல்லாம் தன் மூன்றாம்பிள்ளை சுந்தரத்தின் விவாகத்துக்கு உபயோகப்படுமென்று வைத்துக்கொண்டாள்.

அடிக்குறிப்புகள்:

1. **சௌந்தரிய லஹரி**, ('அழகின் அலைகள்') என்பது சமஸ்கிருதத்தில் புஷ்பதந்தாவும் ஆதி சங்கரரும் எழுதியதாகக் கூறப்படும் புகழ்பெற்ற இலக்கியப் படைப்பாகும். இதன் முதல் பகுதியான 'ஆனந்த லஹரி'யை விநாயகரே மேரு மலையில் பொறித்ததாக நம்பப்படுகிறது. அதைப் புஷ்பதந்தா மேரு மலையில் பொறித்ததாகச் சிலர் நம்புகின்றனர். ஆதி சங்கரரின் ஆசிரியர் கோவிந்தபகவத்பாதரின் ஆசிரியரான கௌடபாத முனிவர் புஷ்பதந்தாவின் எழுத்துக்களை மனப்பாடம் செய்தார். அதைக் கோவிந்தபகவத்பாதர் மூலம் ஆதிசங்கரர் பெற்றார். அதன் நூற்று மூன்று ஸ்லோகங்கள் பார்வதியின் வடிவமான திருபுரசுந்தரியின் அழகு, கருணை, வள்ளன்மை ஆகியவற்றைப் போற்றுகின்றன. டபிள்யூ. நார்மன் பிரவுன் இதை ஆங்கிலத்தில் மொழிபெயர்த்தார். இது 1958இல் ஹார்வர்டு ஓரியன்டல் தொடரின் பகுதி 43ஆக வெளியிடப்பட்டது.

2. **மூக பஞ்சகம்:** காஞ்சி காமாக்ஷி தேவியின் பேரில் 500 சுலோகங்களைக் கொண்ட அழகான ஸ்தோத்திரம் மூக பஞ்ச சதீ. இது 5 சதகங்களைக் கொண்டது. 'பஞ்ச' என்றால் ஐந்து. 'சதகம்' என்றால் நூறு. இதை இயற்றியவர் மூக கவி. 'மூகன்' என்றால் ஊமை என்று பொருள். ஊமையாக இருந்த ஒரு பக்தர், காஞ்சீபுரத்தில் குடிகொண்டுள்ள ஜகன்மாதா காமாக்ஷியின் கிருபையினால் ஐந்நூறு சுலோகங்களை நிறுத்தாமல் பாடினார். அதுவே மூக பஞ்சகம் எனப்படுகிறது. இவர் மூக சங்கரேந்திர சரஸ்வதி என்ற பெயரில் காஞ்சி காமகோடி பீடத்தின் 20வது ஆச்சாரியராக 398 பொ.யு. ஆண்டிலிருந்து 437 பொ.யு. ஆண்டுவரை இருந்தார். 437 பொ.யு. ஆண்டில் சித்தி அடைந்தார் என்று கூறப்படுகிறது.

3. **தேவி மகாத்மியம்** மகாதேவி அல்லது ஆதிசக்தி என்று அழைக்கப்படும் தேவியின் மகிமைகளைக் கூறும் நூல். தேவியை அகில உலகைப் படைத்தவளாகவும் ஆதி சக்தியாகவும் நோக்கும் நூல். மார்க்கண்டேய புராணத்தின் ஒரு பகுதி. தேவி மகாத்மியத்தைத் துர்க்கா சப்தசதீ என்றும் சண்டி பாடம் என்றும் கூறுவர்.

20

[1882] சித்ரபானு வருஷம் ஆனிமாதக் கடைசியில் வைகளத்தூர் முத்தண்ணாவாத்துப் பிள்ளைகளில் கடைசியவரும், மயிலாப்பூரில் வக்கீல் குமாஸ்தாவாக இருந்தவருமான விஸ்வநாதய்யர், தன் புதல்விகள் கமலாம்பாள், யோகாம்பாள் இருவருக்கும் தன் தமையன் பெண்கள் இருவருக்கும் விவாகம் செய்யத் தீர்மானித்தார். கும்பகோணத்தில் ஸ்ரீதிவாசய்யருடன் மிகுந்த பழக்கம் ஏற்பட்டு அவர் தனக்கு ஒரு சிறந்த நண்பராகிவிட்டபடியால் அவர் கடைசித் தம்பி சுந்தரத்துக்குத் தன் பெண் கமலாம்பாளைக்கொடுத்து அந்தக் குடும்பத்தில் சம்பந்தம் செய்ய ஆசைப்பட்டார். வெங்கடராமய்யர் இறந்து போய் மூன்று மாதங்கூட ஆகவில்லை. ஆதலால் அதற்குள் இந்த விவாகம் செய்ய பாலாம்பாள் அம்மாள் ஸ்ரீநிவாசய்யர் எல்லோருக்கும் இஷ்டமில்லாவிட்டாலும் விஸ்வநாதய்யரின் விருப்பத்திற்கு இணங்கவேண்டி அவர் பெண்ணைச் சுந்தரத்துக்கு விவாகம் அப்போதே செய்து கொள்ளத் தீர்மானித்தனர். விஸ்வநாதய்யர் நான்கு பெண்களுக்கும் நல்ல வரன்களைத் தேடி, வைகளத்தூரில் தான் சொந்தமாகக் கட்டியிருந்த பெரிய மெத்தை வீட்டில் மணப்பந்தல் போட்டு மிகுந்த விமரிசையுடன் பெண்களுக்கு வேண்டிய ஸ்ரீதனம், பாத்திரங்கள், புடவைகள், நகைகள், எல்லாம் கொடுத்து பந்து மித்திரர்களுக்கு விருந்திட்டு மங்களகரமாய் விவாகத்தை முடித்தார். நல்ல குணமும் அழகும் அறிவும் படிப்புமுள்ள கமலாம்பாளுக்கு 200 ரூபாய்க்குக் கழுத்துக்குக் காரையும்[1] 150 ரூபாய்க்குக் கொடி திருமங்கல்யமும் கூரைப்புடவை சம்பந்திப்புடவை வேஷ்டி எல்லாம் சுமார் ரூ. 550க்கும் செய்தார்கள். ஸ்ரீநிவாசய்யர் மிகுந்த பந்துப்பிரியமும் குடும்ப ஐக்கியமும் தாராளமனதும் உடையவர், ஆகையால் எதிலும் லோபமில்லாமல் தாராளமாகவே செலவு

செய்துவந்தார். ஏறக்குறைய சமவயதுள்ள ஓர்ப்படிகளான விசாலாக்ஷியும் கமலாம்பாளும் அடிக்கடி புக்ககத்துக்குப் போய்வந்து கொண்டிருந்தார்கள். இவர்களிருவரும் மிகவும் அந்நியோந்நியமாய்ச் சகோதரிகள்போல இருந்தார்கள். விசாலாக்ஷிக்கு அவள் கணவர் அத்தான் முறையானாலும் அவருடன் அதிகமாகப் பேச மாட்டாள். பெரிய மைத்துனரும் அத்தானுமாகிய ஸ்ரீநிவாசய்யர் அவள் மிகவும் புத்திசாலி யாகப் படிப்பதையும் பாடுவதையும் கேட்டுச் சந்தோஷித்து மேன்மேலும் படிக்கவும் பாடவும் அவளைத் தூண்டுவார். "உனக்கு வெட்கமாயிருந்தால் எங்கள் எதிரில் உன் புருஷனுடன் பேசவேண்டாம், மற்ற எங்கள் எல்லோரிடத்திலும் நீ வழக்கம்போல் பேசிக்கொண்டு கலகலப்பாயிருக்கலாம்" என்று சொல்லிவிட்டார். ஆதலால் தன் சிறிய அத்தான் சுந்தரம், இளைய மாமனார் சிவராமய்யர் அவர் மனைவி, சிறிய மாமனார் கோதண்டராமய்யர் அவர் மனைவி எல்லோரிடத்திலும் தாராளமாகப் பேசிக்கொண்டும் புஸ்தகங்கள் படித்துக்கொண்டும் பொழுதுபோக்கினாள். இதற்கிடையில் இவளுக்கு அம்மை போட்டினபோது ஏற்பட்ட தலைவலி அடிக்கடி வந்து அதனால் மிகவும் கஷ்டப்பட்டாள். அதற்குவேண்டிய வைத்தியம் செய்யும் பொருட்டு அவளுடைய மாமியார் அவளைத் தஞ்சாவூருக்கு அழைத்துப்போய் ஒரு தமிழ் வைத்தியனை நேமித்தாள். அவன் வரளிமஞ்களைச் சுட்டுத் தணலாக்கி அதனால் விசாலாக்ஷி நெற்றியில் 6 இடத்தில் சுட்டுக் காயம் செய்து அந்தப் புண்ணி லிருந்து கெட்ட நீர் வடிந்துவிட்டால் தலைவலி நீங்கிவிடு மென்று சொன்னான். அத்துடன் வேப்பெண்ணெய்யை அவளுடைய மூக்கின் இரு துவாரத்திலும் நஸ்யம் பிழிந்தான். இந்த முரட்டு வைத்தியம் ஒன்றிலும் பலன் இல்லை. சுட்ட வடு ஆயுள் முழுவதும் அடையாளமாக நின்றுவிட்டது ஒன்றுதான் இந்த வைத்தியத்தில் ஏற்பட்ட பலன். பிறகு வைகளத்தூரில் சுப்புக்குட்டி ஐயர் தனக்குத் தெரிந்த முள்ளூர்சாமி என்னும் வைத்தியனிடத்திலிருந்து இரண்டுவித தைலங்கள் வாங்கி தலைக்குத் தேய்த்து ஸ்நானம் செய்யும்படி ஏற்படுத்தினார். அதனால் சிறிதளவு குணமேற்பட்டபோதிலும், முற்றிலும் குணம் ஏற்படவில்லை. பிறகு அவளுடைய குஞ்சப்பா ராமஸ்வாமி அய்யர், கண் ஆஸ்பத்திரியில் காட்டி வைத்தியம் செய்வதற்காகத் தன் மனைவி அம்மாளுவைப்பும் தலைவலிக்குச் சிகிச்சை செய்வதற்காக விசாலாக்ஷியையும் அழைத்துக்கொண்டு சென்னை மயிலாப்பூரில் கமலாம்பாள் தகப்பனார் விஸ்வநாதய்யர் வீட்டில் வந்திறங்கி தன் மனைவியைக் கண்ணாஸ்பத்திரியில் காட்டி மருந்து போட்டதில் அவளுக்கு ஒரு வாரத்தில் குணமாகி விட்டது. டாக்டர் தனகோடி ராஜு என்பவரிடத்தில்

விசாலாக்ஷியைக் காட்டி அவர் கொடுத்த மருந்தை உபயோகித்து வந்தாள். ராமஸ்வாமி அய்யருக்கு லீவு ஆகிவிட்டமையால் மனைவியுடன் மதுரைக்குத் திரும்பினார். விசாலாக்ஷி மாத்திரம் 20 நாள் விஸ்வநாதய்யர் வீட்டிலேயே இருந்து வைத்தியஞ்செய்துகொண்டு பிறகு சித்தூருக்கு மாற்றலாகி அங்கு ரிஜிஸ்ட்ராராயிருந்த நடராஜய்யர் மனைவி வந்து அழைக்க, அவளுடன் தன் அருமையான சித்தப்பா நடராஜய்யரிடம் போய் 4 மாதம் இருந்துகொண்டு தன் படிப்பு, பாட்டு இவற்றை அபிவிருத்தி செய்துகொண்டாள்.

இதற்கு முன்பே மதுரையில் ராமஸ்வாமி அய்யர் கண்ணில்லாத தன் தாயார், இளவயதிலேயே வைதவ்வியமடைந்த சாமண்ணா பெண் வாலாம்பாள், அவள் தம்பி விஸ்வனாதன், சுப்புக்குட்டி ஐயர் பிள்ளை ஸ்வாமிநாதன் இவர்களைத் தன்னிடம் அழைத்து வைத்துக்கொண்டிருந்தார். பேதை வாலாம்பாள் எந்தக் குஞ்சி ரத்தம் வரும்படி கன்னத்தைக் கிள்ளுகிறாள் அவளிடத்தில் போகமாட்டேன் என்று சொல்லி அழுதாளோ அதே குஞ்சியிடத்தில் இருந்து அவள் கொடுத்த வேலைகளைச் செய்துகொண்டும், தன் நேத்திரமிழந்த பாட்டிக்குப் பணிவிடை செய்துகொண்டுமிருந்தாள். விசாலாக்ஷி நடராஜய்யரிடம் 4 மாதமிருந்த பிறகு தன்னைப்பார்க்க வேண்டுமென்று விரும்பின பாட்டியிடம் மதுரைக்கு வந்துசேர்ந்தாள். அங்கு சுப்புக்குட்டி ஐயர் மருமகள் செல்லம்மாளுமிருந்தாள். அவள் 5 மாதம் கர்ப்பம். அம்மாளு அம்மாளும் முன்னிணை பின்னிணையான சுப்ரமணியன், சுந்தரேசன் என்ற இரண்டு பிள்ளைகளுக்கும் மீனாம்பாள், மதுராம்பாள் என்ற இரண்டு பெண்களுக்கும் பிறகு இப்போது கர்ப்பம். அம்மாளு, செல்லம்மாள், விசாலாக்ஷி, வாலாம்பாள் இந்த நால்வரும் வீட்டுவேலைகளை ஜோகச் செய்துவிடுவார்கள், பிரதிதினமும் காலையில் வைகைநதிக்குச் சென்று நீர் விளையாடிவிட்டு, அன்னம்மாப்பாட்டிக்கு ஒரு குடம் வைகை ஜலம் எடுத்து வந்து, அவளைக் கிணற்றங்கரையில் ஸ்நானம் செய்வித்து, வைகை ஜலத்தினால் கடைசியில் புண்ணிய ஸ்நானம் செய்வித்து, மடி கட்டிக்கொள்ளச்செய்து உதவி செய்வார்கள். பிறகு எதிர் வீட்டுத் திண்ணையில் ஒரு பெரிய சாஸ்திரிகள் பிரதிதினமும் துலாபுராணம் வாசித்து உபாக்கியானம் செய்துகொண்டிருந்தார். விசாலாக்ஷி தன் பாட்டியை எதிர்வீட்டு ரேழித்திண்ணையில் அழைத்துப்போய் 9 மணி வரைக்கும் துலாபுராணம் கேட்டுவிட்டு பிற்பாடு வீட்டுக்கு வந்து சாப்பிடுவார்கள். பிரதி தினமும் மாலையில் சீக்கிரத்திலேயே சமையல் செய்து மூடி வைத்துவிட்டுச் செல்லம்மாள், வாலாம்பாள், விசாலாக்ஷி மூவரும் கோவிலுக்குச் சென்று மீனாக்ஷி சுந்தரேசர் தரிசனம் செய்து

வருவார்கள். இதற்குள் ராமஸ்வாமி அய்யர் காலேஜிலிருந்து வீட்டுக்கு வருவார். 8 மணி வரைக்கும் ராமஸ்வாமி அய்யர், அன்னம்மாள் இவர்கள் கேட்டுக் களிக்கும்படி அலுப்பு சலிப்பேயின்றி விசாலாக்ஷி முதலானவர்கள் பாடிக்கொண்டு இருந்து பிறகு இரவு போஜனமுண்டு படுக்கப்போவார்கள். விசாலாக்ஷியும் செல்லம்மாளும் உடலிரண்டும் உயிர் ஒன்றும் என்று சொல்லும்படியான அந்தரங்கத் தோழிகளாக ஆகிவிட்டார்கள். ஐப்பசி மாதம் முழுவதும் வைகை ஸ்நானத்திலும் ஸ்வாமி தரிசனத்திலும் துலாபுராணம் கேட்பதிலும் சந்தோஷமாகக் கழிந்தது, கார்த்திகை மாதம் பிறந்து கனத்த மழை பெய்துகொண்டிருந்தது. அப்போது ஒருநாள் விசாலாக்ஷிக்கு அஜீர்ணமும் வயிற்றுப்போக்கும் மயக்கமும் ஏற்பட்டு எல்லோருக்கும் நிரம்ப விசனத்தை உண்டுபண்ணிவிட்டது. வாலாம்பாள் கதி அப்படி ஆயிற்று, இந்தப் பெண் அற்ப ஆயுளில் இறந்துவிடுவாளோ என்று அன்னம்மாள் ராமஸ்வாமி அய்யர் இருவரும் மிகுந்த கவலைக்கு உட்பட்டார்கள். இவள் பாட்டையும் படிப்பையும் கேட்டு யாருடைய கண் திருஷ்டியேனும் பட்டுவிட்டதோ என்றுகூட பயந்தனர். பிறகு தமிழ் வைத்தியத்தில் சிறந்த மீனாக்ஷிசுந்தரம் என்ற ஒருவரை அழைத்து வந்து காட்டினார்கள். அவர் பல சரக்குகளைச் சேர்த்து இடித்துக்கொடுத்து அந்தப் பொடியைப் போட்டுக் கஷாயம் வைத்து ஐந்தாறு வேளை கொடுக்கச் சொன்னார். பிராணனே போய்விடுமோ என்று பயப்படும்படி செயலற்றுக்கிடந்த விசாலாக்ஷிக்கு அவளுடைய அருமையான செல்லம்மாள் மிகுந்த விசாரத்துடனும் பிரியத்துடனும் வைத்தியர் சொன்ன பிரகாரம் கஷாயம் நாலைந்து முறை கொடுத்தபிறகு அவளுக்கு மயக்கம் சற்றுத் தெளிந்து வயிற்றுப்போக்கும் குறைய ஆரம்பித்தது. ஒருவாரம் வரைக்கும் படுக்கையிலிருந்து பிறகு சிறிது குணமாகி சற்று நடமாட ஆரம்பித்தாள். இவளது தேக அசௌக்கியத்தைப் பற்றி ஆரம்பத்திலேயே இவர்கள் எழுதியிருந்த கடிதத்தைப் பார்த்து, கும்பகோணத்திலிருந்த இவளுடைய மைத்துனரும் மாமியாரும் மிகுந்த விசாரப்பட்டு 10 ரூபாய் பணம் அனுப்பித் தகுந்த வைத்தியம் செய்யும்படியாயும் தேகஸ்திதியைப் பற்றி உடனே கடிதம் எழுதும்படியாயும் கேட்டு எழுதியிருந்தார்கள். தன் புருஷன் இறந்துபோய் ஒரு வருஷம் ஆகாமையால் பாலாம்பாள் அம்மாள் தானே வந்து விசாலாக்ஷியைப் பார்க்க முடியவில்லை ஆயினும் விசாலாக்ஷி உடம்பு சௌக்கியமாகி வருவதைக் கேட்டுச் சந்தோஷித்தாள். கார்த்திகை மாதம் அமாவாசையன்று விசாலாக்ஷிக்கு உடம்பு அசௌக்கியம் ஏற்பட்டு பௌர்ணமிக்குள் உடம்பு குணமாகிவிட்டது.

கும்பகோணத்திலிருந்து வந்த தொகை பத்துடன் இன்னும் ஐந்து சேர்த்து வைத்தியருக்கு 15 ரூபாய் கொடுத்தார்கள்.

பௌர்ணமியன்று கார்த்திகைப்பண்டிகை. மீனாக்ஷி சுந்தரேசர் திருக்கோவிலில் அன்று லக்ஷதீபம் போட ஏற்பாடு செய்துகொண்டிருந்தார்கள். நாலு கோபுரங்களையும் அலங்கரித்து நூற்றுக்கணக்கான ஆட்கள், லக்ஷம் அகல்களுக்கு எண்ணெய்விட்டுத் திரி போட்டு கோபுரங்களில் அலங்கார மாக ஒழுங்காக வைத்தனர். அன்றைய தினம் காலையில் எல்லோரும் எண்ணெய் தேய்த்துக்கொண்டு மங்கள ஸ்நானம் செய்தார்கள். ராமஸ்வாமி அய்யருக்கு அன்று விடுமுறை. காலையில் எல்லோரும் போஜனமுண்டு சந்தோஷமாகப் பாடுவதிலும் படிப்பதிலும் பகற்பொழுதைப் போக்கினர், அம்மாளு அம்மாளும் செல்லம்மாளும் காலையில் பாலும் பழமும் மாத்திரம் சாப்பிட்டுவிட்டு பொரியுருண்டை, அடை, வடை எல்லாம் சாயங்காலம் மங்கள தீபம் ஏற்றி நைவேத்தியம் செய்வதற்காகத் தயாரித்துக்கொண்டிருந்தார்கள். அன்று பகல் 3 மணிக்கு விசாலாக்ஷி நல்ல சுபதினத்தில் மங்களமான வேளையில் பெரியவளாகி வெட்கத்துடன் கொல்லைப்புறத்தில் விலகி நின்றாள். இதைக்கண்ட செல்லம்மாள் அவளிடம் சென்று பயப்படாமலிருக்கும்படி தைரியஞ்சொல்லி அவளுக்குப் பாலும் பழமும் கொடுத்து உபசரித்தாள். அம்மாளு அம்மாளும் செல்லம்மாளும் அன்னம்மா பாட்டியின் இஷ்டப்படி பொங்கல், அப்பம் இவைகள் செய்து ஐந்து மணிக்கே தீபங்கள் ஏற்றி, பொரியுருண்டை, வடை, அடை, பொங்கல், அப்பம் இவற்றையெல்லாம் தீபஜோதி ரூபமான பகவானுக்கு அர்ப்பித்துப் பிறகு விசாலாக்ஷிக்குப் பூச்சூட்டி அலங்கரித்து, மணையிலிருத்தி, அக்கம் பக்கத்துப் பெண்கள் எல்லோரும் வந்து சோபனம் பாடி ஆலாத்தி சுற்றிக்கொட்டி தாம்பூலமும் பழமும் வாங்கிக் கொண்டு போன பிறகு. பெரியவளான பெண்ணுக்கு வெல்லம், சருக்கரை, தேங்காய் கீற்று, பழம், பொங்கலுடன் போஜனம் செய்வித்தார்கள். இதன்பிறகு மற்றவர்கள் கோவிலுக்குச் சென்று லக்ஷதீபக் காக்ஷியைக் கண்டு தரிசித்துவிட்டு வந்தனர். விசாலாக்ஷியும் மாடியிலிருந்து லக்ஷதீப தரிசனம் செய்தாள்.

மறுநாள் ராமஸ்வாமி அய்யர் விசாலாக்ஷி பெரியவளான சுப சமாசாரத்தை அவள் புருஷன் வீட்டாருக்கு எழுதித் தெரிவித்தார். அந்தச் சமயம் அங்கிருந்து யாரும் வருவதற்குச் சௌகரியமில்லாமையால் "பூச்சூட்டுதல்" என்னும் சடங்கை பிற்பாடு செய்துகொள்ளலாம் என்று எழுதிவிட்டார்கள். ஆயினும் மூன்றுநாளும் விசாலாக்ஷியை மணையில் வைத்துப் பாடி, மூன்றாம் நாள் பிட்டு சமைத்து வழங்கி, நான்காம் நாள்

மங்கள ஸ்நானம் செய்வித்து, மணையில் வைத்து, பெரிய சுமங்கலிகள் வந்து நிறை நாழி அரிசி, பூர்ண கும்பம், திருவிளக்கு இவற்றையேற்றி இறக்கி, தீபாலங்காரம் காட்டி, அம்மானை, சோழி முதலிய சாமான்களை மூடியெடுக்கச்செய்து, 5 ரூபாய் அங்கத்தில் வைத்து அச்சுதம் தெளித்து[2], அன்னம், பருப்பு, நெய்யும் கலந்த அன்னத்தை அவள் கையினால் சின்னக் குழந்தைகளுக்கு வழங்கச்செய்து பிறகு பருப்பு, பாயசத்துடன் பெரியவளான பெண்ணைப் போஜனம் உண்ணச்செய்து சுமார் 20 பெண்களும் விருந்து சாப்பிட்டார்கள். அன்று மாலை எள்ளுருண்டை செய்து வந்தவர்களுக்கெல்லாம் தாம்பூலத்துடன் வழங்கி மங்களமாய் விசாலாக்ஷியை மணையில் வைத்துப் பாடி மகிழ்ந்தனர். மேளவாத்திய முழக்கத்துடன் நலங்கிட்டு அதன்பிறகு இரண்டுமணிநேரம் குதித்துப் பாடி கும்மியடித்தனர். மதுரையிலேயே யார் வீட்டில் விவாகம் முதலான சுப காரியங்கள் நடந்தாலும் பெண்டுகள், வயதானவர்கள்கூட ஒன்று சேர்ந்து குதூகலமாய்ப் பாடுவதும் கும்மியடிப்பதும் தமாஷாகப் பொழுதுபோக்குவதும் வழக்கம். அவர்களுக்கு உண்டான நகைகளை அணிந்துகொண்டு நல்ல புடவைகளைக் கட்டிக்கொண்டு மாலைவேளைகளில் கோவிலுக்குப் போவது என்னும் வியாஜம் வைத்துக்கொண்டு ஆடிவீதிப் பிரதக்ஷணம் செய்வதும் ஸ்வாமிதரிசனம் செய்வதும் புதுமண்டபத்துக்குச் சென்று தங்களுக்குவேண்டிய சாமான்கள் வாங்குவதும் வழக்கம். ஐப்பசி மாதத்தில் ஜவந்தரை[3] என்னும் கொண்டாட்டத்தின்போது பசவன் வைத்து வயதான பெண்டுகள் கூட ஒன்று சேர்ந்து கோலாட்டம் போட்டுப் பணம் வசூலித்து கடைசி தினத்தன்று பசவனைப் பாண்டு வாத்தியம் மேளவாத்தியங்களுடன் ஊர்வலமாக எடுத்துச்சென்று வைகைநதியில் அதைப் பரிகரித்துவிட்டுப் பிறகு எடுத்துக் கொண்டுபோன சித்திரான்னங்களை சந்தோஷமாகச் சாப்பிட்டு விட்டுத் திரும்புவார்கள். புருஷர்கள் மாலை வேளைகளில் கிளப்புகளுக்குச் சென்று பகல் முழுவதும் உத்தியோகம் செய்த அலுப்புத் தீர, பந்து, சீட்டு முதலிய விளையாட்டுகள் விளையாடி வருவதுபோல் பெண்களுக்கும் இவைகள் எல்லாம் பலவிதப் பொழுது போக்கும் சாதனங்கள். நிற்க.

கார்த்தி மாதம் முடிந்தது. சுப்புக்குட்டி ஐயர் பிள்ளை ஸ்வாமிநாதனுக்குப் பரீட்சையும் மூடிந்தது. ராமஸ்வாமி அய்யருக்குக் கிறிஸ்துமஸ் விடுறையாதலால் அவர் விசாலாக்ஷி, ஸ்வாமிநாதன், செல்லம்மாள் இவர்களுடன் வைகளத்தூருக்கு வந்து சேர்ந்தார். ராமஸ்வாமி அய்யர் 2 நாளிருந்து விட்டு மதுரைக்குத் திரும்பினார். மற்றவர்கள் வைகளத்தூரிலேயே இருந்தனர். வரகூர் வைத்தி சாஸ்திரிகள் தைமாதம் வந்து

6 மாதம் கர்ப்பமாயிருந்த தன் பெண் செல்லம்மாளுக்கு வளைகாப்புச் சடங்கு செய்வதற்காகத் தன் ஊருக்கு அழைத்துப் போனார். இரண்டு மாதத்துக்கெல்லாம் வளைகாப்பு நடந்தது. அதற்கு விஷ்ணம்பேட்டையிலிருந்து தைலம்மாள் போய்விட்டு வளைகாப்புக் கலியாணம் ஆன செல்லம்மாளை அழைத்துக்கொண்டு வைகளதூர் வந்து சேர்ந்தாள், உடனே ஸ்வாமிநாதன் + செல்லம்மாளுக்கு ஸீமந்தமும் விசாலாக்ஷிக்குப் பூச்சூட்டலும் நடத்த ஏற்பாடாயிற்று. விசாலாக்ஷியின் அத்தைகள் மீனாம்பாள், தைலாம்மாள் இருவரும் அதற்கு வேண்டிய ஏற்பாடுகள் செய்து உதவிசெய்தார்கள். ஸீமந்தத்துக்கு நான்குநாள் முன்பு விசாலாக்ஷி மூன்றாவது முறை மாதவிடாயாகி ஸீமந்தத்துக்கு முதல்நாள் ஸ்நானம் செய்தாள். மாசிமாதம் செவ்வாய்க்கிழமையன்று பாலாம்பிகை சமாராதனை செய்தனர். புதன் சாயங்காலம் விசாலாக்ஷியின் இளைய மாமியார் மணஞ்சேரிச் சித்தம்மையும் புக்ககத்து அத்தை ரிஷியூர் காமாக்ஷியம்மாளும் வந்து விசாலாக்ஷிக்குப் புதுப்புடவைகட்டி மணையில் வைத்து பூச்சூட்டி சோபனம் பாடினார்கள்.

பத்தி பத்தியாய்ப் பழம் பழுத்தாப்போல்
பருத்த மணியுடன் நல்முத்துக் கோத்தாப்போல்

அச்சுதப்பாட்டிக்குச் சோபனமே அம்மணிப்பாட்டிக்குச் சோபனமே
கொள்ளுப்பாட்டிக்குச் சோபனமே குஞ்சம்மா பாட்டிக்குச் சோபனமே
சித்தம்மைப்பாட்டிக்குச் சோபனமே செல்லம்மா பாட்டிக்குச் சோபனமே
அச்சாபாட்டிக்குச் சோபனமே ஆனந்த பாட்டிக்குச் சோபனமே
அச்சோபாட்டிக்குச் சோபனமே அம்மாகுட்டி பாட்டிக்குச் சோபனமே
அச்சோ அத்தைக்குச் சோபனமே தைலாம்பா அத்தைக்குச் சோபனமே
அச்சுத அம்மைக்கு சோபனமே செல்லம்மா அம்மைக்கு சோபனமே
அச்சா சித்திக்குச் சோபனமே யோகாம்பா சித்திக்குச் சோபனமே
அச்சுதபாட்டாக்கு சோபனமே அன்புள்ள சிவனுக்கு சோபனமே
அச்சோபாட்டாக்குச் சோபனமே சுப்புக்குட்டி தாத்தாவுக்குச் சோபனமே
அச்சுத அப்பாக்கு சோபனமே சாமண்ணா அப்பாவுக்குச் சோபனமே
அச்சோ அப்பாக்குச் சோபனமே நடராஜ அப்பாக்குச் சோபனமே
அச்சோ மாமாக்குச் சோபனமே குருஸ்வாமி மாமாக்குச் சோபனமே
அச்சோ (அம்) மாமிக்குச் சோபனமே சரஸ்வதி மாமிக்குச் சோபனமே
அச்சோ மாமனார்க்குச் சோபனமே வெங்கடராமர்க்குச் சோபனமே
அச்சோ மாமிக்குச் சோபனமே பாலாம்பாளம்மாளுக்குச் சோபனமே

பட்டு முந்தாணியில் நல் பவழம் பதித்தாப்போல்
பருத்த ரத்னத்துடன் நல் முத்து கோத்தாப்போல்

ஒக்கப்பிறந்தார்க்குச் சோபனம் சோபனம்
ஒத்துமை நேயர்க்கும் சோபனம் சோபனம்.

என்று பெரியவர்கள் பெயரையெல்லாம் சொல்லி சோபனம் பாடினார்கள். ஸ்வாமிநாதன் செல்லம்மாளுக்கும் மங்களமாய் ஸீமந்தக்கலியாணம் நடந்தது. செல்லம்மாளைப் பிரசவத்துக்காக அவள் பெற்றோர்கள் வரகூருக்கு அழைத்துப்போனார்கள்.

அடிக்குறிப்புகள்:

1. ***காரை:*** *காரை என்று இங்கு குறிப்பது காரைப்பூ அட்டிகை என்று அறியப்படும் அணிகலன். கழுத்தில் அணிவது. ஐந்திதழ் காரைப்பூவின் வடிவப் பூக்கள் கோர்த்த அணிகலன். இதைக் காரைப்பூ அட்டிகை என்று கூறாமல் காரை என்றே கூறுவர்.*
2. ***அச்சுதம் தெளிப்பது:*** *இது பூப்புனித நீராட்டு விழா, சீமந்தம், வளைகாப்பு போன்ற மங்கல நிகழ்வுகளில் தஞ்சாவூர்ப் பகுதிகளில் நடக்கும் ஒரு சடங்கு. ஐந்து சுமங்கலிகள் ஒவ்வொருவராக அட்சதையைப்போட்டபின் அருகம்புல்லைப் பசும்பாலில் தோய்த்து இரண்டு தோள்களிலும் முதுகிலும் இடுப்பிலும் தெளித்துப் பெண்ணை ஆசீர்வதிக்கும் சடங்கு.*
3. ***ஜவந்தரை:*** *கோலாட்ட ஜவந்தரை என்பது ஒரு கொண்டாட்டம். விக்கி மூலம் தமிழ்நூல் தொகுப்புக் கலைக் களஞ்சியம் பக்கத்தில் அருணோதயம், சென்னை–14, தென்மொழிகளின் புத்தக டிரஸ்ட் மாருதி பிரஸ், சென்னை–14 ஆதரவுடன் வெளியிட்ட 'நாடோடிப் பாடல்கள்' (செப்டம்பர், 1959) தொகுப்பு: ஆர். அய்யாசாமி, பற்றிய குறிப்பு இருக்கிறது. இத்தொகுப்பு பற்றிய விளக்கத்தில் தொகுப்பில் உள்ள பல வகைப் பாடல்கள் பற்றிய குறிப்பு உள்ளது. அதில் கோலாட்ட ஜவந்தரையும் குறிக்கப்பட்டுள்ளது.*

21

(1882) சித்ரபானுவருஷம் முடிந்து (1883) சுபானுவருஷம் பிறந்தது. கும்பகோணத்தில் பாலாம்பாள் அம்மாள் கணவர் வெங்கட ராமய்யருடைய வருஷ ஆப்தீகம் முடிந்தது. இது முடிந்த சின்னாட்களுக்கெல்லாம் அவருடைய இரண்டாவது புதல்வன் சுப்ரமணியனுக்குச் சாந்திக்கலியாணத்துக்கு ஏற்பாடு செய்தனர். வைகளத்தூரிலிருந்து சுப்புக்குட்டி ஐயர் அவர் மனைவி செல்லம்மாள் இருவரும் நடராஜய்யர் அனுப்பிய தொகை 250 ரூபாயில் 130 ரூபாய்க்கு ஒரு ஜதை கல்லிழைத்த ஓலையும், பாக்கி ரூ.120க்கு வேஷ்டி, புடவை முதலிய சீர்வகைகளும் செய்துகொண்டு, விசாலாக்ஷியை அழைத்துவந்து சாந்திக்கலியாணம் செய்தார்கள். வேண்டிய பந்து ஜனங்கள் வந்திருந்து நடத்தினார்கள். இதன்பிறகு விசாலாக்ஷி தன் புக்ககத்தில் இருந்துகொண்டு மாமியார் முதலானவர்களுக்குப் பணிவிடை செய்துகொண்டு ஓர்ப்படியுடன் வீட்டுவேலைகளை கவனித்துக்கொண்டு சந்தோஷமாகக் காலங்கழித்து வந்தாள்.

பாலாம்பாள் அம்மாளுக்குச் சுந்தரத்துக்குப் பிறகு வைத்தீஸ்வரன் என்று ஒரு பிள்ளை இருந்தான். மணஞ்சேரி சிவராமய்யர், அவர் மனைவி வாலாம்பாள் இருவருக்கும் குழந்தைகளே பிறக்கவில்லையாதலால் வெங்கடராமய்யா ஜீவவந்தராயிருக்கும்போதே வைத்தீஸ்வரனைத் தம்பிக்கு அபிமானபுத்திரனாகக் கொடுப்ப தற்குத் தீர்மானித்திருந்தார். சிவராமையரும் அவர்மனைவியும் தங்கமான குணமுள்ளவர்கள். குடும்பத்தில் நடக்கும் எந்தச் சுபாசுபகாரியங் களையும் தங்கள் காரியமாகக் கருதி, மிகுந்த ஒற்றுமையுடன் வந்திருந்து நடத்துவார்கள். தமையன் தம்பி குழந்தைகளையெல்லாம் தங்கள்

குழந்தைகளைப் போலவே கருதி, அருமை பெருமையுடன் அவர்களை நடத்துவார்கள் வைத்தீஸ்வரனுக்கு உபநயனம் செய்து ஸ்வீகாரம் செய்துகொண்டு தங்கள் ஆஸ்தியைக் கொடுத்து அருமையாக வைத்துக்கொள்ள வேண்டுமென்று மிகுந்த ஆவலுடன் இருந்தார்கள். ஆனால் பாவம், தானொன்று நினைக்க தெய்வமொன்று நினைத்தது என்பதுபோல் வெங்கடராமையர் வருஷ ஆப்தீகம் முடிந்த இரண்டு மாதத்துக்கெல்லாம் 9 வயதுள்ள வைத்தீஸ்வரன் மஞ்சக்காமாலை என்னும் வியாதி வந்து 15 நாள் படுக்கையில் கிடந்து இறந்துபோனான். பாலாம்பாளம்மாளுக்கும் மணஞ்சேரி தம்பதிகளுக்கும் இது விஷயம் மிகுந்த துக்கத்தையும் தாங்கக்கூடாத வருத்தத்தையும் உண்டாக்கிற்று. சிவராமய்யர், “மதனீ, எங்களுடைய துரதிருஷ்டவசத்தால், பசு பாக்கியம் இல்லாதவனுக்கு விலைக்கு வாங்கின பாலையும் பூனை குடித்துவிட்டது, என்பதுபோல் இந்தக் குழந்தையை இழந்து விட்டோம்; நாங்கள் ஸ்வீகாரம் எடுத்துக்கொள்ளும் உத்தேசமே இல்லாவிட்டால் அவன் பூர்ண ஆயுளுடன் இருந்திருக்கக்கூடும்” என்று சொல்லிப் பிரலாபித்தார்.

ஸ்ரீநிவாசய்யர் மனைவி மீனாம்பாளுக்கு இரட்டைக்குழந்தை பிறந்து இறந்துபோயிற்று. இப்போது அவர்களுக்கு நடராஜன், கிருஷ்ணசாமி, சங்கரன் என்னும் 3 பிள்ளைகளும் லக்ஷ்மி, ஞானாம்பாள் என்ற இரண்டு பெண்களும் இருந்தனர், வைத்தீஸ்வரன் காலமாகிவிட்ட சில நாட்களுக்கெல்லாம் ஸ்ரீநிவாசய்யர் + மீனாம்பாளின் கைக்குழந்தை ஞானாம்பாளுக்கு வயிற்றில் கட்டி வந்து விசாலாக்ஷி, மீனாம்பாள் இவர்களுடைய ஆதரணையிலும் வைத்தியத்திலும் கட்டி கரைந்து குணமாகி வந்தது.

விசாலாக்ஷியின் கணவர் அந்த வருஷம் கிறிஸ்துமஸுடன் எப்.ஏ. பரீட்சை தேறி ஜனவரி மாதம் சென்னைச்குச் சென்று ஓட்டலில் சாப்பிட்டுக்கொண்டு இன்ஜினியரிங் காலேஜில் படித்துக்கொண்டிருந்தார்.

(1884) தாருண வருஷம் பிறந்தது. சித்திரை மாதம் வெங்கடராமையருக்கு இரண்டாவது வருஷ ஆப்தீகம் நடந்தது. வைகாசி மாதம் பாலாம்பாளம்மாள் கடைசிப் பிள்ளை சுந்தரத்துக்குச் சாந்திக்கலியாணமும் ஸ்ரீநிவாசய்யர் முதல் இரண்டு புதல்வர்கள் நடராஜன், கிருஷ்ணசாமி இருவருக்கும் உபநயனக் கலியாணமும் விமரிசையாக நடைபெற்றது. விஸ்வநாதய்யர் தன் பந்துமித்திரர்களுடன் தன் அருமைக் குமாரி கமலாம்பாளை ஸ்ரீதன வரிசைகளுடன் அழைத்துவந்து சாந்திக்கலியாணத்தை ஆனந்தத்துடன் அனுபவித்துச் சென்றார்.

பாலாம்பாளம்மாளின் ஒரே அருமைப் பெண்ணான விசாலாக்ஷிக்கு மூத்தபெண் பார்வதி, இரண்டாவது தருமாம்பாள், மூன்றாவது மஹாதேவன் என்னும் பிள்ளை. தருமாம்பாளுக்குக் காதும் கேட்கவில்லை, அதனால் வாய்ப் பேச்சும் இல்லை. அவளைத் தகுந்த டாக்டரிடம் காட்டி வைத்தியம் செய்ய விரும்பி பாலாம்பாளம்மாளும் விசாலாக்ஷியும் அந்தக் குழந்தையுடன் சென்னைக்குச் சென்று ஒருமாதமிருந்து வைத்தியம் செய்து பயனின்றி அந்தக் குழந்தை ஆயுள் முழுவதும் காது மந்தமாயும், வாய் ஊமையாகவுமே பார்ப்பவர் பரிதவிக்கும்படி இருந்தாள். இவர்கள் சென்னைக்குப் போயிருந்த சமயம் ஸ்ரீநிவாசய்யர் மனைவி மீனாம்பாள் பிரசவமாகி ஒரு பிள்ளைக்குழந்தை பிறந்தது. அவள் உதவிக்காக அவள் தாயார் பார்வதியம்மாள் வந்திருந்தாள், ஸ்ரீநிவாசய்யருடைய பாட்டி சுப்பம்மாளும் ரிஷியூரிலிருந்து வந்திருந்தாள். வீட்டுவேலைகளை எல்லாம் அந்தச் சமயம் விசாலாக்ஷியே கவனித்து குழந்தைகளுக்குச் செய்யவேண்டியவற்றையெல்லாம் செய்து, மைத்துனராகிய ஸ்ரீநிவாசய்யருடைய சாப்பாடு, இடைவேளை டிபன் இவற்றை அவர் உகந்துகொள்ளும்படியாகச் செய்து, புக்ககத்துப்பாட்டி தன் கைகளையெடுத்து கண்களில் ஒற்றிக்கொண்டு புகழும்படி யாக அவள் நோக்கமறிந்து பணிவிடை செய்துகொண்டு, பிரசவித்திருக்கும் ஓர்ப்படி மீனாம்பாளுக்கும் வேண்டிய பத்தியம் முதலிய உபசரணைகளைச் செய்துகொண்டும் எல்லோரும் தன்னை மெச்சும்மடியான விதமாய் நடந்துகொண்டாள். சென்னைக்குச் சென்ற பாலாம்பாள் அம்மாளும் விசாலாக்ஷியும் மிகுந்த நிராசையுடன் குணமாகாத குழந்தை தருமாம்பாளுடன் திரும்பி கும்பகோணம் வந்துசேர்ந்தனர்.

வைகளத்தூர் நடராஜய்யர் கூடலூரில் ரிஜிஸ்ட்ராராக இருந்தார். அவர் மனைவி யோகாம்பாள் வந்து விசாலாக்ஷியை அழைத்துப்போனாள். விசாலாக்ஷியும் சற்று விடாய் ஆற்றியாய் தன் சித்தப்பா, சித்தம்மையுடன் 3 மாதம் இருந்தாள். அந்த வருஷம் கிறிஸ்துமஸ் விடுமுறைக்கு விசாலாக்ஷியின் கணவர் சுப்ரமணியன் கும்பகோணம் வந்து சேர்ந்தார். இதனிடையில் மீனாம்பாளுக்குப் பிறந்த குழந்தை 4 மாதம் வளர்ந்து இறந்துபோயிற்று. ஆதலால் யோகாம்பாள் கடலூரிலிருந்து விசாலாக்ஷியைக் கொண்டு வந்துவிட்டு, தன் நாத்தனார் பாலாம்பாளம்மாள், அவள் மருமகள் மீனாம்பாள் இருவரையும் குழந்தை இறந்துபோனதைப் பற்றி துக்கம் விசாரித்துவிட்டுப்போனாள். அவளும் மீனாம்பாளும் சமவயதினர் என்பதுடன் அந்நியோந்நியமான தோழிகள். சமயம் நேரும்போதெல்லாம் இவ்விருவரும் இரண்டு மூன்று

நாள் சேர்ந்திருந்து தங்களது தோழமையைப் பலப்படுத்திக் கொண்டு அளவளாவியிருப்பது வழக்கம்.

சுந்தரத்தின் மனைவி கமலாம்பாள் புருஷன் வீடு வந்து சேர்ந்தாள். அங்கிருந்தவர்கள் எல்லோரும் அவளுக்குப் புதிதானபடியால் தன் ஓர்ப்படி விசாலாக்ஷியிடம் எல்லாம் கேட்டுத் தெரிந்துகொண்டு தக்காருக்குத் தக்கவிதம் நடந்து கொண்டு வீட்டு வேலைகளை எல்லாம் கற்றுக்கொண்டு செய்துவந்தாள். நல்ல குணமும் பயந்த சுபாவமும் உள்ளவளாய் கர்வமில்லாமல் பணிவுடனிருந்தாள். இவள் கணவர் சுந்தரமும் அவளிடம் மிகுந்த பிரியத்துடன் இருந்தார். விசாலாக்ஷியும் கமலாம்பாளும் மிகுந்த ஒற்றுமையுடன் வீட்டு வேலைகளைச் செய்துகொண்டும் படித்துக்கொண்டும் பாடிக்கொண்டுமிருந்தனர்.

(1884) தாருண வருஷம் மஹாமகம் வந்தது. இது 12 வருஷத்துக்கு ஒருமுறை மகநக்ஷத்திரமும் குரு என்னும் கிரகமும் ஒரே இடத்தில் வரும்போது மாசிமகத்தில் விசேஷமாகக் கொண்டாடப்படும். கும்பகோணத்தில் மகாமகக்குளம் ஒன்று உண்டு. 12 வருஷத்துக்கொருமுறை கங்காதேவியே அந்தக் குளத்தில் வந்து நிரம்பியிருக்கிறாள் என்பது நம்பிக்கை. ஆதலால் சென்னை ராஜதானியின் பல பாகங்களிலுமிருந்தும் ஆயிரக்கணக்கான ஜனங்கள் கும்பகோணத்துக்கு வந்து மகாமகத்தன்று மகாமகக் குளத்தில் ஸ்நானம் செய்து புண்ணியம் சம்பாதித்துக்கொண்டு போவார்கள். ஸ்ரீநிவாசய்யர் பந்துக்கள், சிநேகிதர்கள் எல்லோரும் அந்த வருஷம் மகாமகத்துக்கு வந்து கூடினார்கள். மீனாம்பாளின் தாயுடன் பிறந்த சகோதரிகள் நான்கு பெயர் அவர்கள் குடும்பத்துடனும், ரிஷியூர், வைகளத்தூரி லுள்ள பந்துக்களுமாக சுமார் 50, 60 பேர் வந்து கூடினார்கள். கொல்லைக்கட்டில் பெரிய கோட்டையடுப்பு வெட்டி 2 சமையல்காரர்களை பிரத்தியேகமாக நாலைந்து நாட்களுக்கு நியமித்து, வந்தவர்களுக்கெல்லாம் சமையல், சாப்பாடு, கலியாணம்போல் நடந்தது. சில மடியான, ஆசாரமான பெரியவர்களுக்கு மாத்திரம் விசாலாக்ஷி தனிச் சமையல் செய்தாள். இன்னும் அநேகம் பெரியவர்கள், அன்றைய தினம் பரான்னம் சாப்பிட இஷ்டமில்லாமல் கொல்லைக்கட்டில் பிரத்தியேகமாக விசாலாக்ஷியும் கமலாம்பாளும் கட்டி வைத்திருந்த அடுப்புகளில் தனி தனியாகச் சமையல் செய்து சாப்பிட்டார்கள். அன்று 1 மணிமுதல் 4 மணி வரைக்கும் எல்லா அடுப்புகளும் எரிந்து கொண்டிருந்தன. இரவு அநேகம் பேருக்குப் பலகாரம் விசாலாக்ஷியும் கமலாம்பாளும் செய்து கொடுத்தார்கள். அவ்விதம் வந்திருந்தவர்களை ஸ்ரீநிவாசய்யர்

பாலாம்பாளம்மாள் முதலானவர்கள் உபசரித்து உதவிசெய்து மிகுந்த செலவு சிரமத்துடன் வழியனுப்பினார்கள்.

பாலாம்பாள் அம்மாள் பிள்ளை சுந்தரத்துக்கு பி.ஏ. பரீட்சை தேறிற்று. அதன்பிறகு அவரும் இஞ்சினியர் பரீட்சைக்குப் படிக்க இஷ்டப்பட்டபடியால் பாலாம்பாள் அம்மாள் தன் மருமகள் விசாலாக்ஷி, கமலாம்பாள் இருவரையும் அழைத்துக்கொண்டு குடித்தனம் செய்வதற்கு வேண்டிய பண்டம் பாத்திரங்களுடன் சென்னைக்கு வந்து அங்கு திருவல்லிக்கேணியில் ஒரு சிறிய வீட்டை வாடகைக்கு அமர்த்தி, அதில் தன் பிள்ளைகள் சுப்ரமணியன், சுந்தரம் இருவரையும் அவர்களுடைய மனைவிமார் களுடன் ஒழுங்காய்க் குடித்தனம் செய்யும்படி ஏற்பாடு செய்தாள். ஓர்ப்படிகளாகிய விசாலாக்ஷியும் கமலாம்பாளும் மிகவும் ஒற்றுமையாய் வேளைக்கு ஒருவராகச் சமையல் செய்துகொண்டு புத்திசாலித்தனமாய்க் குடித்தனம் செய்துகொண்டிருந்தார்கள். கமலாம்பாளின் தகப்பனார் விஸ்வனாதய்யர் வேலைக்குச் சென்று மயிலையிலுள்ள தன் வீட்டுக்குத் திரும்பும்போது பிரதி தினமும் இவர்கள் வீட்டுக்கு வந்து தன் அருமைப்பெண் கமலாம்பாளையும் தன் பெண்ணேபோல் கருதிவந்த விசாலாக்ஷியையும் பார்த்து விசாரித்துவிட்டுப் போவார்.

(1885) பார்த்திப வருஷம் சித்திரை மாதக் கோடை விடுமுறைக்கு எல்லோரும் கும்பகோணம் வந்துசேர்ந்தார்கள். மூன்றே மாதம் ஸ்நானம் செய்யாமலிருந்த விசாலாக்ஷியின் கர்ப்பம் சிதைந்து இரண்டு மூன்றுநாள் கஷ்டப்பட்டுப் பிறகு உடம்பு தேறினாள். பாலாம்பாள் அம்மாள் அவள் கணவர் இறந்தது முதல் சோமவார விரதம் எடுத்துக் கடும்பட்டினியிருந்து 3 வருஷமாகியிருந்தது. ஆகவே அந்த விரதத்தை அந்தப் பார்த்திப வருஷம் வைகாசி மாதத்தில் முடிப்பதற்கு ஏற்பாடு செய்தாள். தன் நாத்தனார் காமாக்ஷியம்மாளையும் அவள் கணவரையும் தம்பதி பூஜைக்கு வைத்து மிகவும் விமரிசையாய் விரதத்தை முடித்தாள். இதன்பிறகு ஆடி மாதத்தில் ஸ்ரீநிவாசய்யர் மனைவி மீனாம்பாள் பிரசவித்து “வாணி” என்னும் ஒரு பெண் குழந்தை பிறந்தது.

கோடை விடுமுறைக்குப் பிறகு வழக்கம்போல் சுப்ரமணியரும் சுந்தரமும் தங்கள் மனைவிகளுடன் திருவல்லிக்கேணிக்குப் போய் தங்கள் படிப்பைத் தொடர்ச்சியாகப் படிக்க ஆரம்பித்தார்கள். வீட்டில் விசாலாக்ஷியும் கமலாம்பாளும் வீட்டுக் காரியத்தைக் கவனித்தார்கள். சுந்தரம் வீட்டுக்கு வேண்டிய சாமான்கள், காய்கறிகள் எல்லாம் வாங்கிவருவார். மதனி விசாலாக்ஷியுடனும் மனைவி கமலாம்பாளுடனும் கலகலப்பாய்த் தமாஷாய்ப் பேசிக்கொண்டு சரசமாயிருப்பார். ஆனால் விசாலாக்ஷியின்

கணவர் வைகளத்தூர் சிவன் மாதிரி தன் மனைவி, மற்ற யாருடனும் தாராளமாய்ப் பேசமாட்டார். வீட்டுக்காரியங் களைக் கவனிக்கவும் மாட்டார். மௌனமாகவேயிருப்பார். சகோதரர் இருவரும் காலைபோஜனம் 9 மணிக்கே செய்துவிட்டுக் காலேஜுக்குப் போவார்கள். இடைவேளைக்கு வேண்டிய சிற்றுண்டியை ஒரு பிராமணன் எடுத்துச்சென்று காலேஜில் கொடுத்துவிட்டுப் பாத்திரத்தை மறுபடி வீட்டில் கொண்டு வந்து கொடுத்துப்போவான். வீட்டில் ஒரு வேலைக்காரன் இவர்களுடைய வேஷ்டிகளைத் துவைத்து உலர்த்தி மற்றுஞ்சில சிற்றேவல்களைச் செய்வான்.

திருவல்லிக்கேணியில் இவர்கள் வீட்டுக்குச் சமீபத்தில் தோடித்தெருவில் வைகளத்தூர் துரையப்பாவின் மனைவி அம்மணியம்மாள் தன் மூத்தபிள்ளை வைத்தினாதய்யர் அவர் மனைவி ரங்கம்மாளுடன வசித்துவந்தார். விசாலாக்ஷியிடம் அவளுடைய வைத்தி சித்தப்பாவுக்கும் ரங்கச் சித்தம்மைக்கும் தேவதா விஸ்வாஸம். பிரதிதினமும் ரங்கம்மாள் வந்து விசாலாக்ஷி, கமலாம்பாள் இருவரையும் தங்கள் வீட்டுக்கு அழைத்துப்போய் 4 மணிவரைக்கும் வைத்துக்கொண்டிருந்து இடைவேளை சிற்றுண்டிக்குப் பிறகு அவர்களை அவர்கள் வீட்டில் திருப்பிக்கொண்டுபோய்விடுவாள். சனி, ஞாயிறு முதலான லீவு நாட்களில் கமலாம்பாளின் தகப்பனார் இவர்களைத் தன் வீட்டுக்கு அழைத்துக்கொண்டுபோய் வைத்துக்கொண்டு அருமையாக உபசரிப்பார். இங்ஙனம் ஒருவருஷம் சென்றது.

இதனிடையில் ஸ்ரீநிவாசய்யருக்கு சென்னை போர்ட் ஆபீஸில் வேலையாயிற்று. தன் பெரிய குடும்பத்தை உடனே கும்பகோணத்திலிருந்து அழைத்துவர முடியாமையால் அவர் மாத்திரம் மணஞ்சேரியிலிருந்து வந்து அவரிடம் மேன்வேலைகள் முதலிய பணிகள் செய்து கொண்டிருந்த கன்னட ஜாதிப் பிராமணப் பணியாள் கிருஷ்ணன் என்பவனுடன் சென்னைக்கு வந்து, தன் தம்பிகள் வசித்திருந்த இல்லம் மிகச் சிறியதாயிருந்ததால் வேறு ஒரு பெரிய வீட்டைத் தனக்கு ஜாகையாக அமர்த்திக்கொண்டு வேலை பார்த்துவந்தார். விசாலாக்ஷியும் கமலாம்பாளும் இரண்டு வேளைகளும் தங்கள் பெரிய மைத்துனருக்கு வேண்டிய விதமாகப் பணிக்காய்ச் சமையல் செய்து கிருஷ்ணனிடம் கொடுத்தனுப்புவார்கள். அவரும் அடிக்கடி இங்கு வந்து சமையல் வகைகளின் மேன்மையைப் பற்றிப் புகழ்ந்து பேசி தம்பிகளின் மனைவிகளுக்கு உற்சாகமுண்டாக்கி, இன்னும் தனக்குப் பிடித்த பதார்த்தங்களைச் செய்து அனுப்பும்படி கேட்டுக்கொண்டு போவார். இங்ஙனம் இரண்டு மூன்று மாதங்கள் சென்றன.

கார்த்திகை மாதக் கடைசியில் சுப்பிரமணியருக்கு இஞ்ஜினியர் படிப்பும் பரீட்சையும் முடிந்தது. சுந்தரத்துக்கு வருஷப் பரீட்சையாகி மேல் வகுப்புக்கு மாற்றலாயிற்று. கார்த்திகை மாதம் 29ஆம் தேதி மயிலாப்பூர் தெற்கு மாடவீதிக் கோடியில் ஒரு பெரிய வீட்டை வாடகைக்கு அமர்த்திக்கொண்டு திருவல்லிக்கேணி வீட்டைக் காலி செய்துவிட்டுப் போனார்கள். புதிய வீட்டுக்குப் போனமையால் அன்றிரவு ஸ்ரீநிவாசய்யருடைய சிநேகிதர்கள் பத்துப் பனிரெண்டு பேரும் விஸ்வனாதய்யர் முதலிய சில பந்துக்களும் வந்து விருந்து சாப்பிட்டார்கள். விசாலாக்ஷியும் கமலாம்பாளும் ஸ்ரீநிவாசய்யரும் மற்றவர்களும் மெச்சிக்கொள்ளும் விதமாக விருந்துக்கு வேண்டியவற்றைத் தயாரித்தனர். கிருஷ்ணனும் இன்னும் ஒரு பரிசாரகனுமாகப் பரிமாறினார்கள். வந்தவர்கள் உல்லாசமாய் விருந்துண்டு சந்தனம் தாம்பூலம் பெற்றுக்கொண்டு போனார்கள். இவ்விதமாய்ப் புதிய கிரகப் பிரவேசத்தைக் கொண்டாடினார்கள். தை மாதம் கும்பகோணத்திலிருந்த இரண்டு வீடுகளுக்கும் தகுந்தவர்களைக் குடித்தனம் வைத்துவிட்டு, பாலாம்பாள் அம்மாள், மீனாம்பாள், அவள் குழந்தைகளாகிய மூன்று பிள்ளைகள், மூன்று பெண் களுடன் மயிலாப்பூர் வந்துசேர்ந்தார்கள். சுப்ரமணியருக்கு இஞ்ஜினியர் பரீட்சை தேறி கோயமுத்தூரில் வேலையான படியால் அவர் ஒரு பரிசாரகனுடன் தன் வேலை ஸ்தலத்துக்குப் போனார். அவர் மனைவி [விசாலாக்ஷி] 5 மாதம் கர்ப்பமாயிருந்தபடியால் அவள் கூடப் போகவில்லை. இதனிடையில் பாலாம்பாளம்மாள் தன் பெண் விசாலாக்ஷிக்கு மணி (சுப்ரமணியன்) என்னும் ஒரு பிள்ளை பிறந்து உடம்பு தேறினபிறகு தன் மருமகள் விசாலாக்ஷியை வைகளத்தூருக்கு அழைத்துப்போய் பெரியவர்களான சுப்புக்குட்டி ஐயர் ஆதரணையில் "வளைகாப்பு" என்னும் சடங்கைக் கொண்டாடி னார்கள். மணஞ்சேரி தம்பதிகள், ரிஷியூர் காமாக்ஷி அத்தை, முல்லைவாயில் பாட்டி, மாமன்மார் எல்லோரும் வந்திருந்து "வளைகாப்பு"ச் செலவெல்லாம் அம்மான் வீட்டார் அருமையாகச் செய்ய, மணஞ்சேரி வாலுச்சித்தி விசாலாக்ஷியின் சமீபத்தில் உட்கார்ந்து "பாட்டிலி வளையல்" என்று அந்தக் காலத்தில் வழங்கின வளைகளை கைக்கு 11 வீதம் அடுக்கிவிட்டு, கைக்குப் பொன் காப்பு, வெள்ளிக் காப்பு எல்லாம் அடுக்கிக் காலையிலும் மாலையிலும் மணையில் வைத்துப் பாடி "வளை காப்பு"க் கலியாணத்தைக் கொண்டாடினார்கள். பிறகு நடராஜய்யர் அனுப்பிய ரூ. 150க்கு ஸீமந்தத்துக்கு வேண்டிய ஜவுளிகள் எடுத்துக்கொண்டு பக்ஷணம், பருப்புத் தேங்காய் எல்லாம் செய்துகொண்டு பூவனூரிலிருந்து மீனாம்பாள், அவள் கணவர் கைலாசய்யர் இருவரும் விசாலாக்ஷியை அழைத்துக்

கொண்டு, மயிலாப்பூர் வந்து சேர்ந்தார்கள். யோகாம்பாளுக்கு அந்தச் சமயம் மூளைக் கலக்கமாயிருந்தமையால் நடராஜய்யர் வரவில்லை. மதுரையிலிருந்து ராமஸ்வாமி அய்யர், விசாலாக்ஷி யின் தங்கை வாலாம்பாளுடன் ஸீமந்தக் கலியாணத்துக்கு வந்துவிட்டுப்போனார். இதனிடையில் சுப்ரமணியருக்கு கோயமுத்தூரிலிருந்து வண்டலூருக்கு மாற்றலாகி அவர் மயிலைக்கு வந்திருந்தார். ஸீமந்தக் கலியாணம் நடந்தது. கலியாணமான பிறகு அவரவர்கள் ஊருக்குப் போய்ச்சேர்ந்தார்கள். சுப்ரமணியரும் தன் மனைவி விசாலாக்ஷியுடன் வண்டலூருக்குச் சென்று தன் வேலையில் அமர்ந்தார். பாலாம்பாள் அம்மாளுக்குக் கண் வைத்தியம் செய்துகொள்ளவேண்டிய அவசியத்தினால் தன் பிள்ளை மருமகளுடன் வண்டலூருக்குப் போக முடிய வில்லை. ஆயினும் கர்ப்பமாயிருக்கும் பெண்ணைத் தனியாக விட்டுவைக்கக் கூடாது என்பதற்காகத் தன் கிராமமாகிய முல்லைவாயிலை விட்டு அதிக தூரம் போய் அறியாத அம்மாக்குட்டி பாட்டியை வருவித்து அவளுடைய அருமையான பேத்தி விசாலாக்ஷிக்குத் துணையாக இருக்கும்படி ஏற்பாடு செய்தாள். அம்மாக்குட்டியம்மாளை அவளுடைய கடைசிப் புதல்வர் ராஜப்பா என்பவர் வண்டலூரில் கொண்டுவந்து விட்டுப் போனார். அம்மாக்குட்டிப் பாட்டியும் இரண்டு மூன்று மாதம் தன் பேத்தியுடன் இருந்து அவளுக்கும் அவள் கணவருக்கும் பிடித்தவைகளை வாய்க்கு ருசியாகச் செய்து கொடுத்துக்கொண்டு சந்தோஷமாயிருந்தாள். சுப்ரமணியர் பரிசாரகன் முதலிய பரிவாரங்களுடன் அடிக்கடி ஸர்க்யூட் போய்வந்துகொண்டு தன் வேலையை மிகுந்த திறமையுடன் செய்துகொண்டிருந்தார்.

22

(1886) வியய வருஷம் ஆனிமாதம் பாலாம்பாளம்மாள், ஸ்ரீநிவாசய்யர் இவர்கள் இஷ்டப்படி பிரசவத்துக்கு விசாலாக்ஷியை அழைத்துக்கொண்டு அம்மாக்குட்டி அம்மாள் மயிலை வந்துசேர்ந்தாள். முளைப்பயறு மடியில் கட்டி பூச்சூட்டி மணையில் வைத்துப் பாடி "9ஆம் மாதப் பூச்சூட்டல்" என்னும் வைபவத்தைக் கொண்டாடினார்கள். இதன்பிறகு, பாவம், விசாலாக்ஷி பிரசவ வேதனையுடன் ஒரு மாதம் கஷ்டப்பட்டாள். பிரசவம் ஆவதாக இல்லை. பாலாம்பாளம்மாளுக்கு ஒன்றும் விளங்கவில்லை. நடராஜய்யர் மனைவியின் மூளைக் கலக்கத்துக்காக வைத்தியம் செய்து மந்திர ஜபம் செய்து ரக்ஷை கட்டியிருந்தது. ஒருவர் கர்ப்பமாயிருக்கும்போது அவளுடைய பந்து ஜனங்கள் யாருக்கும் ரக்ஷை கட்டியிருப்பது கூடாது என்பது ஒரு நம்பிக்கை. அதனால் பாலாம்பாள் அம்மாள் தன் தம்பிக்கு எழுதி யோகாம்பாளின் ரக்ஷையைக் கழற்றி பிரசவம் ஆகும்வரைக்கும் பாலில் போட்டுவைக்கச் சொல்லி எழுதினபடி அவர் செய்துவிட்டதாகவும் பதில் வந்தது. இந்தக் கடிதம் வந்த மூன்றாவது நாள் விசையான பிரசவநோய் கண்டு பகலெல் லாம் கஷ்டப்பட்டு இரவு 1 மணி ஆகியும் பிரசவம் ஆகவில்லை. ஸ்ரீநிவாசய்யர் முதலிய எல்லோருக்கும் மிகுந்த கவலையும் விசாரமும் ஏற்பட்டுவிட்டது. அவர் உடனே தன் கோச்சு வண்டியைக் கொண்டுவரச்சொல்லி ஜெனரல் ஆஸ்பத்திரியிலிருந்து விசாலாக்ஷி முதலானவர் களின் விருப்பப்படி ஒரு லேடி டாக்டரை அழைத்து வருவதாகச் சொல்லி அப்போது முதல் லேடி டாக்டராகப் படித்து, பெண் மக்களுக்கு உதவிசெய்வதிலேயே தன் வாழ்க்கையைச் செலுத்த வேண்டுமென்னும் உறுதி கொண்டிருந்த மிஸ் ஷார்லிப் *(Dr Mary Scharlieb)* என்னும் 25

வயதுள்ள டாக்டர் பெண்மணியுடன் இரவு 2½ மணிக்கு வந்துசேர்ந்தார். டாக்டர் விசாலாக்ஷியைப் பரீட்சை செய்து பார்த்து, பயமில்லையென்றும் ஆயுதத்தின் *(Forceps)* உதவியால் குழந்தையை வெளியிலெடுக்கப் போவதாயும் ஸ்ரீநிவாசய்யரிடம் ஆங்கில பாஷையில் சொல்லி அவரைத் தைரியப்படுத்திவிட்டுப் பிறகு தன் ஆயுதங்களையெடுத்து தயார் செய்தாள். கரண்டி போன்ற இவ்விரண்டு ஆயதங்களையும் பார்த்த பாலாம்பாள் அம்மாளும் அம்மாக்குட்டி அம்மாளும் பயந்துபோனார்கள். பிறகு குளோரோபாம் என்னும் மயக்கங் கொடுக்காமலே மிகுந்த லாவகமாய் ஆயுதத்தின் உதவியால் குழந்தையை உயிருடன் வெளியில் எடுத்தாள். பாவம் விசாலாக்ஷி, வாய்விட்டுக் கத்த வெட்கப்பட்டுக்கொண்டு மிகப் பொறுமையுடன் கஷ்டத்தைச் சகித்துக்கொண்டிருந்தாள். டாக்டர், குழந்தை பிறந்தவுடன் அதைத் தொப்புள் கொடியினின்றும் வேறுபடுத்தி குழந்தையை ஒரு பக்கத்தில் படுக்கையில் கிடத்திவிட்டு, நஞ்சை முறைப்படி வெளியிலெடுத்துப் பிறகு விசாலாக்ஷிக்கு வயிற்றுக்குக் கட்டுக்கட்டி சுத்தமான படுக்கையில் அவளைச் சௌக்கியமாய் நிம்மதியா யிருக்கும்படி படுக்கவைத்துவிட்டுப் பிறகு குழந்தையை எடுத்து இரண்டு அகன்ற பாத்திரங்களிலிருந்த வெந்நீரிலும் குளிர்ந்த நீரிலும் மாற்றி மாற்றிப் போட்டு உடம்பைச் சுத்தம் செய்து துடைத்து ஒரு கம்பளியில் சுற்றினாள். இத்தனை செய்தும் குழந்தை அழவேயில்லை. உடம்பில் சூடும் உண்டாகவில்லை. பிறகு இரண்டு சீசாவில் சுடு தண்ணீர் விட்டு இரண்டு விலாப்பக்கங்களிலும் வைத்து அரைமணிக்கொரு முறை புதிய சூடான ஜலம்விட்ட சீசாக்களை மாற்றி மாற்றி வைக்கும்படி சொல்லிவிட்டு, மறுபடி தான் பகலில் வந்து பார்ப்பதாகப் போனாள். குழந்தை எப்படியாவது பிழைக்க வேண்டுமென்று ஆவலுடன் டாக்டர் சொன்னபிரகாரம் சுந்தரம், கமலாம்பாள் முதலானவர்கள் சுடுநீர் சீசாக்களை குழந்தையின் பக்கத்தில் அணைத்து வைத்துக்கொண்டிருந்தார்கள். ஸ்ரீநிவாசய்யர் 1 மணிக்குப்போய் மறுபடி டாக்டரை அழைத்துவர அவள் குழந்தையை எடுத்து உடம்பில் சூடு வரும்படி ஏதோ மருந்து போட்டு தேய்த்துப் பிறகு இனிமேல் குழந்தை பிழைத்துவிடும், பயமில்லை என்று சொல்லி, பிரசவித்தவளும் மிகவும் அலண்டு போயிருப்பதால் அவள் நிம்மதியாகத் தூங்கவேண்டும் என்றும் சொல்லிப்போனாள். இதன்பிறகு பாட்டிமார் இருவரும் பிறந்திருந்த பெண் குழந்தையை அருமையாக மடியிலெடுத்து வைத்துக்கொண்டு அது பிழைத்து பூர்ண ஆயுளுடன் இருக்கவேண்டுமென்று ஸ்வாமிநாதப் பெருமானுக்கு வேண்டிக் கொண்டு, சீனியும் தேனும் சித்தாமணக்கு எண்ணெய்யும் எடுத்து அதில் பொன் காசை உரைத்து செவ்வெண்ணெய்[1] இட்டார்கள்.

குழந்தையும் அப்போதுதான் சற்று உணர்ச்சியுடன் சப்பிச் சாப்பிட்டு ஈனஸ்வரத்துடன் அழ ஆரம்பித்தது. இதன் பிறகே பாலாம்பாளம்மாளும் அம்மாக்குட்டியம்மாளும் வெளியிற் சென்று ஸ்நானம் செய்து ஜபம் முடித்துச் சாப்பிட்டார்கள். ஐந்தாறு நாட்களாய்ப் பட்ட கஷ்டமும் சிரமமும் நீங்கிச் சற்றுப் படுத்துக்கொண்டு சிரம பரிகாரம் செய்துகொண்டார்கள். விசாலாக்ஷி பிரசவித்து பெண் குழந்தை பிறந்த சமாசாரத்தை அவள் கணவர், நடராஜய்யர், மற்றுமுள்ள கிட்டின பந்துக் களுக்கும் எழுதித் தெரிவித்தார்கள். நடராஜய்யர் மிகுந்த சந்தோஷத்துடன் பாலில் போட்டுவைத்திருந்த ரக்ஷையைத் திரும்பவும் மனைவி யோகாம்பாளுக்குக் கட்டிவிட்டு, டாக்டர் அம்மாளுக்குக் கொடுக்கும்படி ரூ. 100 அனுப்பினார். பத்து நாளும் சுகமாக இருந்து 11ஆம் நாள் விசாலாக்ஷிக்கும் குழந்தைக்கும் மங்கள ஸ்நானம் செய்வித்து சுப்ரமணியர், விசாலாக்ஷியைக் குழந்தையுடன் மணையில் வைத்து புண்ணியாகவாசனம் செய்து குழந்தையின் கொள்ளுப்பாட்டியாராகிய சுப்பம்மாள் பெயருடன் ஆடி மாத அமாவாசை வெள்ளிக்கிழமை அதிகாலையில் பிறந்தபடியால் லக்ஷ்மி என்பதைச் சேர்த்து மிகவும் சுபமாக இருக்கவேண்டுமென்று சுபலக்ஷ்மி[2] என்று பெயர் வைத்தார்கள். 22ஆம் நாள் ஸ்நானம் ஆனவுடன் பாலாம்பாள் அம்மாள் விசாலாக்ஷி, குழந்தையுடன் வண்டலூருக்குச் சுப்ரமணியருடன் போயிருந்துகொண்டிருந்தாள். அம்மாக்குட்டியம்மாளை அவள் புதல்வர் ராஜப்பா வந்து முல்லைவாயிலுக்கு அழைத்துப்போனார். குழந்தைக்கு 6 மாதம் ஆகும் வரைக்கும் வண்டலூரிலேயே இருந்தார்கள். அதன்பிறகு தை மாதத்தில் சுப்ரமணியரை மதுரைக்கு மாற்றி அங்கு ஒரு மாதமும் அதன்பிறகு குமரலிங்கம் என்னும் ஊரில் ஒரு மாதமும் இருந்த பிறகு நாகப்பட்டினத்துக்கு மாற்றலாயிற்று. அப்போது சுப்ரமணியர் மாத்திரம் தனியாக நாகைக்குச் சென்றார். விசாலாக்ஷி, குழந்தையுடன் திருப்பரங்குன்றத்தில் இருந்த தன் நாத்தனார் விசாலாக்ஷியம்மாளிடம் ஒரு மாதமும் மதுரையில் தன் குஞ்சப்பா ராமஸ்வாமி அய்யர், அன்னம்மாள் பாட்டி இவர்களிடம் ஒரு மாதமும் போயிருந்தாள். விபய வருஷம் கார்த்தி மாதம் ராமஸ்வாமி அய்யர் மனைவி அம்மாளு அம்மாள் பிரசவித்து ஹாலாஸ்யம் என்னும் ஒரு பிள்ளை பிறந்தது.

விபய வருஷம் ஐப்பசி மாதம் வைகளத்தூரில் சுப்புக்குட்டி ஐயருக்குக் கன்னத்தில் ஒரு சிரங்கு வந்து மிகுந்த கஷ்டப்பட்டு, ஒரு டாக்டரைக்கொண்டு ஆபரேஷன் செய்யச்செய்தும் அது ரணம் ஆறாமல் படுக்கையோடு இருந்து சிரமப்பட்டார். சாமண்ணாவின் கடைசிப் பெண் சிவகாமஸௌந்தரி (சிவகாமி) சமீபத்தில் இருந்து அவர் மனைவி செல்லம்மா சித்தியுடன்

அவருக்கு வேண்டிய பணிவிடைகளைச் செய்துகொண்டிருந்தாள். தன் குழந்தையுடன் விசாலாக்ஷியும் வந்து தங்களையெல்லாம் அன்புடன் எடுத்து அருமையாக வளர்த்த அப்பாவாகிய சுப்புக்குட்டி ஐயரைப் பார்த்தாள். கடைசியில் பாவம், சுப்புக்குட்டி ஐயர் தன் கண்தெரியாத கண்ணான மதினி முதலியவர்களைக் கதறும்படி விட்டு, தன் மனைவி, மக்களையெல்லாம் தவிக்க விட்டுச் சிவலோகப்ராப்தி அடைந்தார். பாலாம்பாள் அம்மாள் மற்றுமுள்ள பந்துக்கள் எல்லோரும் வந்திருந்து அவருடைய உத்தரகிரியைகளைச் செய்தார்கள். பத்தாநாள் பிண்டத்தை அவர் தன் பெண்ணைப்போலவே கருதியிருந்த விசாலாக்ஷி, தன் செல்லச் சித்தம்மையின் விருப்பத்திற்கிணங்க, ஒரு வெள்ளிக்கிண்ணத்தில் எடுத்துக்கொண்டுபோய் நதியில் விட்டுப் பிறகு புடவைக்காக 15 ரூபாயும் வாங்கிக்கொண்டாள். இந்தப் பதினைந்து ரூபாயையும் சேர்த்து தனக்குக் கொடுத்த வெள்ளிக் கிண்ணத்தை இன்னும் பெரியதாகச் செய்து தன்னுடைய சாப்பாட்டுக்காக விசாலாக்ஷி வைத்துக்கொண்டாள்.

சுப்புக்குட்டி ஐயர் காலத்துக்குப்பிறகு வைகளத்தூர் குடும்பமே சிதறிப்போயிற்று. அவர் மனைவி செல்லம்மாள் அவள் பிள்ளை ஸ்வாமிநாதன் உத்தியோகம் செய்துகொண்டிருந்த இடத்துக்குப் போய்ச்சேர்ந்தாள். அவளிடம் இருந்து வளர்ந்து வந்த சிவகாமஸௌந்தரியை அவள் தமக்கை விசாலாக்ஷி தனக்கு உதவியாயிருப்பாளென்று தன்னிடம் அழைத்து வைத்துக் கொண்டாள். அவளுக்கு அப்போது வயது 9.

சுப்புக்குட்டி ஐயர் இறந்துபோன சில நாட்களுக்கெல்லாம் மதுரையில் இருந்த ராமஸ்வாமி அய்யருக்குத் திடீரென்று எதிர்பாராத விதமாய் ஜ்வரம் வந்து நாலேநாள் படுக்கையிலிருந்து எல்லோரும் கேட்டுப் பரிதவிக்கும் விதமாய்த் தன் மனைவியையும் இளங்குழந்தைகளையும் அநாதரவாய்த் தவிக்கவிட்டு, தன் கண் தெரியாத தாயாரையும் அலறும்படிவிட்டு தன் நாற்பதாவது வயதிலேயே கடவுளின் பாதாரவிந்தத்தைப் போய்ச்சேர்ந்தார். அவருடைய கண் தெரியாத தாயார் கதறி அழுததும் அருமை யான மனைவி, மக்கள் பந்துக்கள் எல்லோரும் அலறித் தவித்ததும் அவருடைய சகபாடிகள் மாணவர்கள் எல்லோரும் சகிக்கமுடியாத துயரத்தில் ஆழ்ந்ததும் விவரிக்க முடியாது. முடிவில் அவருக்குச் செய்யவேண்டிய அந்தியகர்மங்கள் எல்லாம் முடிந்தது. அவர் மரணபண்டு ரூ. 4000 கட்டியிருந்தார். அதை அம்மாளு அம்மாள் தன் தகப்பனார் சீதாராமைய்யர் வழியாக வட்டிக்குப் போட்டுவைத்துக்கொண்டு தன் குழந்தைகளின் படிப்பு நிமித்தம் கும்பகோணத்தில் ஒரு வீடு எடுத்துக்கொண்டு அங்கு வசிக்கலானாள். அவள் குழந்தைகள் சுப்ரமணியன்,

சுந்தரேசன், மீனாம்பாள், மதுராம்பாள், ஹாலாஸ்யநாதன் (ஹாலாஸ்யம்) என்னும் மூன்று பிள்ளைகள், இரண்டு பெண்களையும் அருமையாக வளர்த்துவந்தாள்.

ஸ்ரீநிவாசய்யர் வீட்டின் ஒரு பாகத்தில் கண்தெரியாத அன்னம்மாளைக் குடித்தனம் வைத்து, அவளுக்குப் பணிவிடை செய்யவும் வீட்டுவேலைகளைக் கவனிக்கவும் சாமண்ணாவின் இரண்டாவது பெண்ணாகிய புருஷனை இழந்த வாலாம்பாளை வைத்து அவள் தம்பி விஸ்வனாதனை அங்குள்ள ஹைஸ்கூலில் சேர்த்துப் படிக்கவைத்து எல்லா ஏற்பாடுகளையும் பாலாம்பாள் அம்மாள் இருந்து செய்துவிட்டுப்போனாள். இந்த இரண்டு குடும்பத்துக்கும் மேன்செலவுக்கு வேண்டியதை வழக்கம்போல் நடராஜய்யர் அனுப்பிக்கொண்டுவந்தார்.

விசாலாக்ஷி கணவர் சுப்ரமணியருக்கு நாகப்பட்டணத்தி லிருந்து ரயில்வே இஞ்ஜினியராக திருச்சிக்கு மாற்றலாகி அங்கு ஒரு மாதமிருந்து பிறகு பரங்கிமலைக்கு மாற்றலாயிற்று. (1887) சர்வஜித்து வருஷம் ஆடிமாதம் ஸ்ரீநிவாசய்யர் விருப்பத்திற்கிணங்க விசாலாக்ஷியின் குழந்தை சுபலக்ஷ்மிக்கு மயிலையில் அவருடைய இல்லத்தில் ஆண்டு நிறைவுக் கொண்டாட்டம் நடந்தது. பிறகு பரங்கிமலையில் விசாலாக்ஷி தன் தங்கை சிவகாமியை வைத்துக் கொண்டு குடித்தனம் செய்துவந்தாள். அவள் கணவர் அடிக்கடி பரிசாரகனுடன் ஸர்க்யூட் போய்வருவார். சர்வதாரி வருஷம் (1888) சித்திரைமாதமே விசாலாக்ஷி 8 மாதம் கர்ப்பமாயிருந்தாள். இதற்குள் சுப்ரமணியருக்குக் கூடுவாஞ்சேரிக்கு மாற்றலாயிற்று. பாலாம்பாள் அம்மாள் தன் புதல்வன் சுப்ரமணியரை பரிசாரகனுடன் இருக்க ஏற்பாடு செய்துவிட்டுப் பிறகு விசாலாக்ஷி, சிவகாமி இருவரையும் குழந்தையுடன் கும்பகோணத்துக்கு அழைத்துச்சென்றாள்.

அடிக்குறிப்புகள்:

1. **செவ்வெண்ணெய்:** குழந்தை பிறந்தபின் குழந்தைக்கு வாயில் சர்க்கரை நீர் ஊட்டும் பழக்கம் இன்றும் உள்ளது. இதனைச் "சேனை வைத்தல்" "செவ்வெண்ணெய் வைத்தல்" என்று கூறுவர்.

2. **சுபலக்ஷ்மி அம்மாள் (சுப்பலக்ஷ்மி அம்மாள் என்றும் கூறுவதுண்டு):** இந்தக் குழந்தைதான் பிற்காலத்தில் சகோதரி (சிஸ்டர்) சுபலக்ஷ்மி அம்மாள் என்று எல்லோரும் அழைத்த சமூக சேவகி.

23

சிவகாமிக்கு வயதாகிறது, அவளுக்கு விவாகம் செய்தாகவேண்டுமென்று பாலாம்பாள் அம்மாள் முயற்சி செய்துகொண்டிருந்தாள். அவள் சகோதரி மீனாம்பாள் கணவர் பூவலூர் கைலாசய்யர் எப்போதும் அந்தக் குடும்பத்துக் காரியங்களில் மிகுந்த அபிமானத்துடன் உதவி செய்வது வழக்கம். அவர் மாங்குடிக்குச் சென்று அவருக்குப் பந்துவும் மிகவும் சினேகமுமான ஒரு குடும்பத்தைச் சேர்ந்த ஒரு வரனுக்கு இரண்டாவது தாரமாக சிவகாமியைக் கொடுத்து விவாகம் செய்வதாக முடிவுசெய்து முகூர்த்த தினமும் ஏற்பாடு செய்துகொண்டு வந்துசேர்ந்தார். உடனே விவாகத்துக்கு வேண்டிய வற்றையெல்லாம் சேகரிக்க ஆரம்பித்தனர். ஒருநாள் பாலாம்பாள் அம்மாளின் தங்கைகள் மீனாம்பாள், தைலம்மாள், சுந்தரி மற்ற எல்லோரும் உட்கார்ந்து கலியாண முறுக்கு சுற்றிக்கொண் டிருக்கும்போது, மீனாம்பாள் தன் தமக்கை தைலம்மாளைப்பார்தது "என்ன தையு, இந்த முறுக்கெல்லாம் உனக்கு வரவேண்டியது, யாரோ மாஙகுடியாருக்குப் போகப்போகிறது" என்று சொன்னாள். தையுவும் மிகுந்த வருத்தத்துடன், "நம்ம சாமண்ணா இறந்துபோவதற்குமுன் என் பிள்ளை வைத்திக்குத் தன் பெண் சிவகாமியை விவாகம் செய்துகொள்ளவேண்டும் என்று சொன்னார். நானும் சிறந்த விவேகமும், அடக்கமும் அறிவுமுள்ள நம் அருமைச் சிவகாமியை என் மருமகளாக அடைந்து பெருமை பெறலாம் என்று ஆசையுடன் மனப்பால் குடித்துக்கொண்டிருந்தேன். ஆனால் எனக்கும் என் பிள்ளை வைத்திக்கும் அதிருஷ்டமில்லை" என்று சொன்னாள். மறுநாள் அதிகாலையில் கிணற்றின் பக்கத்தில் பல் தேய்த்துக்கொண்டிருந்த மீனாம்பாளிடம் தைலம்மாள் வந்து, "மீனாம்பா, நான் நேற்று இரவு ஒரு ஸ்வப்பனம் கண்டேன். நம் சாமண்ணா என் கனவில் வந்து 'தையு, உன்

பிள்ளைக்கு என் அருமையான கடைப்பெண்ணை விவாகம் செய்துகொள்ளும்படி சொன்னேனே, அதைத் தட்டிவிட்டு வெளியிடத்தில் கொடுக்க ஏன் ஏற்பாடு செய்தீர்கள்?' என்று என்னை அதட்டிக்கேட்டார், எனக்கு இந்த விஷயத்தை பாலாம்பாள் அக்காளிடம் சொல்லவும் பயமாயிருக்கிறது, என்ன செய்வேன்?" என்று சொல்லிக் கண்ணீர்விட்டு அழ ஆரம்பித்தாள். மறுபடி இருவரும் தைரியமாக உள்ளே வந்து பாலாம்பாள் அம்மாள், கைலாசய்யர் எல்லோரும் இருக்கும்போது இந்தச் சமாசாரத்தைச் சொன்னார்கள். பாலாம்பாள் அம்மாள் "இதென்னடி, தையு! இத்தனை தூரம் எல்லா ஏற்பாடும் செய்து முகூர்த்தமும் வைத்த பிற்பாடு இதை மாற்ற முடியாது. உன் எண்ணமே கனவில் தோன்றியிருக்கிறது அவ்வளவுதான், பேசாமலிரு, பைத்தியக்காரத்தனமாய் என்னவாவது உளறாதே," என்று கோபித்துக்கொண்டாள். இவற்றையெல்லாம கவனித்துக்கொண்டு இது வரைக்கும் பேசாமலிருந்த சாதுவான சிவகாமி உடனே எல்லோரும் பிரமிக்கும்படியாக, "பெரியத்தை, நான் தையு அத்தை பிள்ளை வைத்தி அத்தானைத்தான் விவாகம் செய்துகொள்ளுவேன், வேறு யாருக்கும் நான் வாழ்க்கைப்பட மாட்டேன்" என்று அழுத்தந்திருத்தமாகச் சொன்னாள். உடனே அங்கிருந்தவர்கள் எல்லோரும் மிகுந்த ஆச்சரியத்தையடைந்து இதற்குமேல் என்ன நடக்குமோ என்று பார்த்துக்கொண்டிருந்தார்கள். பாலாம்பாளம்மாளும் கைலாசய்யரும் பல விதத்தில் நயமாகச் சிவகாமியின் எண்ணத்தை மாற்றப்பார்த்தனர். "ஏண்டி சிவகாமி, தையு அத்தை ஏழை, உனக்கு உரிசல் தாலிதான்[1] கட்டுவள்" என்றார் கைலாசய்யர். "எனக்கு அது போதும், என் அத்தை, அத்தானுடன் நான் சந்தோஷமாக இருப்பேன்" என்றாள் சிவகாமி. இங்ஙனம் அவர்கள் எத்தனை சொல்லியும் அவர்களுக்குத் தகுந்த விடைகொடுத்து உறுதியுடன் சிவகாமி இருக்கவே, பெரியவர்கள் இருவரும் ஆலோசனை செய்து, பெற்றோர்கள் இல்லாத இந்த அறிவுள்ள குழந்தையை அவள் இஷ்டத்துக்கு விரோதமாய் விவாகம் செய்துகொடுக்கக் கூடாது என்று முடிவுசெய்தனர். உடனே சுந்தரி, "நீங்கள் மாங்குடியாரிடத்தில் மனஸ்தாபம் வருமேயென்று யோசிக்க வேண்டாம், எனக்கு இன்னும் 2 பெண்கள் விவாகத்துக்கு இருக்கிறார்கள். அதில் ஒருத்தியை சிவகாமிக்குப் பார்த்திருக்கும் வரனுக்குக் கொடுத்து விவாகம் செய்துவிடலாம்" என்று யோசனை சொன்னாள், அன்று ரயிலிலேயே கைலாசய்யர் புறப்பட்டுச் சென்று மாங்குடியாரிடத்தில் சிவகாமி சமாசாரத்தைச் சொல்லி தன் மைத்துனி சுந்தரியம்மாளின் புதல்வி ஒருத்தியைக்

கொடுப்பதாக வாக்களித்து அவர்களைச் சமாதானப்படுத்திவிட்டு வந்துசேர்ந்தார்.

முதலில் குறிப்பிட்ட முகூர்த்தத்திலேயே சிவகாமிக்கும் தைலம்மாள் பிள்ளை வைத்திக்கும் மங்களமாக விவாகம் நடந்தேறிற்று. நடராஜய்யரும் அவர் மனைவி யோகாம்பாளும் வந்திருந்து சிவகாமியைத் தாரைவார்த்துக் கன்னிகாதானம் கொடுத்தார்கள். இந்த விவாகத்துடன் இறந்துபோன ராமஸ்வாமி அய்யர் புதல்வர்கள் சுப்ரமணியன், சுந்தரேசன் இருவருக்கும் உபநயனமும் செய்துவைத்தார் நடராஜய்யர். 500 ரூபாய்க்கு மேல் செலவு செய்து இந்தக் காரியங்களைச் செய்து முடித்துவிட்டு நடராஜய்யர் தன் மனைவி குழந்தைகளுடன் தன் இருப்பிடம் போய்ச்சேர்ந்தார்.

(1888) சர்வதாரி வருஷம் வைகாசி மாதம் சிவகாமி விவாகம் முதலியன நடந்தது. ஆனி மாதம் முற்பாகத்திலேயே விசாலாக்ஷி பிரசவித்து ஒரு பெண் மகவு பிறந்தது. இந்த இரண்டாவதும் பெண்ணாகப் பிறந்ததே என்று அந்தக் குழந்தையின் பாலாம்பாள் பாட்டிக்குச் சற்று வருத்தம். ஆனால் கண் தெரியாத அன்னம்மாள் குழந்தையை அருமையாக மடியில் எடுத்துவைத்து அணைத்துக்கொண்டு, "சென்ற முறை என் பேத்தி விசாலாக்ஷி பிரசவத்துக்குப் பட்ட கஷ்டம் இப்போதில்லாமல் இந்தக் கண்மணியைப் பெற்றெடுத்தாளே அதுவே சந்தோஷம்" என்று சொல்லி, தன் பெண் பாலாம்பாளம்மாளைச் சமாதானப் படுத்தினாள். முதல் பிரசவத்தின்போது அம்மாக்குட்டிப் பாட்டி அருமையாகச் செய்ததுபோல் இந்தப் பிரசவத்துக்கு அன்னம்மாப் பாட்டி அறை வாயிற்படியில் உட்கார்ந்து தன் சட்டத்தின்படி செய்துள்ள பத்தியம், மருந்து முதலியவற்றைத் தன் அருமைப் பேத்தி விசாலாக்ஷிக்குக் கொடுத்துக்கொண்டும் வார்த்தையாடிக்கொண்டுமிருந்தாள். மணஞ்சேரி தம்பதிகள் வந்து மிகுந்த அருமை பெருமையுடன் 7ஆம் நாள் குழந்தைக்குக் காப்பிட்டு 11ஆம் நாள் புண்ணியாகவாசனமும் செய்து குழந்தைக்குத் தொட்டிலிட்டு "ஆராரோ" பாடி அருமையான பாட்டி பாலாம்பாள் அம்மாள் பெயரை இட்டு "பாலம்" என்று அழைத்துத் தாராட்டிச் சீராட்டினர். குழந்தை பிறந்து இரண்டு மாதமான பிறகு விசாலாக்ஷிக்கு உடம்பு சற்றுத் தேறி சக்தி வந்தவுடன் சைதாப்பேட்டைக்கு மாற்றலாகி அங்கிருந்த கணவரிடம் விசாலாக்ஷி தன் இரண்டு குழந்தைகளுடன் போய்ச்சேர்ந்து குடித்தனம் செய்துகொண்டு தன் குழந்தைகளை மிகுந்த ஆர்வத்துடன் வளர்த்துவந்தாள். பாலாம்பாள் அம்மாளும் இவளுடன் கூடவேயிருந்து உதவி செய்துகொண்டிருந்தாள்.

சர்வதாரி வருஷம் ஐப்பசி மாதம் முன்னிணையாகிய 2 வயதுக் குழந்தை சுபலக்ஷ்மிக்கும் 4 மாதக் குழந்தையாகிய பின்னிணை பாலத்துக்கும் ஊசி குத்தவும் இடமில்லாமல் உடம்பு முழுவதும் பெரியம்மை போட்டிவிட்டது. பாவம், விசாலாக்ஷியும் பாலாம்பாள் அம்மாளும் விசாரம் மிகுதியாக அடைந்ததுடன், குழந்தைகளைத் தூக்கவும் படுக்கவைக்கவும் முடியாமல் மிகுந்த கஷ்டப்பட்டுப் பாதுகாத்தனர். பிறகு கடவுள் அருளால் அம்மை இறங்கி, தலைக்கு ஜலம் விட்டு, சரீரத்தில் ஒரு தழும்பும் வடுவுமில்லாமல் முற்றிலும் உதிர்ந்துபோய் பழைய நிலைமைக்கு வருவதற்கு இரண்டு மாதம் ஆயிற்று. வீட்டிலிருந்த சமையல்காரன் மிகவும் நல்லவனாய் அமைந்திருந்தமையால் சமையல் முதலிய மற்ற வீட்டு வேலைகளையெல்லாம் பொறுப்பாகச் செய்ததுடன் குழந்தைகளுக்கு வேண்டிய வெந்நீர் வைத்துக்கொடுத்து, அவர்களுக்கு வேண்டிய பால், கஞ்சி முதலியவற்றை எல்லாம் உடனுக்குடனே செய்து கொடுத்துக்கொண்டு மிகுந்த உதவியாயிருந்தான். பிறகு அம்மைத் தாயாராகிய மகமாயிக்குக் கலசம் வைத்து நிவேதனங்கள் செய்து, ஏழைகளுக்குத் தெள்ளுமாவும்[2] கஞ்சியும் வழங்கி, மகமாயி கோவிலில் அபிஷேக அர்ச்சனாதிகள் செய்து அம்மைத் தாயாரை அனுப்பினார்கள். கடவுள் அனுக்கிரகத்தில் குழந்தைகள் இருவரும் ஒருவித ஊனமுமின்றி அம்மைத் தழும்பு ஒன்றேனுமில்லாமல் தப்பித்துக்கொண்டார்கள்.

சர்வதாரி வருஷம் கிறிஸ்துமஸ்ஸுடன் ஸ்ரீநிவாசய்யரின் கடைசித் தம்பி சுந்தரத்தின் படிப்பு முடித்து, பரீட்சையில் தேறி மைசூர் ராஜ்ஜியத்தில் இஞ்ஜினியர் வேலை கிடைத்து, அங்கு சென்று தன் கண்ணான மனைவி கமலாம்பாளுடன் வசித்துவந்தார். அப்போது அவள் கர்ப்பவதியானாள். அவளுடைய அருமைப் பெற்றோர்கள் அவளை அழைத்துவந்து வளைகாப்பிட்டுக் கொண்டாடினார்கள். அதன்பிறகு பாலாம்பாள் அம்மாள் தனிமையாயிருந்த தன் பிள்ளை சுந்தரத்தினிடம் போயிருந்தாள். போன சில நாட்களில், பாவம், சுந்தரத்துக்குத் திடீரென்று ஜ்வரம் வந்து பிறகு ஜன்னி உண்டாகி ஞாபகமின்றிப் பேத்தவும் பிதற்றவும் ஆரம்பித்துவிட்டார். பாலாம்பாளம்மாளுக்கு மிகுந்த விசாரமும் பயமும் உண்டாகிவிட்டது. தனிமையாக இருக்க இஷ்டமின்றி, சுந்தரத்தை இரண்டாவது வகுப்பு வண்டியில் சாவதானமாக ஏற்றி அழைத்துக்கொண்டு மயிலாப்பூர் வந்து சேர்ந்து ஒரு பெரிய தகுந்த டாக்டரைக் கொண்டு வைத்தியம் செய்துவந்ததில் சுந்தரத்துக்கு உடம்பு தேறி குணமாயிற்று. தை மாதம் முழுவதும் தகுந்த மருந்துகள் சாப்பிட்டுப் பழைய நிலைமைக்கு வந்தார். மாசி மாதம் ஸீமந்தம் ஆனபிறகு அந்தமாதக் கடைசியிலேயே தான் எடுத்துக்கொண்ட லீவு முடிந்து

போனமையால் மறுபடி தன் உத்தியோகத்தலத்துக்குப் போய் வேலையை ஒப்புக்கொண்டு செய்துவந்தார்.

இதனிடையில் சுப்ரமணியருக்குக் கோதாவரி ஜில்லாவுக்கு மாற்றலாயிற்று. அந்தக்காலத்தில் சென்னையிலிருந்து நேராக அவ்விடத்துக்கு ரயில்மார்க்கம் இல்லை; அதிகச் சுற்று வழியாக இருந்தது. ஆதலால் சுப்ரமணியர் தன் மனைவி விசாலாக்ஷி, மைத்துனி சிவகாமி, இரண்டு குழந்தைகளுடன் கடல் மார்க்கமாய் போகத் தீர்மானித்து ஸ்டீமரில் இரண்டாவது வகுப்பில் இரண்டுநாள் இரவும் பகலும் பிரயாணம் செய்து மூன்றாம் நாள் பகல் 12 மணிக்கு ராஜமகேந்திரம் போய்ச்சேர்ந்தார்கள். அங்கு ஒரு சிநேகிதர் வீட்டில் தங்கி, ஸ்நானம், சாப்பாடு முடித்துக்கொண்டு, அன்று சாயங்காலமே ஒரு *Cabin* 'போட்'டில் ஏறி, கோதாவரி நதியிலிருந்து பிரியும் கால்வாய் வழியாய்ப் பிரயாணஞ் செய்து மறுநாள் காலை தாங்கள் தங்கியிருக்கவேண்டிய தலைமையிடம் ஆகிய 'ஏலூர்' என்னுமிடத்துக்கு வந்துசேர்ந்தார்கள். அங்கிருந்து பல சுற்றுப்பட்ட இடங்களுக்கு ஸர்க்யூட் போகவேண்டும். அவ்விடத்தைச் சேர்ந்த ஒரு பிராமணனைச் சமையலுக்கு அமர்த்திக்கொண்டு ஸர்க்யூட் போகுமிடங்களுக்கும் அழைத்துப் போவார்கள். போட்டில் "கனால்" வழியாயும் மாட்டுவண்டி யிலும் குதிரை மீதும் பல இடங்களுக்கும் ஸர்க்யூட் போக ஏற்பட்டது. இவ்வாறு ஒரு சமயம் அடிலபாடு என்னும் ஒரு குக்கிராமத்துக்குப் போயிருந்தபோது சுப்ரமணியரின் தகப்பனார் வெங்கடராமய்யரின் சிரார்த்தம் செய்யவேண்டிவந்தது. இவர்கள் தங்கியிருந்த இடமோ பனையோலையினால் கூரை வேய்ந்த ஒரு சிறிய குச்சு வீடு. சிரார்த்தத்துக்கு ஏற்பட்டவர்கள் தெலுங்குப் பிராமணர்கள் இருவரும் செய்துவைப்பதற்குத் தென்தேசத்துத் தமிழ்ப் பிராமணர் ஒருவரும் வந்துசேர்ந்தார்கள். விசாலாக்ஷி தன்னந்தனியாக எல்லா வேலைகளையும் செய்ய வேண்டியதாயிற்று. குச்சு வீட்டின் தாழ்வாரத்தின் ஒரு கோடியில் முதலில் ஒரு ரசமும் அன்னமும் செய்து தன் தங்கை சிவகாமி, குழந்தைகள் சுபலக்ஷ்மி, பாலை (பாலம்) மூவருக்கும் போட்டு ஒரு சிறு அறையில், குழந்தைகளை வைத்துக்கொண்டு சிவகாமியை இருக்கச்செய்துவிட்டுப் பிறகு ஸ்நானம் செய்து ஈரப்புடவையுடன் மும்மூன்று கற்களை வைத்து சிரார்த்தச் சமையல், பக்ஷணங்கள் எல்லாம் செய்துமுடித்தாள். பிராமணர்களுக்கு ஸ்நானத்துக்கு வெந்நீர் போட்டு அவர்களுக்கு எண்ணெய் கொடுத்தார்கள். உடனே அவர்கள் திவச கர்த்தாவின் மனைவிதான் தங்களுக்கு எண்ணெய் தேய்த்துவிட்டு ஸ்நானம் செய்வதற்கு வெந்நீர் எடுத்துக்கொட்டி உதவி செய்யவேண்டுமென்றும் அதுதான் அவர்கள் தேசத்து வழக்கம் என்றும் சொன்னவுடன், பாவம், 20 வயதுப் பெண்ணாகிய விசாலாக்ஷிக்குத் தூக்கிவாரிப்போட்டது.

அதிகமாகப் பேசும் வழக்கமில்லாத அவளது கணவராகிய மௌன குருஸ்வாமி சுப்ரமணியர் எப்போதும்போல மௌனமாகவே இருந்துவிட்டிருந்தால் பேதை விசாலாக்ஷி ஒருவேளை அந்த இரண்டு தடிப்பிராமணர்களுக்கும் எண்ணெய் தேய்த்து ஸ்நானமும் செய்து வைப்பாளோ என்னமோ; ஆயினும், சுப்ரமணியர் அத்தனை தூரத்துக்கு விடாமல் தங்கள் தேசத்து வழக்கம் அது அல்லவென்றும் அவர்கள் தானாகவே சென்று ஸ்நானம் செய்து வரவேண்டுமென்றும் கண்டிப்பாய்ச் சொல்லி விட்டபடியால் அவர்கள் எண்ணெய் தேய்த்து ஸ்நானம் செய்துவிட்டு வந்துசேர்ந்தார்கள். அதன்பிறகு ஓமம் வளர்த்து சிரார்த்தம் செய்து பிராம்மணர்கள் சாப்பிட்டு எழுந்திருக்கப் பிற்பகல் 3 மணியாகிவிட்டது. அதன்பிறகு தன் கணவருக்கு ஆசார உபசரணையுடன் அன்னமிட்டுத் தானுமருந்தி குழந்தை களுக்கும் போஜனம் உண்பித்து தன் தங்கை சிவகாமியின் உதவியுடன் பாத்திரங்களையெல்லாம் தேய்த்து மூட்டைகளைக் கட்டி எடுத்துக்கொண்டு அன்று மாலையிலேயே புறப்பட்டு "கெனால்" வழியாய் ஏலூர் வந்துசேர்ந்தார்கள்.

கோடைகாலம் வந்தது. அம்மை போட்டி சமீபகாலத்திலேயே உடம்பு தேறியிருந்த குழந்தைகள் இருவருக்கும் அவ்விடத்து வெயிலின் உக்கிரகம் தாங்காமல் உடம்பு முழுவதும் கல்லுக்கல்லாய் கோடை சிரங்குகள் உண்டாகி மிகுந்த அவஸ்தைப்பட்டன. ஏதோ தனக்குத் தெரிந்த மருந்துகளைப்போட்டு அந்தக் குழந்தைகளுடன் மிகுந்த கஷ்டப்பட்டாள், இளம் பெண்ணான விசாலாக்ஷி. சுப்ரமணியர் பிரதி தினமும் காலையில் எழுந்து பத்துப் பதினைந்து மைல் குதிரை சவாரி செய்து உத்தியோக அலுவல்களைப் பார்த்துக்கொண்டு சுமார் 12 மணிக்குத்தான் திரும்புவார். இதற்குள் விசாலாக்ஷி வீட்டு வேலைகளை முடித்து, குழந்தைகளுக்கு ஸ்நானம் செய்வித்து, அன்னம் கொடுத்துவிட்டு கணவருக்கு ஸ்நானத்துக்கு வெந்நீர் போட்டு வைத்திருப்பாள். அவர் களைத்துப்போய் வந்து உடுப்புக்களைக் கழற்றி வைத்து நாற்காலியில் உட்கார்ந்தவுடன் சவுக்கத்தினால் அவர் வியர்வையைத்துடைத்து அவர் ஸ்நானம் செய்து வந்தவுடன் அவர் விரும்பும் வண்ணம் நாவிற்கு ருசியான போஜன பதார்த்தங்களைப் பரிமாறுவாள். அவர் அதிகமாக அவளுடன் பேசும் வழக்கமே கிடையாது. இது வேண்டும் அது வேண்டும் என்று கேட்கவும் மாட்டார். அதிகாரத்துடன் அதட்டவும் மாட்டார். தனக்குப் போதுமானால் கையினால் இலையை மறைத்துக்கொள்ளுவார். அதிகமாய்ப் போட்டுவிட்டால் அப்படியே அதை இலையில் ஒரு பக்கத்தில் ஒதுக்கித் தள்ளிவிடுவார். இவ்வாறு அவரது ஜாடையிலிருந்தே அவருக்கு இஷ்டமுள்ளது இவை, இஷ்ட மில்லாதது இவை என்பதைத் தெரிந்துகொண்டு, அவருக்கு

விருப்பமான பதார்த்தங்களை அன்புடன் செய்து பரிமாறுவாள். சனகாதி நால்வருக்கு[3] மௌன குருவாகிய பரமேஸ்வரன் தன் சின்முத்திரையினால் மௌனமாகவேயிருந்து உபதேசித்த மாதிரி, தன் ஜாடையிலிருந்தே தன் நோக்கமறிந்து நடக்கும்படி தன் மனைவி விசாலாக்ஷியைப் பழக்கிவிட்டார்!! குலத்தளவேயாகும் குணம் என்றபடி வைகளத்தூர் முத்துசுப்ரமணியசிவன் என்பவருடைய மௌன சுபாவத்தைப்போலவே அமைந்த அவர் பெண் வயிற்றுப் பேரனாகிய சுப்ரமணிய யோகியும், சிவன் மனைவி அன்னம்மாள் சுபாவத்தைப்போன்ற கலகலப்பான குணம் அமைந்த பிள்ளை வயிற்றுப் பேத்தியாகிய விசாலாக்ஷியும், விவாகம் செய்துகொண்டு இல்லற தர்மத்தை நடத்த வேண்டுமென்று பெரியவர்கள் கடவுளை வேண்டிக்கொண்டு பூஜை செய்தார்கள் போலும்!

நிற்க. வடக்கே போய் இரண்டுமாதம் வரைக்கும் "கெனாலில்" தண்ணீர் நிரம்ப இருந்தமையால் அதன் மார்க்கமாகவே போட்டில் ஸர்க்யூட் போய்வர சௌகரியமாயிருந்தது. பிறகு கெனாலில் தண்ணீர் குறைந்துபோய்விட்ட கோடை நாட்களில் கட்டைவண்டி களில் போய்வரும்படி ஏற்பட்டது. சமையல்காரன் மிகுந்த முரடாயும் அநாகரிகமாயுமிருந்தமையால் அவனைத் தள்ளி விட்டு விசாலாக்ஷி சமையல் வேலைகளைத் தானே பொறுப்பாய்ச் செய்துவந்தாள். பிராமணரல்லாத வேலைக்காரர்கள் மிகவும் நல்லவர்களாய்ப் பணிவுடன் வீட்டு வேலைகளை எல்லாம் செய்து, குழந்தைகளை அழவிடாமல் வைத்துக்கொண்டு, துணிகள் படுக்கைகளைச் சுத்தப்படுத்தி, மற்று சுற்று வேலைகளை எல்லாம் செய்து வணக்கமாயிருந்தமையால் விசாலாக்ஷி சமையல் வேலையை மாத்திரம் எளிதாகச் செய்துவந்தாள்.

ஒருசமயம் 10 மைல் தூரத்திலுள்ள ஓர் ஊருக்கு ஸர்க்யூட் போக நேர்ந்தது. இரவு 9 மணிக்குள் குறித்த இடத்துக்குப் படுக்கப்போய்விடலாமென்று உத்தேசத்துடன் பிற்பகல் 3 மணிக்கு வண்டியேறிப் போய்க்கொண்டிருக்கையில் திடீரென்று காற்றும் மழையும் கனமாயடிக்க ஆரம்பித்துவிட்டது. கல்லுக்கல்லாய் மழையும் அதிவிசையாய்க் காற்றும் முகத்திலும் கண்ணிலும் அடித்ததால், மாடுகளிரண்டும் மேற்செல்ல முடியாமல் கதிகலங்கித் திசைதப்பி ஒரு பள்ளத்தில் இறங்கிவிட்டன. பின்னால் ஆபீஸ் சாமான்களுடனும் இரண்டு சேவகர்களுடனும் வந்த வண்டி ஸ்தம்பித்து நடுரஸ்தாவிலேயே நின்றுவிட்டது. ஆட்கள் இருவரும் குதித்து இறங்கி ஓடிவந்து பள்ளத்தில் இறங்கிவிட்ட மாடுகளும் வண்டியும் அப்படியே குப்புற விழுந்துவிடாமல் பிடித்துக்கொண்டார்கள். விசாலாக்ஷி தன் கைக்குழந்தை முன்பக்கத்தில் விழுந்த மாடுகளின் கால்களின் கீழ்

அகப்பட்டுக்கொள்ளாமல் இறுகக் கட்டியணைத்துக்கொண்டு ஒரு கையினால் வண்டியின் பக்கத்துச் சட்டத்தைப் பிடித்துக் கொண்டு ஊசலாடினாள். சிவகாமி மூத்த குழந்தையை இறுகப் பிடித்துக்கொண்டு படுக்கை அணைப்பாக இருந்தபடியால் அதை கெட்டியாகப் பிடித்துக்கொண்டாள். முன்பக்கம் உட்கார்ந்திருந்த சுப்ரமணியர் கீழே குதித்துவிட்டார். உடனே சேவகர்களும் வண்டிக்காரர்களுமாக மாடுகளைத் திருப்பி வண்டியை ரஸ்தாவில் கொண்டுவந்து நிறுத்தினார்கள். ஆலங்கட்டி மழையும் புயற்காற்றும் அடிக்க ஆரம்பித்து விட்டது. விசாலாக்ஷியும் சிவகாமியும் கீழே இறங்கினார்கள். குழந்தைகள் இரண்டும் மழையில் நனைந்து நடுங்கி குளிரில் விறைத்து மூச்சுவிட முடியாமல் திணறிக்கொண்டிருந்தன. விசாலாக்ஷி, பாலையைத் தோளில் சாத்தித் தலைப்பினால் (முந்தாணியினால்) குழந்தையை மூடி அணைத்துக்கொண்டாள். பெரிய குழந்தையை ஒரு சேவகன் தூக்கிக்கொண்டான். இதற்குள் இருளும் கம்மிக்கொண்டது. சுப்ரமணியர், தன் மனைவி, குழந்தைகள், சேவகர்களுடன் வழிதுறை தெரியாமல் கல்லிலும் முள்ளிலும் தவித்துத் தத்தளித்து அதிதூரத்தில் முணுக்கு முணுக்கென்று தெரிந்த தீபவெளிச்சத்தை நோக்கி நடந்தார்கள். போக போக வழிமாளவில்லை. கடைசியில் மிகுந்த கஷ்டப்பட்டு நடந்து சென்று வெளிச்சம் வந்த இடத்துக்குப் போய்ச்சேர்ந்தார்கள். அது தபால் எடுத்துக்கொண்டோடும் மனிதன் தங்குவதற்காக ஏற்பட்ட ஒரு சாவடி. இவர்களுக்கு முன்னாலேயே அங்கு வந்துசேர்ந்த சில வழிப்போக்கர்கள் சுள்ளிகளையும், தழைகளையும் கொளுத்திவிட்டு அதைச்சுற்றி உட்கார்ந்து உஷ்ணத்தினால் களைப்பாறிக்கொண்டிருந்தார்கள் இவர்களைக் கண்டதும் தாங்கள் விலகிக்கொண்டு இவர்கள் குளிர்காய்வதற்கு உதவிசெய்தார்கள். தரித்திரனுக்கு நிதி கிடைத்ததுபோல் இவர்கள் அந்த நெருப்பைக் கண்டவுடன் மிகவும் சந்தோஷமாய் அங்கு உட்கார்ந்து சற்றுக் குளிர்காய்ந்து, குழந்தைகளுக்குக் கம்பளிச் சட்டைகளைப் போட்டு சாவடியில் ஒரு பக்கமாய் அடக்கமாய் கமக்கமாய் அவர்களைப் படுக்கவைத்துவிட்டுத் தங்கள் ஈர வஸ்திரங்களைப் பிழிந்து, உலரவைத்துக் கட்டிக்கொண்டார்கள். ஒருமணி நேரத்தில் மழையும் காற்றும் நின்றவுடன் மறுபடி வண்டியேறி இரவு 11 மணிக்குக் குறித்த இடத்தைப் போய்ச்சேர்ந்தார்கள். இவ்விதமாய் பல கோலாகல சம்பவங்களுடன் மாதம் 20 அல்லது 25 நாட்கள் ஸர்க்யூட் போய்வந்துகொண்டு இருந்ததில் ஏற்கனவே சிறு வயதிலிருந்தே "ஆஸ்த்மா" என்னும் சளி, இருமலுடன் கூடிய ஸ்வாசகாசத்தினால் கஷ்டப்பட்டுக்கொண்டிருந்த

சுப்ரமணியருக்கு அடிக்கடி அந்த வியாதி அதிகரித்து மிகுந்த சிரமப்பட்டுக்கொண்டிருந்தார்.

(1889) விரோதிவருஷம் ஆனிமாதம் இரண்டாவது குழந்தை பாலைக்கு ஆண்டு நிறைவு வந்தது. பெரியவர்கள் யாருமில்லை. ஆயினும் அனுஷ நக்ஷத்திரமாகிய குழந்தையின் ஜன்ம நக்ஷத்திர தினத்தன்று குழந்தைக்கு எண்ணெய் தேய்த்து மங்கள ஸ்நானம் செய்துவைத்து இரண்டு குழந்தைகளுக்கும் உச்சிப்பூ சுட்டி வைத்துத் தலைவாரிப் பின்னி புஷ்பம் சூட்டி மையிட்டுப் பொட்டிட்டு, தான் பக்தியுடன் பூஜைசெய்யும் அம்பிகையைக் குழந்தைகள் ஆயுள் ஆரோக்கியத்துடன் சௌக்கியமாக இருக்கவேண்டுமென்று வேண்டிக்கொண்டு ஹாரத்தியெடுத்து திருஷ்டி சுற்றிக்கொட்டினாள். இரண்டு மாதத்துக்கெல்லாம், அதாவது ஆடி மாத அமாவாசை புனர்வஸு நக்ஷத்திர தினம் முதல் குழந்தை சுபலக்ஷ்மிக்கு இரண்டாவது ஆண்டு நிறைவன்றும் பாலைக்கு செய்ததுபோலவே மங்கள ஸ்நானம் செய்து இரண்டு குழந்தைகளையும் அலங்கரித்து திருஷ்டிகழித்து சந்தோஷித்தாள். சிவகாமுவும் மிகுந்த அன்புடன் குழந்தைகளைச் சீராட்டிப் பாராட்டி பக்ஷமாய் வளர்த்துவந்தாள். குழந்தைகளின் தகப்பனாராகிய சுப்ரமணியர் மாத்திரம் ஏதோ இரண்டு ஜீவஜந்துக்கள் தன் குழந்தைகள் என்று சிரித்து விளையாடிக்கொண்டிருக்கின்றனவே என்று கவனிப்பதும் கிடையாது, அவர்களைக் கையினால் தொட்டு எடுப்பதும் கிடையாது. அவர்களைப்பற்றி விசாரிப்பதும் கிடையாது, தனக்கு வேண்டிய காரியங்களுக்கு தீராதபக்ஷம் அபூர்வமாய் எப்போதாவது சிவகாமியைக் கூப்பிட்டுக் கேட்பார். அவ்வளவே. சிவகாமியும் இத்தனை நாட்களாய் வைகளத்தூரில் தன் அருமையான சுப்புக்குட்டி தாத்தா, செல்லச் சித்தம்மை இவர்களால் செல்வமாய் வளர்க்கப்பட்டு பட்டணவாசப் பழக்கமே இல்லாமல் கிராமப் பழக்கத்திலேயே இருந்து கவலையின்றி ஸ்படிகம் போன்ற கபடமற்ற மனத்தினளாய் வளர்ந்தவள். தமக்கையிடம் வந்ததும் தன் தமக்கை தனியாகக் குழந்தைகளுடன் கஷ்டப்படுவதையும் அவள் புருஷன் குடும்பத்தில் அதிகப் பற்றுதலில்லாமல் இருந்ததுடன் அடிக்கடி இரவில் தூக்கமும் இல்லாமல் "ஆஸ்த்மா"வினால் கஷ்டப்படுவதையும் பார்தது மிகுந்த பொறுமை அறிவுடன் அவர் நோக்கமறிந்து அவருக்கு வேண்டியதைச் செய்துகொண்டும் தன் தமக்கைக்கு உதவியாய் வீட்டு வேலைகளைக் கவனித்துக் கொண்டும் குழந்தைகளையும் அன்புடன் பராமரித்துக்கொண்டும் இருந்தாள். அவள் தன் தகப்பனார் சாமண்ணாவைப் போன்ற சிறந்த அறிவுள்ளவள். புடமிட்டத் தங்கம்போல் அவள் குணமும் அறிவும் பிரகாசிக்க மிகுந்த பொறுமை, வணக்கம், நிதானத்துடன்

வளர்ந்துவந்தாள். விசாலாக்ஷி தன் பெரியவர்களைப்போலவே தானும் கடவுள் பக்தி மிகுந்தவளாயிருந்தாள். அவளுடைய அம்மான் ராமையா சாஸ்திரிகள் அவருடைய 15 அல்லது 16 வயதிலேயே அவளுடைய இயற்கையான பக்தியைக் கண்டு வியந்து அவளுக்கு பாலை, ஸ்ரீவித்யை என்னும் மந்திரங்களை உபதேசித்துப் பிரதிதினமும் காலை மாலைகளில் ஜபம் செய்யும்படி புத்திமதி கூறியிருந்தார். இவளது மாமனார் லலிதாம்பிகை பூஜை செய்து வெள்ளிக்கிழமை காலையில் லலிதாதேவி ஸஹஸ்ரநாமம் சொல்லி அருச்சனை செய்து வடை, பாயசம் நிவேதனம் செய்வது வழக்கம். அவர் காலத்துக்குப் பிறகு விசாலாக்ஷி தன் கணவர், மாமியார் இவர்களது அனுமதியின் பேரில் தானும் லலிதா பூஜை செய்ய ஆரம்பித்தாள். இவளுடைய மாமா ராமையா சாஸ்திரிகள் சாஸ்திரப் பிரகாரம் செய்யப்பட்ட நாற்பத்து முக்கோண சக்கரம் ஒன்றை விசாலாக்ஷிக்குக் கொடுத்து லலிதா ஸஹஸ்ர நாமம், திரிசிதை, அஷ்டோத்தரம் முதலிய வற்றைக் கற்பித்துப் பூஜை செய்யும் முறைகளையும் உபதேசித்தார். 18ஆவது வயதிலிருந்து விசாலாக்ஷி பிரதி வெள்ளிக்கிழமை களிலும் ஸ்ரீ லலிதா தேவியின் ஸ்ரீ சக்கரத்தை வைத்து லலிதா ஸஹஸ்ரநாம அர்ச்சனை, திரிசிதார்ச்சனை, அஷ்டோத்தரம் முதலியவற்றைச் செய்து வடை, பாயஸம் நிவேதனம் செய்வது வழக்கம். அவள் ஆயுள் முழுவதும் இந்த லலிதா பூஜையைத் தவறாமல் பக்தியுடன் செய்து வந்தாள். பிரதிதினமும் சாதாரண பூஜையும் மாதப் பிறப்பு, அமாவாசை, சதுர்த்தி, பௌர்ணமி, வெள்ளிக்கிழமை, நவராத்திரி முதலிய விசேஷ தினங்களில் இன்னும் அதிக விசேஷ பூஜையும் செய்துகொண்டு அம்பிகையை மனங்கனிந்த அன்புடன் ஆராதித்து வந்தாள். இதுவே அவளது ஆயுட்காலத்தில் ஏற்பட்ட பலவித துக்கம் கஷ்டங்களையெல்லாம் பொறுமையுடன் சகித்துக்கொள்வதற்கு வேண்டிய சக்தியைக் கொடுத்து மன அமைதியுடனும் விவேகத்துடனும் காலத்தைத் தள்ளுவதற்கு வேண்டிய மனோதிடத்தையும் அவளுக்கு உண்டாக்கிற்று. நிற்க.

சிந்தலப்புட்டி என்னும் இடத்தில் இருந்தபோது சுப்ரமணியருக்கு ஆஸ்த்மா அதிகமாகிவிட்டது. இந்த ஸர்க்யூட் போய்வரும் அலைச்சலான வேலையே இவர் சரீரத்துக்கு ஒத்துக் கொள்ளவில்லை. இந்தச் சமாசாரம் அவ்வப்பொழுது இவருடைய தமையனுக்கும் தாயாருக்கும் தெரியவந்தது. கடைசியாக ஒரு நாள் வெள்ளிக்கிழமை தினம் பேதையான விசாலாக்ஷி பக்தியுடன் பூஜை செய்துவிட்டு, தன் கணவர் கொடிய வியாதியினால் கஷ்டப்படுவதையும் அவருக்கு ஏற்பட்டுள்ள வேலை அவருடைய வியாதியை அதிகப்படுத்துவ தாகவே அமைந்திருப்பதையும் நினைத்து வருந்தி இவையெல்லாம்

எப்படி முடியுமோ என்னும் விசாரத்துடன் அம்பிகையின் ஆராதனையை முடித்துக்கொண்டு எழுந்தவுடன் ஸ்ரீநிவாசய்யரிட மிருந்து வேலையை ராஜிநாமா கொடுத்துவிட்டு உடனே புறப்பட்டு வரும்படி கடிதம் வந்தது. ஆஸ்த்மா இருமலினால் சரீரம் மிகவும் அலண்டுபோயிருந்த சுப்ரமணியர் தன் தமையன் கடிதம் பார்த்தவுடன் தவேளஸ்வரத்தில் முகாம் போட்டுக்கொண்டிருந்த பெரிய இஞ்ஜினியர் துரையிடம் சென்று மெடிகல் ஸர்டிபிகேட்டுடன் ஒருமாத ரஜா எடுத்துக்கொண்டு சாமான்களையெல்லாம் கட்டிஎடுத்துக்கொண்டு கால்வாய் வழியாய் படகில் சென்று கிருஷ்ணா நதிக்கரையிலுள்ள பெஜவாடா வந்து சேர்ந்தார்கள். அன்று ஆடி அமாவாசை. பார்ப்பதற்கு மனோகரமாய், பூர்ணப் பிரவாகமாய் அல்லோலகல்லோலத்துடன் அலைமோதிக்கொண்டு. பெருக்கெடுத்தோடும் கிருஷ்ணை நதியில் எல்லோரும் ஸ்நானம் செய்து குழந்தைகளையும் ஸ்நானம் செய்வித்து, சத்திரத்தில் சமையல் செய்து சாப்பிட்டார்கள். மறுநாள் புதன்கிழமை, வழிப்பிரயாணத்துக்கு வேண்டிய ஆகாராதிகளைச் செய்து எடுத்துக்கொண்டு, குழந்தைகளுக்கு வேண்டிய "மெல்லின்ஸ்" மா, பிஸ்கோத்து இவற்றுடன் காலை 7 மணிக்கு ரயிலேறி அன்று பகலும் இரவும் பிரயாணம் செய்து மறுநாள் காலை "வாடி" என்னும் இடத்தில் இறங்கி 1 அணாவுக்கு 1 குடம் ஜலம் வாங்கி, பல் தேய்த்து, புட்டியில் கொண்டு வந்திருந்த காபி டிகாக்ஷனில் சூடான பால் வாங்கிக் கலந்து சாப்பிட்டுவிட்டு அன்று பகல் 12 மணிக்கு மறுபடி ரயிலேறி ராய்ச்சூரில் சாப்பாடு வாங்கி ஆகாரம் செய்துகொண்டு மறுநாள் வெள்ளிக்கிழமை காலை 8 மணிக்கு சென்னை வந்து வீடு சேர்ந்தார்கள். சிலநாட்கள் அங்கு தங்கி சுப்ரமணியர் வைத்தியம் செய்துகொண்டார். பிறகு சைதாப்பேட்டை "டீசர்ஸ் காலேஜில்" ரூ. 100 சம்பளத்தில் ஓர் உபாத்தியாயர் வேலை ஆயிற்று. உடனே சைதாப்பேட்டை யிலேயே ஒரு வாடகை வீட்டை அமர்த்திக்கொண்டு தன் மனைவி, மைத்துனி குழந்தைகளுடன் வசித்துக்கொண்டு ஸர்க்யூட் போகும் கஷ்டமும் அலைச்சலுமில்லாமல் காலேஜில் வேலைபார்த்துவந்தார். ஒருமாத லீவு முடியும் சமயத்தில் இஞ்ஜினியர் இலாகா வேலை தனக்கு வேண்டாமென்று ராஜினாமா எழுதியனுப்பினார். பெரிய இஞ்ஜினியர் துரை இவரது ராஜினாமாவை அங்கீகரிக்க மனதின்றி அவருக்குப் பிரத்தியேகமாய்க் கடிதம் எழுதி அவர் உண்மையான உழைப்பாளி என்றும் அவர் மறுபடி வேலைக்கு வந்தால் அதிக ஸர்க்யூட் வேலையில்லாமல் ஒரே இடத்தில் வேலை கொடுப்பதாயும் எழுதினார். ஆயினும் அவருடைய தாயார், தமையன், மனைவி எல்லோரும் அதற்கு இஷ்டப்படவில்லை.

அவருடைய வியாதிக்கு ஸர்க்யூட் அலைச்சல் கூடாது, ஒரே இடத்திலிருந்து சம்பளம் குறைவாயிருந்தாலும் தேக திடத்துடன் விசாலாக்ஷிக்குக் கணவனாயும் குழந்தைகளுக்குத் தகப்பனாயும் ஆயுளுடனிருந்தால் போதுமானது என்று தீர்மானித்தார்கள். ஆதலால் மறுபடியும் தன் தேகநிலைமையைப்பற்றி எழுதி, தான் மறுபடி வருவதற்கு இயலாமைக்கு வருந்துவதாக மரியாதையாய் எழுதிவிட்டார்.

அடிக்குறிப்புகள்:

1. **உரிசல் தாலி:** தங்கக்கொடி இல்லாத வெறும் மஞ்சள் கயிற்றில் கோத்த தாலி என்று கொள்ளலாம். வ.வே.சு. ஐயர் தன் "குளத்தங்கரை அரசமரம்" கதையில் பணத்தையெல்லாம் இழந்த ஒரு பெண்மணியைப் பற்றிச் சொல்லும்போது அவள் வெறும் உரிசல் தாலி அணிந்திருந்தாள் என்று இந்தச் சொல்லை உபயோகிக்கிறார். பிராமணர் வீட்டில் புழக்கத்தில் இருக்கும் சொல்லாக இருக்கலாம். அகராதிகளில் பொருள் இல்லை.

2. **தெள்ளுமாவு:** பச்சரிசி, நெய், வெல்லம் போட்டு இடித்துத் தயாரிப்பது. எல்லா அம்மன்களுக்கும் வேண்டுதல் நிறைவேறின பின் படைப்பது. ஆடி மாதம் அம்மனுக்குக் கூழ் ஊற்றும் வைபவத்தில் இதுவும் இடம் பெறும். கூழ் ஊற்றும் முன் எல்லோருக்கும் கொடுப்பது. இதைத் துள்ளு மாவு என்றும் கூறுவார்கள்.

3. **சனகாதி முனிவர்கள்:** பிரம்மாவின் புத்திரர்கள் நால்வர். சனகர், சனந்தனர், சனாதனர், சனற்குமாரர் என்றும் சனகாதி முனிவர்கள் என்றும் அழைக்கப்படுகிறார்கள். கல்வி கேள்விகளில் சிறந்து விளங்கியவர்கள். ஆனாலும் மனத்தில் அமைதியின்றி பூரணத்துவம் பெறாமல் தவித்தனர். பரமாத்மனிடம் மனம் உருகி வேண்டினார்கள். சர்வேஸ்வரன் அவர்கள் முன் தோன்றி பேசாமல் பாதி கண் திறந்த நிலையில் இடக்காலை மடக்கி வலக்காலை ஊன்றி அசுரனை மிதித்த நிலையில் அமர்ந்திருந்தார். ஒரு கையில் தீயும் ஒருகையில் உடுக்கையும் ஒரு கையில் வேதமும் ஒரு கை சின்முத்திரையுடன் அருளும் நிலையும் இருக்கக் கண்டனர். நாற்கரமும் கண்டனர். சர்வமும் அறிந்த சனகாதி முனிவர்களுக்கு, அதன் மூலம் உலகுக்கே, இறைவன் முதன் முதலாய் குருவாக வந்து காட்சி கொடுத்து மோன உபதேசம் அருளினான் என்பது தட்சிணாமூர்த்தி வரலாற்றில் வரும் கதை. (சைவ சித்தாந்தம் வலைப் பக்கத்திலிருந்து) இந்தக் கதையைத்தான் விசாலாக்ஷி குறிப்பிடுகிறார்.

24

(1889) விரோதி வருஷம் சித்திரைமாதம் சுந்தரம்+கமலாம்பாளுக்கு மிகவும் அருமையாக ஒரு பிள்ளைக்குழந்தை பிறந்தது. குழந்தைக்கு நாலுமாதம் ஆனவுடன் கமலாம்பாள் குழந்தை யுடன் அவள் கணவர் சுந்தரத்தினிடம் சென்று இரண்டுமாதம் அவருடன் ஸர்க்யூட் சுற்றினதில் அவளுக்குச் சரீர அசௌக்கியம் எற்பட்டது. பிரசவம் ஆனதிலிருந்தே அவளுக்கு உடம்பில் ரத்தஞ்செத்து அஜீர்ணம் ஏற்பட்டு உடம்பு இளைத்து மெலிந்துபோயிற்று. சைதாப்பேட்டை யில் வேலையிலமர்ந்தது முதல் அங்கேயே இருந்து சுப்ரமணியர் விசாலாக்ஷிக்கு உதவியாயிருந்த பாலாம்பாள் அம்மாள் உடனே புறப்பட்டு மைசூருக்கு வந்து தகுந்த டாக்டரைக்கொண்டு கமலாம்பாளுக்கு வைத்தியம் செய்தும் குணம் இல்லை. ஒரு மாதமானவுடன் கமலாளை அழைத்துக்கொண்டு மயிலாப்பூருக்கு வந்து அவள் பெற்றோர்களிடம் அவளை ஒப்பித்து, ஸ்ரீநிவாசய்யரைக் கொண்டு தகுந்த டாக்டரை வருவித்து வைத்தியம் செய்ய ஏற்பாடு செய்தாள். இரண்டு வருஷம் தன்னுடன் இருந்து மிகவும் அருமையாய் இணைபிரியாத் தோழியான தன் மதினி விசாலாக்ஷியைப் பார்க்கவேண்டுமென்று அவள் கேட்டுக்கொண்டபடி விசாலாக்ஷி தன் தங்கை சிவகாமியையும் குழந்தைகளையும் வீட்டில் வேலைக்காரியுடன் ஜாக்கிரதையாயிருக்கவும் சுப்ரமணியர் தன் தமையனிடமிருந்து சாப்பிட்டுக் கொண்டு காலேஜுக்குப் போய்வரவும் ஏற்பாடு செய்துவிட்டு, தான் கமலாம்பாளிடம் வந்து சேர்ந்து அவளுக்கு வேண்டிய ஆறுதல் சொல்லிக் கொண்டு அளவளாவியிருந்தாள். கமலாளின் பெற்றோர்கள், "அம்மா கமலா, உன் சிறிய மதினி வந்துவிட்டாள், இப்போதே உன் அகமகிழ்ச்சியி னால் முகமும் மலர்ந்து தெளிந்திருப்பது

போலிருக்கிறது. கடவுள் கருணையில் உன் உடம்பு தேறி எழுந்திருக்கவேண்டும்" என்று ஆர்வத்துடன் சொல்லி மிகுந்த கவலையுடன் வைத்தியஞ் செய்துகொண்டிருந்தார்கள். கமலாளின் மாமியார் பிரதிதினமும் அடுத்த தெருவிலுள்ள தன் வீட்டில் போய் சாப்பிட்டுவிட்டு உடனே தன் மருமகளாகிய கமலாளிடம் வந்துவிடுவாள். எத்தனை கவனித்துக் கவலை யுடன் வைத்தியம் செய்தும் கமலாளுக்கு வரவர க்ஷீணம் ஏற்பட்டதேயன்றி குணம் தெரியவில்லை. பிறகு ஒருநாள் சாயங்காலம் டாக்டர் கமலாளை வந்து பார்த்துவிட்டு ஸ்ரீநிவாசய்யரைத் தனியாக அழைத்துச் சென்று "இந்தக் கேஸ் இனிமேல் பிழைக்காது" என்று சொல்லிவிட்டுத் தனக்குள்ள "ஃபீசை" வாங்கிக்கொண்டு போய்ச்சேர்ந்தார். பிறகு ஸ்ரீநிவாசய்யர் இந்த வருத்தமான சமாசாரத்தை தன் தாயாரிடம் தெரிவித்து, உடனே மாங்குடிக்குப் போயிருந்த தன் மனைவி மீனாம்பாளை புறப்பட்டு வரும்படி தந்தியடித்தார். அதற்கு முன்னாலேயே ஒரு வாரம் லீவு எடுத்துக்கொண்டு சுந்தரமும் வந்து தன் அருமையான மனைவியைப் பார்த்து மிகுந்த துக்கத்தையடைந்தார். விசாலாக்ஷி கமலாளின் சமீபத்திலிருந்து அவளுக்குக் கஞ்சி, பால் கொடுத்துக்கொண்டு அவள் குழந்தையையும் அவள் பார்க்க இஷ்டப்படக்கூடும் என்னும் எண்ணத்துடன் அருகில் வைத்துக்கொண்டிருந்தாள். கமலாளின் தாயார் அப்போதுதான் சாப்பிட்டு வந்த விசாலாக்ஷியை அங்கிருக்கச் சொல்லிவிட்டு, கமலாள் சற்று கண்ணயர்ந்தமையால் அவள் விழித்துக்கொள்ளுவதற்குள் தான் போஜனம் உண்டுவருவதாகச் சொல்லிப் போனாள். இதனிடையில் கமலா விழித்துக்கொண்டு நல்ல ஞாபகத்துடன் தன் அருகில் இருந்த விசாலாக்ஷியைப் பார்த்து "மன்னி, சாப்பிட்டாயிற்றா?" என்று கேட்டுப் பிறகு "இந்தக் குழந்தையை என் அருகில் ஏன் படுக்கவைத்தீர்கள்? இனிமேல் நான் அந்தக் குழந்தையை எடுக்கப்போகிறேனா? நீங்கள்தான் இனிமேல் அந்தக் குழந்தையைப் பார்த்துக்கொள்ள வேண்டும்" என்று சொல்லுவதற்குள் மறுபடி களைப்படைந்தாள். விசாலாக்ஷி குழந்தையை எடுத்துக்கொண்டு ஒருகையினால் பாலை எடுத்து "கமலா, பயப்படாதே, உனக்கு ஒன்றும் வராது, இந்தப் பாலைச் சாப்பிடு" என்று அருமையாகச் சொல்லி அவள் வாயில் பாலைச் சிறிதளவு விட்டாள், அதற்குமேல் கமலாளுக்கு குடிக்க முடியாமல் "அம்மாவைக் கூப்பிடுங்கள், எனக்கு ஒன்றுக்குப் போகவேண்டும்" என்று ஈனசுரத்தில் சொல்லிக் கண்ணை மூடிக்கொண்டாள். மிகுந்த கலவரத்துடன் விசாலாக்ஷி யும், "அம்மா, மன்னீ , சீக்கிரம் வாருங்கள்" என்று அலறினாள். கமலாளின் மாமியும் தாயாரும் பரபரப்புடன் ஓடி வந்து, கமலாளின் தாயார் அவள் தலையைக் கையினால் தூக்கி

அணைத்துக்கொண்டவுடன் அவள் கண்களை மலர விழித்து, தன் அன்னையைப் பார்த்துவிட்டுக் கண்களை மூடினவுடன் உயிர் நீங்கிவிட்டது. உடனே கமலா தகப்பனார், புருஷன், எல்லோரும் ஓடிவந்தார்கள். ஆனால் அதற்குள் அவளது பிராணன் நீங்கிவிட்டது. பாவம், அருமையான குணவதியான கமலாளைப் பறிகொடுத்துவிட்டு ஒவ்வொருவரும் பட்ட துக்கமும் வருத்தமும் சொல்லத்தரமல்ல. துக்கம் தாங்க முடியாமல் எல்லோரும் ஒரு மண்டு கதறியழுது அடங்கினார்கள். குழந்தையைப் பார்த்து தாயில்லாக் குழந்தையாகிவிட்டதே என்று பரிதவித்தார்கள், இரவெல்லாம் சோர்ந்து கிடந்து மறுநாள் காலையில் மேல் ஆகவேண்டியவற்றை நடத்த ஆரம்பித்தார்கள்.

ஸ்ரீநிவாசய்யர் மனைவி மீனாம்பாளும் வந்துசேர்ந்து கமலாளின் சரீரத்தைப் பார்த்து வருந்தியழுதாள். முடிவில் கமலாளின் பெரியப்பா பிள்ளை ஒருவர் கமலாளின் குழந்தையின் கையிலிருந்து தர்ப்பையை வாங்கிக்கொண்டு அந்தக் குழந்தையின் பெயரால் புத்திர கிருத்தியமே செய்து கர்மம் நடந்தது. கமலாளின் தங்கை யோகாம்பாள் சுத்த ஜலம் கொண்டு வந்து கமலாளின் சரீரத்தைக் கழுவிக் குளிப்பாட்டினாள். 8 மாதம் கர்ப்பமாயிருந்த விசாலாக்ஷி அந்தக் காரணத்தினால் பிரேத கைங்கரியம் ஒன்றும் செய்யக்கூடவில்லை. அதே காரணத்தினால் "தீக்ஷை" காலம்[1] என்று அவள் கணவர் சுப்ரமணியரும் ஸ்மசானத்துக்குப் போகக்கூடவில்லை. தகனகிருத்தியம் ஆனவுடன் ஸ்ரீநிவாசய்யர் வீட்டில் சமைத்துக்கொண்டுவந்து வைத்த அன்னம், ரசத்தைப் புசித்துவிட்டு மிகுந்த துக்கத்தில் ஆழ்ந்து கிடந்தனர் கமலாளின் பெற்றோரும் மற்றோரும். மற்ற 13 நாட்களும் நடக்கவேண்டிய கர்மகாரியங்கள் எல்லாம் கமலா தகப்பனார் விஸ்வநாதய்யர் வீட்டிலேயே நடந்து முடிந்த பிறகு அவரவர்கள் வீட்டுக்குப் போய்ச்சேர்ந்தார்கள். விஸ்வநாதய்யரும் அவர் மனைவியும் கமலா குழந்தையைத் தங்களிடமே வைத்துக்கொண்டு அருமை பெருமையுடன் அக் குழந்தையைச் செல்வமாய் பாராட்டிச் சீராட்டி வளர்த்து, கண்ணான தங்கள் கமலாளை இழந்த துக்கத்தையும் அந்தக் குழந்தை முகத்தைப் பார்த்துச் சற்று மறந்து இருந்துவந்தார்கள். நிற்க.

விரோதி வருஷம் தைமாதக் கடைசியில் சைதாப்பேட்டையில் விசாலாக்ஷி பிரசவித்து மூன்றாவது ஒரு பெண்ணைப் பெற்றெடுத்தாள். அதிகக் கஷ்டமின்றிக் குழந்தை பிறந்தாலும் இந்த மூன்றாவதும் பெண்ணாகப் பிறந்ததேயென்று அவள் மாமியார் பாலாம்பாளம்மாளுக்கு மிகுந்த வருத்தம். குழந்தை பிறப்பதற்கு அரை மணி முன்னால், வைகளத்தூர் ஜடாவல்லவ அப்பாத்துரை அய்யாவும் அவர் மனைவி சிவப்பிரியையும் பல்லாரியிலிருந்த தங்களுடைய ஏழு பெண்களில் ஒருத்தியாகிய

ஒரு பெண் மாப்பிள்ளையிடம் போயிருந்துவிட்டு ஊருக்குத் திரும்பிப் போகும் வழியில் தங்கள் அன்பான பேத்தி விசாலாக்ஷி, சிவகாமி முதலானவர்களையும் பார்த்துப்போகவேண்டு மென்று அங்கு வந்தார்கள். அவர்கள் வந்து சேர்ந்த அரை மணி நேரத்துக்கெல்லாம் சாயங்காலம் குளிர்ந்த சுபமான வேளையில் பரணி நக்ஷத்திரத்தில் குழந்தை பிறந்தது. பாலாம்பாள் அம்மாள் ஐயாவைப் பார்த்து "சித்தப்பா, 7 பெண்களுக்குத் தகப்பனான நீங்கள் வந்தமையால்தான் விசாலாக்ஷிக்கு இதுவும் பெண்ணாகவே பிறந்தது" என்று சொல்லி வருந்தினாள். அவர் உடனே, "பாலாம்பா, இதற்கு வருந்தாதே, ஏழு பெண்களைப் பெற்ற நான் எந்த விதத்தில் கெட்டுப்போய்விட்டேன்? பெண்கள்தான் பெற்றோரிடத்தில் இன்னும் அன்பும் ஆதரவுமாய் இருப்பார்கள். குழந்தை நல்ல முகூர்த்தத்தில் பிறந்திருக்கிறாள். அவளுடைய பாக்கிய விசேஷத்தினால் உன் பிள்ளைக்குள்ள வியாதியும் நீங்கி நல்ல உத்தியோகத்தில் சந்தோஷமாயும் சுகமாயுமிருப்பான். உன் பிள்ளையும் மருமகளும் காது கேட்கும்படி ஒன்றுஞ் சொல்லி நீ வருத்தப் படாதே" என்று தேறுதல் கூறி பிறகு பிரசவ அறை வாயிற்படிக்கு வெளியில் வந்து நின்று விசாலாக்ஷியை ஆசீர்வதித்துப் பேசி பிறகு தம்பதிகள் இருவரும் போஜனம் செய்துவிட்டு எல்லாரிடமும் விடை பெற்றுக்கொண்டு அன்றிரவே ரயிலேறி வைகளத்தூர் போனார்கள்.

விசாலாக்ஷி 10 நாளான பிறகு மங்கள ஸ்நானம் செய்து வெளியில் வந்தாள். பாலாம்பாளம்மாள் குழந்தைக்குப் புண்ணியாகவாசனம் செய்து சாவித்ரி என்று பெயர் வைத்தால் காயத்ரி மந்திரம் சொல்லப் பிள்ளை பிறக்கும் என்னும் நம்பிக்கையுடன் பிறந்த பெண் குழந்தைக்கு அருமையாக சாவித்ரி என்று பெயர் வைத்தாள். சிலநாட்கள் சென்று சரீரம் திடமானவுடன் விசாலாக்ஷி தன் மூன்று பெண்களையும் அருமையாக வளர்த்துவந்தாள். பெற்றோர்கள் அருமையில்லாமல் வளர்ந்தவளானதால் விசாலாக்ஷி தன் குழந்தைகளின் மேல் அபரிமிதமான அன்பு வைத்து அவர்கள் மேல் ஈ மொய்க்கவும் விடாமல் மிகுந்த அன்பு, வாத்சல்யத்துடன் வளர்த்தாள். அவள் கணவருக்கு அடிக்கடி ஆஸ்த்மா அதிகமாகி மூச்சுவிட முடியாமலும் அதிக இருமலுடனும் கஷ்டப்படுவார். அக்காலங்களில் விசாலாக்ஷி அவருக்கு வேண்டிய பணிவிடை களைச் செய்து பத்தியமாக அவர் வாய்க்கு ருசிகரமான பதார்த்தங்களைச் சமைத்துக்கொடுத்து, அவர் மிகவும் பலவீனமாயிருக்கும் சமயங்களில் அவருக்கு எண்ணெய் தேய்த்து ஸ்நானம் செய்வித்து, அவர் வேஷ்டி துவைத்து மடித்துவைத்து அவ்வப்பொழுது வேண்டிய மருந்துகளைக் கொடுத்துக்கொண்டு உபசரித்து வந்ததுடன், தன் கணவருக்கு

எப்படியாவது உடம்பு சௌக்கியமாகி தன் மூன்று பெண் குழந்தைகளுக்கும் தகப்பனாராய் நீண்ட ஆயுள் ஆரோக்கியத்துடன் இருக்கவேண்டுமேயென்று சதாகாலமும் தான் ஆராதித்து வரும் அம்பிகையை வேண்டிக்கொண்டாள். சில ஜோதிடர்கள் சொன்ன பிரகாரம் பீடாபரிகாரமாக பாலாம்பாளம்மாள் ஐந்தாறு தகுந்த வைதிகப் பிராமணர்களைக் கொண்டு "நவக்கிரக சாந்தி", "மகந்நியாச ஜபம்" முதலிய மந்திரங்களினால் புனிதம் செய்த புண்ணிய தீர்த்தத்தில் சுப்ரமணியரை ஸ்நானஞ் செய்வித்துப் பிறகு சனீஸ்வர பகவானுக்குப் பிரீதியாய் 7 நாள் திலஹோமம்[2] செய்து ஏழாம்நாள் 6 பிராம்மணர்களுக்கு அன்னம் போட்டு தக்ஷிணை கொடுத்து மொத்தம் ரூ. 150 செலவு செய்தார்கள். இங்கிலீஷ் மருந்துகள் சாப்பிட்டுக்கொண்டு உத்தியோகத்தையும் விடாமல் சுப்ரமணியர் காலேஜ் வேலையைச் செய்துகொண்டிருந்தார்.

(1890) விக்ருதி வருஷம் சித்திரை மாதத்தில் உபாத்தியாயர் இலாகாவில் இருந்த சுப்ரமணியருக்கு இரண்டு மாதம் கோடை விடுமுறை கிடைத்தது. ஸ்ரீநிவாசய்யர் தன் வேலையின் நிமித்தம் 6 மாதத்துக்கு நீலகிரிக்குப் போய்விட்டார். மனைவியை இழந்த சுந்தரம் ஒரு சமையல்காரனுடன் மைசூரிலேயே இருந்தார். இதனிடையில் விசாலாக்ஷியின் தங்கை சிவகாமி பெரியவளானாள். நடராஜய்யர் அனுப்பிய ரூபாய் 100க்கு முக்கியமாக வேண்டிய ஜவுளிகளுடன் சில நெருங்கிய பந்துக்கள், சிவகாமியை விஷ்ணம்பேட்டைக்கு அழைத்துச் சென்று அங்கு தைலம்மாள் பிள்ளை வைத்திக்குச் சாந்திக்கலியாணம் செய்துகொடுத்துவிட்டு வந்தார்கள். தைலம்மாளும் தன் அருமையான சாமண்ணாவின் பெண் குணவதியான சிவகாமியை மிகவும் அன்பும் ஆதரவுமாக வைத்துக்கொண்டிருந்தாள்.

அடிக்குறிப்புகள்:

1. **"தீக்ஷை" காலம்:** ஆண்மகன் தன் மனைவி கர்ப்பமாக இருக்கும் பொழுது பிரேதத்தின் பின் செல்லக்கூடாது. மனைவி கர்ப்பமாக இருக்கும்போது முடி வெட்டுதல் , மலை ஏறுதல், சமுத்திர நீராடல், வீடுகட்டுதல், வீட்டில் திருமணம் நடத்துதல், சித்தார்த்த (மரண தீட்டு) உள்ள வீட்டில் உணவு உட்கொள்ளுதல் போன்ற காரியங்களைச் செய்யக்கூடாது என்று கூறப்படுகிறது. இதுவே "தீக்ஷை" காலம் என்று இங்கு குறிப்பிடப்படுகிறது.
2. **தில ஹோமம்:** தில ஹோமம் என்பது கறுப்பு எள்ளை முக்கியத் திரவியமாகக் கொண்டு முறையாக அக்னியில் செய்யப்படும் ஹோமம்.

25

பாலாம்பாள் அம்மாளின் பெண் விசாலாக்ஷியம்மாளின் மூத்த பெண்கள் பார்வதி, தருமாம்பாள் இருவருக்கும் விவாகத்துக்கு வேண்டிய ஏற்பாடுகள் எல்லாம் நடந்தன. பாலாம்பாள் அம்மாள் தன் புதல்வர் சுப்ரமணியர், மருகி விசாலாக்ஷி குழந்தைகளுடன் கும்பகோணத்தில் வந்து விவாகத்துக்கு வேண்டியவற்றை கவனிக்க ஆரம்பித்தாள். பார்வதியை பூவனூர் மீனாம்பாள் + கைலாஸய்யர் புதல்வன் ஸ்வாமிநாதனுக்கும், தர்மாம்பாளை தண்டாங்கோரை முத்து சாஸ்திரி என்பவரின் புதல்வன் வெங்கடராமன் என்பவனுக்கும் கன்னிகாதானம் செய்து கொடுப்பதாகத் தீர்மானித்து விவாகம் ரிஷியூரில் நடப்பதாக ஏற்பாடாயிற்று. சுப்ரமணியரும் விசாலாக்ஷியும் அம்மான் சீராகிய காலாழி, பீலி, மோதிரம் ரவிக்கைத் துண்டுகள் முதலியவற்றுடன் ரிஷியூருக்கு வந்துசேர்ந்தார்கள். நீலகிரியிலிருந்து ஸ்ரீநிவாசய்யர் வரமுடியாமல் அவர் மனைவி மீனாம்பாளையும் பெண் குழந்தைகளையும் அனுப்பியிருந்தார். தன் சகோதரிக்கு 6 பவுனில் கைக்குத் தங்கக் கொலுஸு பண்ணி அனுப்பினார். சுப்ரமணியர் பார்வதியையும் பாலாம்பாள் அம்மாள் தங்கை சுந்தரியம்மாளின்பிள்ளை வெங்கடராமன் மாமா முறையில் தருமாம்பாளையும் தோளில் தூக்கி மாலையிடச் செய்து மிகவும் மங்களகரமாய் விவாகம் நடந்தேறிற்று. அதன்பிறகு பார்வதிக்குப் பூவனூரில் கைலாசய்யர்+மீனாம்பாள் வீட்டில் கிரகப்பிரவேசம் நடந்தது. அதற்கும் எல்லோரும் போயிருந்தார்கள். அந்தக்கிரகப்பிரவேசத்துடன் கைலாசய்யர்+ மீனாம்பாளின் மூத்த புதல்வி சிவகாமி என்பவளின் விவாகமும் நடந்தது. இதன்பிறகு பாலாம்பாள் அம்மாள் தன் புதல்வன் சுப்ரமணியர், விசாலாக்ஷி குழந்தைகளுடன் கும்பகோணம் வந்து

சேர்ந்தாள். மனைவியை இழந்த சுந்தரத்துக்கு மறுமுறை விவாகம் செய்துவைக்க எண்ணி மேலக்காவேரி என்னும் கிராமத்தைச் சேர்ந்த அய்யாசாமி அய்யரின் இரண்டாவது குமாரத்தி சுந்தரி என்பவளை நிச்சயித்தார்கள். மைசூரிலிருந்து சுந்தரம் லீவு எடுத்துக்கொண்டு, தான் சேகரித்து வைத்திருந்த தொகை ரூ. 500ஐக் கொண்டுவந்து தன் பெரிய மதினி மீனாம்பாளிடம் கொடுத்தார். அதைக்கொண்டு பெண்ணுக்கு வேண்டிய ஜவுளி நகைகளுடன் சுந்தரத்தை அழைத்துக்கொண்டு, மீனாம்பாள் அம்மாள், சுப்ரமணியர், விசாலாக்ஷி முதலிய எல்லோரும் அய்யாசாமி அய்யர் ஊராகிய மேலக்காவேரிக்குப் போய் அவர் பெண் சுந்தரியை நல்ல சுபமுகூர்த்தத்தில் சுந்தரத்துக்கு விவாகம் செய்துகொண்டு வந்தார்கள். இதன்பிறகு வந்தவர்கள் எல்லோரும் அவரவர்கள் ஊருக்குப் போனார்கள்.

சுப்ரமணியர் இந்த விடுமுறை ஆரம்பத்திலிருந்தே உடம்பு மிகவும் பலவீனமாய்க் கஷ்டப்பட்டுக்கொண்டிருந்தார். ஆயினும் முக்கியமான இந்த விவாக காரியங்களுக்கெல்லாம் போகாமலிருக்கக்கூடாது என்று மிகுந்த சிரமத்துடன் போய்வந்தார். ரிஷியூரில் நடந்த கலியாணத்தின்போது இவருக்கு உடம்பு அசௌக்கியமாய் ரேழியில் படுத்துக்கொண்டே இருந்தார். விசாலாக்ஷியும் தன் கணவருக்கு வேண்டிய பத்திய பதார்த்தங்களைத் தயாரித்து அவருக்குக் கொடுத்துக் கொண்டு, நடைப்பிணம்போல் வளையவந்துகொண்டிருந்தாள். சுந்தரத்தின் விவாகத்துக்கும் போகாமலிருந்தால் நன்றாயிராதே என்பதற்காக உயிரைப் பிடித்துக்கொண்டு மிகுந்த சிரமத்துடன் போய்வந்தார்கள். இதன்பிறகு கும்பகோணத்தில் வந்து 20 நாளிருந்தார்கள். விசாலாக்ஷியின் கண் தெரியாத பாட்டி அன்னம்மாள், அவள் தங்கை வாலாம்பாள், தம்பி விஸ்வனாதன் இம்மூவரும் அங்கிருந்தார்கள், பாலாம்பாள் அம்மாளின் மாப்பிள்ளை ஸ்வாமிநாதய்யருக்குத் தெரிந்த ஒரு பிராம்மணத் தமிழ் வைத்தியரை மதுரையிலிருந்து வருவித்து அவரால் தயாரிக்கப்பட்ட பஸ்மம், மருந்து முதலியவற்றைச் சுப்ரமணியர் எடுத்துக்கொண்டு பத்தியமிருந்தும் அதில் குணம் ஒன்றும் தெரியவில்லை. வைத்தியனை வீட்டிலேயே வைத்துக்கொண்டு சாப்பாடு போட்டு வைத்தியமும் செய்துகொண்டதில் 50 ரூபாய்க்குமேல் செலவு. ரயில் சார்ஜு, கலியாணங்களில் செய்த செலவுகள் எல்லாம் ரூ. 200க்குமேல் ஆகிவிட்டது. கடைசியில் பணமும் செலவாகி உடம்பும் சௌக்கியமாகாமல் லீவு முடிந்தவுடன் சைதாப்பேட்டை வந்துசேர்ந்தார்கள்.

100 ரூபாய் சம்பளத்துக்குள் செட்டுங்கட்டுமாகக் குடித்தனம் செய்துகொண்டு, பந்துக்களுக்குச் செய்ய வேண்டிய

மரியாதைகளைக் குறைக்காமல் தங்கள் கடமைகளைச் செய்துகொண்டு சகோதரர்களைச் "செலவுக்குப் போதாது" என்று சொல்லிப் பணம் ஒருபோதும் கேட்காமல், மாதம் ரூ. 20 அல்லது ரூபாய் 30 பண்டில்போட்டு மீதம் வைப்பதற்கும் முயற்சி செய்துகொண்டு, பந்துக்கள் தங்களிடம் மரியாதையாயும் கௌரதையாயுமிருக்கும்படியாக மிகுந்த மானத்துடனும் கௌரதையுடனும் குடித்தனம் செய்துகொண்டுவந்தார்கள்.

விசாலாக்ஷி தன் கணவருக்கு உடம்பு மேன்மேலும் அதிகமாகிக்கொண்டு உடம்பு துரும்பாய் இளைத்துப்போய் அவர் படும் கஷ்டத்தைக் காண முடியாமல் தவித்தாள். ஏதேனும் விபரீதமாக முடிந்துவிட்டால் 3 பெண் குழந்தைகளையும் வைத்துக்கொண்டு திக்கற்ற அநாதையாய் என்ன செய்வோம், யாரிடம் போய் நிற்போம் என்று ஏங்கினாள். சதாசர்வ காலமும் தன் ஹ்ருதயத்திலிருந்த தன் இஷ்ட தேவதையாகிய ஸ்ரீ லலிதா தேவியை இடைவிடாமல் ஸ்மரித்துக்கொண்டு தன் கணவரது வியாதி நீங்கி அவர் ஆயுளுடன் இருக்க வேண்டுமென்று வேண்டிக்கொண்டாள். இவளது அந்தரங்கத்தைச் சொல்லி ஆறுதலடைவதற்கு அருமையான பெற்றோர்களும் கிடையாது. இவளது தம்பி, தங்கைகளும் இவளைவிடச் சிறியவர்களாயும் இவளுடைய அருமை ஆதரவுக்கு உட்பட்டுமிருந்தபடியால், அவர்களிடம் இவளது கவலைகளைச் சொல்லிக்கொள்ளவும் முடியாது. கணவரோ மௌன விரதம் பூண்டு குடும்பத்தில் அதிகப் பற்றுதலில்லாத யோகி. மேலும் வியாதியினால் ஏற்கனவே கஷ்டப்பட்டுக்கொண்டிருப்பவர். அவரிடமிருந்து தேறுதலான ஆறுதலான அமைதியை அடைவதற்கு எதிர்பார்க்க முடியாது. அகதிக்குத் தெய்வமே துணை என்பதுபோல் கதியற்ற இவளுடைய புலம்பலை அந்தரங்கமாகக் கேட்பதற்கு இவள் ஹ்ருதய பூர்வகமாய் ஆராதிக்கும் அம்பிகையைத் தவிர வேறு யாருமில்லை. கடைசியில் இப்பேதையான விசாலாக்ஷியின் புலம்பல் புவனேஸ்வரியான அம்பிகையின் காதுக்கெட்டிற்று. இவர்களது வீட்டுக்கு எதிர் வீட்டில் மைசூரைச்சேர்ந்த ஒரு கன்னடஜாதி அம்மாள் ஒருத்தி தன் பிள்ளை மருமகளுடன் வசித்து வந்தாள். அந்தம்மாள் ஒரு நாள் திடீரென்று விசாலாக்ஷியைக் கூப்பிட்டனுப்பி தன்னருகில் உட்காரவைத்துக்கொண்டு, "அம்மா விசாலாக்ஷி, உன் கணவர் ஆஸ்த்மா வியாதியினால் கஷ்டப்படுவதையும் நீ மிகுந்த பொறுமையுடன் அவருக்குப் பணிவிடை செய்வதையும் உன்னுடைய நல்ல சீலமான உயர்ந்த குண விசேஷங்களையும் நான் கவனிக்காமலிருக்கவில்லை. என்னுடைய பாலிய காலத்தில் நானும் இதே வியாதியினால் மிகுந்த கஷ்டப்பட்டேன். என் கணவரும் ஆயிரக்கணக்கான பணம் செலவழித்து எத்தனையோவித வைத்தியங்கள் செய்தார்.

முடிவில் மிகுந்த அனுபவமுள்ள ஒரு பெரியவர் எனக்கு மருந்து ஒன்று தயாரித்துக்கொடுத்து அதை ஒரு மண்டலம், அதாவது 45 நாள், சாப்பிட்டுக்கொண்டு பத்தியமுமிருக்கச் செய்தார். அத்துடன் என் வியாதி முற்றிலும் நீங்கி நான் இப்போது சௌக்கியமாக இருக்கிறேன். அந்த மருந்து செய்யும் விதத்தை உனக்குக் கற்பிக்கிறேன். நீயே பக்குவம் தவறாமல் முறைப்படி உன் கையினாலேயே மருந்தைத் தயாரித்து உன் கணவருக்குக் கொடுத்து பத்தியமாகச் சமையல் செய்து போட்டால் உன் மாங்கல்ய பலத்தினாலும் உன் குழந்தைகள் அதிருஷ்டத்தினாலும் உன் கணவர் உடம்பு சௌக்கியமாகி ஆயுள் ஆரோக்கியத்துடன் இருப்பார்" என்று அன்புடன் தேவவாக்கைப்போல் சொல்லி, மருந்து தயாரிக்கும் முறையையும் சொல்லிக்கொடுத்தாள். உடனே விசாலாக்ஷி அந்தம்மாள் சொன்னபிரகாரம் மருந்து தயாரித்து அந்த மருந்தை எடுத்துக்கொள்ளும்படி தன் கணவரைப் பிரார்த்தித்து தினந் தவறாமல் அவருக்கு மருந்தைக் கொடுத்துவந்தாள். 45 நாள் இந்த மருந்து சாப்பிட்டதில் சுப்ரமணியருக்குக் கடவுளின் கிருபையால் வியாதி நீங்கி மெலிந்து போயிருந்த சரீரம் கொஞ்சங் கொஞ்சமாய்ப் புஷ்டியாகித் தேற ஆரம்பித்தது. விசாலாக்ஷியின் சந்தோஷத்துக்கு அளவேயில்லை. அம்பிகையின் அருளை வியந்து கொண்டாடினாள். இன்னும் அதிகத்திடமான பக்தியுடன் அம்பிகையைப் பூஜித்துக்கொண்டு தன் கணவர் குழந்தைகளுடன் சந்தோஷமாகக் காலங்கழித்தாள்.

தேகசௌக்கியமாகிய பாக்கியத்தைப் பெற்று சுப்ரமணியர் எல். டி. படிப்பை பிரைவேட்டாகவே படித்து பரீக்ஷைக்குச்சென்று தேறி சிறந்த உபாத்தியாயர் என்று மாணவர்கள் மெச்சும்படி உபாத்திமைத் தொழிலில் மிகவும் வல்லவராயிருந்தார்.

[1892] நந்தன வருஷம் ஆனி மாதம் விசாலாக்ஷிக்கு ஒரு பிள்ளைக் குழந்தை பிறந்து உடனே இறந்துபோயிற்று. இது எல்லோருக்கும் அபரிமிதமான வருத்தத்தை உண்டுபண்ணிற்று.

விசாலாக்ஷியின் தங்கை சிவகாமி, தலைச்சன் கர்ப்பமாகி, யதோக்தமாய் வளைகாப்பு, ஸீமந்தம் ஆனபிறகு விசாலாக்ஷியிடம் வந்திருந்து நந்தன வருஷம் புரட்டாசி மாதம் பிரசவித்து ஒரு பெண் குழந்தை பிறந்தது. அதற்கு "லலிதாம்பாள்" என்று பெயரிட்டுத் தங்கள் தாயாரின் அருமைப் பெயரால் "செல்லம்மாள்" என்று செல்லமாக அழைத்துச் சீராட்டி மகிழ்ந்தார்கள். இதனிடையில் சிவகாமி புருஷன் வைத்திக்குச் சைதாபபேட்டை கலெக்டர் ஆபீஸிலேயே வேலையானபடியால் சிவகாமியும் வைத்தியும் அவர்கள் குழந்தையுடன் விசாலாக்ஷியுடனேயே இருந்துவந்தார்கள்.

26

கும்பகோணத்தில் கண் தெரியாத அன்னம்மாள் பாட்டிக்கு வேண்டிய பணிவிடைகள் செய்துகொண்டும் தம்பி விஸ்வனாதன் படிப்பதற்கு வேண்டிய உதவிகள் செய்துகொண்டும் சாமண்ணா பெண் வாலாம்பாள் இருந்துகொண்டிருந்தாள். சிறுவயதிலேயே பெற்றோரை இழந்து, விவாகம் ஆனவுடனேயே புருஷனையும் இழந்து, அருமை யாக அரவணைத்து ஆறுதல் சொல்பவர் அதிக மில்லாமல் துக்கத்துக்கும் சிஷ்டத்துக்குமே ஈடுபட்டிருந்த இந்தப் பேதை, இவளது குஞ்சப்பா ராமஸ்வாமி அய்யர் இருந்தவரைக்கும் அவரது மனைவி அம்மாளு அம்மாளிடம் வேண்டிய கஷ்டங்களை அனுபவித்தாள். அவர் காலமான பிறகு கும்பகோணத்தில் தன் பாட்டி, தம்பியுடன் வசிக்கலானாள். அன்னம்மாள் 20 வருஷகாலம் கண் தெரியாமல் கஷ்டப்பட்டுக் கடைசியில் மிகுந்த தள்ளாமையை அடைந்தபோது வாலாம்பாள் மிகுந்த அன்புடன் அவளுக்கு வேண்டிய பணிவிடைகள் செய்தாள். அவளைத் தூக்கி எடுத்து உட்கார வைத்து, ஸ்நானம் செய்வித்து, புடவை மாற்றி, அவள் நாவுக்கு ருசியானவற்றைச் செய்துகொடுத்து, ஒவ்வொரு தடவையும் அவளைத் தூக்கி எடுத்து ஒன்றுக்கு விட்டு, அவள் சமீபத்திலிருந்து அவளுக்குப் போதுபோக்காய் ஏதாவது புராணாதி களைப் படித்துக்கொண்டு விவேகத்துடன் காலந்தள்ளிக்கொண்டிருந்தாள். இவளுடைய தம்பி விஸ்வநாதன், சுப்புக்குட்டி ஐயர் மாதிரி முரட்டுத்தனமும் பிடிவாதமும் அதிகமாயிருந்த துடன், பிறருடைய அருமையும் நோக்கமும் உணர்ச்சியும் அறிந்து நடக்கும் தன்மையும்

இல்லாமலிருந்தான். மெட்ரிக்யுலேஷன் பரீட்சையில் தேறி எப்.ஏ.வுக்குப் படித்துக்கொண்டிருந்தபோது, [1890] விக்ருதி வருஷம் அன்னம்மாப் பாட்டிக்கு உடம்பு அதிகமாகி அருமையான பேத்தி வாலாம்பாளின் அன்பான பணிவிடையுடன் பரலோகப்ராப்தியடைந்தாள். திடீரென்று அவள் இறந்தமையால் நடராஜய்யர் வருவதற்கில்லாமல் பேரனாகிய விஸ்வனாதன் தகனக்கிரியையைச் செய்தான். பிறகு கோயமுத்தூரிலிருந்த நடராஜய்யர் தன் மாதாவின் உத்தரகிரியைகளைக் கோயமுத்தூரிலேயே செய்துமுடித்தார்.

நடராஜய்யருக்கு அவர் வாழ்க்கையில் ஒருவித சந்தோஷமும் கிடையாது. “தனக்கென வாழாப் பிறர்க்குரியாளன்” என்பது அவர் விஷயத்தில் உண்மையாக இருந்தது. பந்துக்களுக்கும் மற்றவர்களுக்கும் உதவி செய்வதிலேயே அவர் சம்பாத்தியம் முழுவதும் செலவாயிற்று. உத்தியோகம் செய்ய ஆரம்பித்தது முதல் சொற்பத் தொகைக்குள் தன் குடும்பக் காரியத்தைப் பார்த்துக்கொண்டு, மீதியை வைகளத்தூருக்கு அனுப்பிவிடுவார். சாமண்ணா, சுப்புக்குட்டி ஐயர் காலத்துக்குப் பிறகும், தமையன் தம்பிகள் பிள்ளைகளுக்கும் சகோதரிகள் அவர்கள் குழந்தைகளுக்கும் வேட்டகத்தவர்களுக்கும் மற்றும் பலருக்கும் உதவி செய்துகொண்டேயிருந்தார். வீட்டில் பாலையா என்னும் ஊமைப் பிள்ளையை வைத்துக்கொண்டு அவர் பட்ட வருத்தமும் துக்கமும் சொல்லத்தரமல்ல. பிறகு இவரது மனைவி யோகாம்பாள் அடிக்கடி மூளைக் கலக்கம் வந்து அமர்க்களம் செய்வாள். வைத்தியர்களும் ஜோதிடர்களும் மாந்திரீகர்களும் வந்துகொண்டேயிருப்பார்கள். இது விஷயத்தில் அவர் செய்த செலவு கொஞ்சமல்ல. அருமையான பெண் “தங்கம்மாள்” என்பவள் தாயார் அழகுடனும் தகப்பனாரது அறிவுடனும் இருந்து தகப்பனாருக்குச் சிறிதளவு ஆறுதலாக இருந்தாள். முடிவில் யோகாம்பாள் எத்தனை வித வைத்தியங்கள் செய்தும் குணப்படாமல் [1891] கர வருஷம் தை மாதம் சிவலோகப்ராப்தியடைந்தாள். அப்போது தங்கம்மாளுக்கு வயது 9. இதன்பிறகு நடராஜய்யர் கும்பகோணத்தில் ஒரு குடித்தனம் வேண்டாமென்று தீர்மானித்து வாலாம்பாளையும் விஸ்வனாதனையும் கோயமுத்தூரில் தன்னிடத்திலேயே அழைத்து வைத்துக்கொண்டார். எத்தனையோ கஷ்ட துக்கங்களை அனுபவித்த வாலாம்பாளும் தன் அருமையான சித்தப்பாவிடம் வந்திருந்து அவருக்கும் சிறிது ஆறுதலாய் பாலையாவையும் அருமையான தங்கம்மாளையும் அன்புடன் பாதுகாத்துக் கொண்டு குடும்பக் காரியங்களை மிகுந்த புத்திசாலித்தனமாய் கவனித்துக்கொண்டுவந்தாள். விஸ்வனாதன் கோயமுத்தூரிலேயே

எப்.ஏ. வகுப்பில் படித்துவந்தான். வீட்டில் "பட்டர்" என்ற வயதான ப்ரம்மசாரிப் பிராமணர் சமையலுக்கு இருந்தார். அந்தக் குடும்பத்தைச் சேர்ந்த ஒரு மனிதரைப்போலவே மிகுந்த அபிமானத்துடன் அவர் ஆயுள் முழுவதும் நடராஜய்யரிடமே இருந்துகொண்டு, வாலாம்பாளிடம் மிகுந்த மரியாதையடன் அவள் சொற்படி கேட்டு வீட்டு வேலைகளைச் செய்துவந்தார்.

[1893] விஜய வருஷம் சிவகாமி கணவர் வைத்திக்குச் சைதாப்பேட்டையிலிருந்து கோயமுத்தூருக்கு மாற்றல் ஆனபடியால், 10 மாதக் குழந்தை லலிதாளுடன் கோயமுத்தூர் வந்து நடராஜய்யரிடமே சௌக்கியமாக இருந்தார்கள். [1895] மன்மத வருஷம் சிவகாமிக்குக் கோயமுத்தூரில் ஒரு பிள்ளைக் குழந்தை பிறந்தது. அருமையான நடராஜய்யர் பெயரை வைத்து நடராஜன் என்று அழைத்தார்கள்.

சைதாப்பேட்டையில் விசாலாக்ஷி தன் 3 பெண்களையும் பள்ளிக்கூடத்துக்கு அனுப்பிப் படிக்கவைத்துக்கொண்டிருந்தாள். [1894] ஜய வருஷம் விசாலாக்ஷிக்கு இன்னும் ஒரு பிள்ளைக்குழந்தை பிறந்து எல்லோருக்கும் மிகுந்த சந்தோஷத்தை உண்டாக்கிற்று. பாலாம்பாள் அம்மாள் முதலான எல்லோருக்கும் இது விஷயத்தில் அபரிமிதமான சந்தோஷம் ஏற்பட்டது. ஆனால் இந்தச் சந்தோஷம் நீடித்திருக்கும்படியான பாக்கியம் இவர்களுக்கு இல்லை. 10 மாதம் வளர்ந்து பிறகு ஒரே நாள் வயிற்று அஜீர்ணத்தினால் அந்தக் குழந்தை இறந்துபோயிற்று. இத்துடன் பாவம், விசாலாக்ஷிக்குப் பிள்ளைக்குழந்தை வேண்டும் என்னும் ஆசையே போய்விட்டது. தன் 3 பெண்குழந்தைகளுடன் திருப்தியாய் இருந்துவந்தாள்.

விஸ்வநாதனுக்கு எப். ஏ. பரீட்சை தேறவில்லை. பட்டணத்திலிருந்து படித்தால் நல்லது என்று எண்ணி சைதாப்பேட்டையில் தமக்கையின் ஆதரணையில் வந்திருந்துகொண்டு பிரதி தினமும் ரயில் மார்க்கமாய் சென்று சென்னை கிறிஸ்தியன் கல்லூரியில் படித்து எப்.ஏ., பி.ஏ. இரண்டு பரீட்சைகளிலும் தேறினார். இதன்பிறகு மகராஜபுரத்தில் துரையப்பாவின் மைத்துனர் கிருஷ்ணய்யரின் புதல்வி "குப்பு" என்னும் வாலாம்பாளைக் கலியாணம் செய்துகொண்டு சப்ரிஜிஸ்தரார் வேலையிலமர்ந்தார். குப்பு என்னும் மனைவி மிகுந்த பலவீனமாகவேயிருந்து நாலைந்து வருஷத்துக்கெல்லாம் இறந்துபோனாள். பிறகு மீனாக்ஷியென்னும் ஒரு குணவதியைக் கலியாணம் செய்து கொண்டார். அவளுக்கு ஒரு பிள்ளைக்குழந்தை பிறந்தது. சாமண்ணாவின் பெயரிட்டு ஸ்வாமிநாதன் என்று அருமையாக அழைத்தார்கள்.

கோயமுத்தூரில் நடராஜய்யருடைய அருமையான பெண் தங்கம்மாளை ஸ்ரீநிவாசய்யரின் மூத்த புதல்வன் நடராஜனுக்கு விவாகம் செய்துவைத்து அவள் சந்தோஷமாக இருந்துவந்தாள். நாலைந்து வருஷங்களுக்குப் பிறகு அவளுக்கு தலைச்சன் பெண் ஒன்று பிறந்து உடனே அவள் தாயார் யோகாம்பாளைப்போல அவளுக்கும் சித்தப்பிரமை உண்டாகி மிகுந்த கஷ்டம் ஏற்பட்டது. ஸ்ரீநிவாசய்யர் வீட்டிலும் நடராஜ அய்யர் வீட்டிலும் இவளுக்கு அவ்வப்பொழுது சித்தப்பிரமை ஏற்படும்போதெல்லாம் பெருந்தொகைகள் செலவு செய்து ராஜ வைத்தியமாக பலவித வைத்தியங்கள் நடந்தன. சில சமயம் பூர்ண சுகமடைந்து எல்லோர் மனதும் மகிழும்படி சந்தோஷமாக இருப்பாள். மற்றும் சில சமயம் மூளைக் கலக்கம் உண்டாகிக் கண்ணான தன் தகப்பனாரும் புருஷன் வீட்டாரும் வருந்தும்படி கிடப்பாள். இவ்விதமாக இவளுடைய சொற்ப ஆயுட்காலமும் கழிந்தது. ரிஷியூரில் பாலாம்பாள் அம்மாளின் மாமியார் சுப்பம்மாள் அடிக்கடி தன் பேரன்மார்களாகிய ஸ்ரீநிவாசய்யர், சுப்ரமணியர், சுந்தரம் இவர்களிடம் வந்திருந்து தன் கொள்ளுப்பேரன், கொள்ளுப்பேத்திகள், பயத்தம்பேரன், பயத்தம்பேத்திகளையெல்லாம் சந்தோஷமாகப் பார்த்துக் களித்து, கடைசியில் சுமார் அவளுடைய 90வது வயதில் ரிஷியூரில் தன் கடைசிப் புதல்வன் கோதண்டராமையரிடத்தில் இருந்து சிவபதமடைந்தாள். இதற்கு முன்னாலேயே இவளுடைய இரண்டாவது புதல்வர் மணஞ்சேரி சிவராமையர் இறந்துபோனமையால் இப்போது கோதண்டராமையர் அந்த அம்மாளின் அந்திய கருமங்களைச் செய்தார். கோதண்டராமையருக்கும் அவர் மனைவி பொன்னம்மாளுக்கும் மீனா, தர்மா என்னும் 2 பெண்களும் ராமனாதன் என்னும் ஒரு பிள்ளையும் பிறந்து வளர்ந்துவந்தனர். மீனா, தர்மா இருவரும் தகுந்த இடத்தில் வாழ்க்கைப்பட்டு புத்திர பாக்கியத்துடன் சௌக்கியமாக வாழ்ந்துவந்தனர். ராமனாதன் ஸ்ரீநிவாசய்யர், சுப்ரமணியர், சுந்தரம் இவர்களுடைய உதவியில் படித்து முன்னுக்கு வந்து மைசூர் ராஜ்ஜியத்தில் வேலையாகி மனைவி மக்களுடன் சௌக்கியமாக இருந்துவருகிறான். காலக்கிரமத்தில் இவனுடைய பெற்றோர்கள் பரமபதமடைந்தார்கள். ரிஷியூர், வைகளத்தூர், முல்லைவாயில், பூவலூர் இந்நான்கு கிராமங்களிலும் இந்தக் குடும்பச் சரித்திரத்தில் சொல்லப்பட்ட முக்கியமான குடும்பத் தலைவர்களது வம்சத்தவர்கள் பல்கிப் பெருகிப் பல இடங்களிலும் பரவி வாழ்ந்துவருகின்றனர். அவர்கள் யாவரையும் ஸ்வாமிமலையில் ஸ்வாமிநாதர் என்றும் வைத்தீஸ்வரன் கோவிலில் பாலாம்பிகா சமேத வைத்தீஸ்வரர் என்றும் திருவேங்கட

மலையில் ஸ்ரீ லக்ஷ்மி சமேத திருவேங்கடப்பெருமான் என்றும் நீடாமங்கலத்தில் விசாலாக்ஷி சமேத விச்வநாதர் என்றும் பல பெயர்களையுடைய அவர்களது குல தெய்வமாகிய பகவான் காத்து ரக்ஷிப்பாராக.

ஓம்.

பின்னுரை

1. பாலாம்பாள் அம்மாள் தன் மூன்று பிள்ளைகளும் பெண்ணும் சௌக்கியமாக இருக்கும்போதே வேண்டிய சுகதுக்கங்களையெல்லாம் அனுபவித்துவிட்டுப் பேரன், பேத்திகள், கொள்ளுப் பேரன், கொள்ளுப் பேத்திகள் எல்லோரையும் பார்த்துவிட்டு, சிவபூஜை செய்துகொண்டு, குடும்பத்துக்குத் தலைவியாய் வேண்டிய நன்மைகளைச் செய்துகொண்டிருந்து 1903 வருஷம் பரமபதமடைந்தாள்.

2. நடராஜய்யர் நல்ல தகுதியான பதவியில் ஜில்லா ரிஜிஸ்திராராக இருந்து பந்துக்களுக்கெல்லாம் வேண்டியன செய்து குடும்பத்தில் அதிக சந்தோஷமும் சுகமுமில்லாமலேயிருந்து, கடைசியில் தன் தமக்கை பாலாம்பாளம்மாள் இறந்துபோன சில நாட்களுக்கெல்லாம் பகவானுடைய பாதாரவிந்தங்களையடைந்தார். அவர் பெண் தங்கம்மாள் இரண்டு பெண்களை வைத்துவிட்டு 25 வயதுக்குள் இவ்வுலகைவிட்டு நீங்கினாள். பாலையாவும் சில வருஷங்கள் அறிவில்லாத மிருகத்தைப்போல் பூமிக்கு பாரமாக இருந்துவிட்டு சௌக்கியமில்லாத அந்த ஜன்மத்தை முடித்துக்கொண்டு வேறொரு நல்ல பிறவியைத் தேடிக்கொண்டுபோனான்.

3. ஸ்ரீநிவாசய்யர் ரிஜிஸ்திரார் ஜனரல், ஜில்லா கலெக்டர் முதலான மஹோந்நத நிலைமைகளில் இருந்து "யூக்லிட் ஸ்ரீநிவாசய்யர்" என்று எல்லோராலும் பிரஸித்தமாகக் கொண்டாடப்படும் சிறந்த அறிவாளியாக இருந்து, உலகக் கஷ்ட துக்கங்களையே அதிகம் அனுபவிக்காமல், புருஷார்த்தங்கள் பலவற்றையும் அனுபவித்துத் தன் மூன்று பெண்கள், பிள்ளைகளை முன்னுக்குக் கொண்டுவந்து நல்ல பதவியில் அவர்களை வைத்துவிட்டு, 1909 வருஷம் மயிலாப்பூரில் தன் கிரகத்தில் பந்துக்களுக்கிடையில் பரமாத்மாவின் பாதத்தையடைந்தார்.

அவரது புதல்விகள், புதல்வர்கள் பல்கிப் பெருகி ஆங்காங்கு சந்தோஷமாக வசித்துவருகின்றனர்.

4. சுப்ரமணியர் + விசாலாக்ஷிக்கு சாவித்திரிக்குப் பிறகு இரண்டு பிள்ளைகள் பிறந்து தவறிப்போன பிறகு ஸ்வர்ணாம்பாள், நித்யானந்தா என்னும் இரண்டு பெண்கள் பிறந்தார்கள்: மிகுந்த விவேகிகளான இவர்கள் பெண்களைப் பிள்ளைகளைப் போலவே கருதி, பாலை, சாவித்திரி இவர்கள் இருவரின் பிள்ளை, பெண்களையும் சமமாகக் கருதி அவர்கள் எல்லோருக்கும் உயர்ந்த கலாசாலைப் படிப்பைக் கொடுத்து பேச்சில் மாத்திர மின்றி அனுபவத்திலேயே பல சீர்த்திருத்தத் துறைகளில் இறங்கியிருக்கின்றார்கள். பெண் குழந்தைகளும் பிள்ளைக் குழந்தைகளும் பி.ஏ., எம்.ஏ., எம்.பி.பி.எஸ்., பி.இ. என்னும் பல பரீக்ஷைகளில் தேறி உலகத்துக்குப் பரோபகாரமான பல வேலைகளைச் செய்துகொண்டிருக்கிறார்கள். விசாலாக்ஷியம்மாளும் தன் பாலிய வயதில் பட்ட கஷ்டதுக்கங்களையெல்லாம் மறந்து தன் அருமையான புதல்விகள், பேரன், பேத்திகள் இவர்களால் சிறிதளவு சந்தோஷத்தையடைந்து தன் ஆத்மார்த்தமான ஸ்ரீ லலிதாதேவியின் பூஜையை மேன்மேலும் ஆர்வத்துடனும் பூர்ண பக்தியுடனும் செய்துகொண்டிருக்கிறாள். சுப்ரமணியர் + விசாலாக்ஷியாகிய வயதான இந்த அபூர்வ தம்பதிகளின் நல்லெண்ணம், புண்ணியம், பக்தி ஆசீர்வாதத்தினால் இவர்களது சந்ததியார் பல்கிப்பெருகி ஆல்போல் தழைத்து அருகுபோல் வேரோடி கடவுள் பக்தியுடன் நன்மைகளைச் செய்துகொண்டு வாழ்வார்களாக.

5. விசாலாக்ஷியின் தம்பி விஸ்வநாதன் இரண்டாவது மனைவி மீனாக்ஷியையும் இழந்து மூன்றாவது அலமேலு என்னும் தர்மபத்தினியுடன் கடைசியாகச் சில மாதங்கள் ஜில்லா ரிஜிஸ்டிராராக இருந்து பென்ஷன் பெற்றுக்கொண்டு ஆறு குழந்தைகளுடன் சௌக்கியமாயிருக்கிறார்.

6. சுந்தரம் தன் இளைய மனைவி சுந்தரியுடன் மைசூர் ராஜ்ஜியத்தில் பெரிய இஞ்ஜினியர் வேலையில் ரூ. 1000 சம்பளத்தில் இருந்துவந்த காலத்தில் 3 பிள்ளைகளையும் இரண்டு பெண்களையும் பெற்று, அவர்கள் பால்ய வயதினராயிருக்கும்போதே சுந்தரியும் இறந்துபோய்விட்டாள். அவர் மறுபடியும் விவாகம் செய்துகொள்ள இஷ்டமின்றி, பெண்களை நல்ல இடங்களில் விவாகம் செய்துகொடுத்து, பிள்ளைகளுக்கு வேண்டிய உயர்தரப் படிப்பும் கொடுத்து, பென்ஷன் வாங்கிக்கொண்டு சௌக்கியமாயிருந்தார்.

இவரது முதல் மனைவி கமலாம்பாளின் பிள்ளை வெங்கடராமன் தன் பாட்டனார் பாட்டியாரால் அருமையாக வளர்க்கப்பட்டு முன்னுக்குவந்து தன் அத்தை விசாலாக்ஷியம்மாளின் கடைசிப் பெண் பாலம் என்பவளை பெரியவர்கள் இஷ்டத்துக்கிணங்கி விவாகம் செய்துகொண்டு பி.ஏ.வுக்குப் படிக்கும்போது அவனுடைய அருமையான பாட்டனாரும் பாட்டியாரும் இறந்துபோனார்கள். அவர்களது உத்தரகிரியைகளை இவனே செய்து அவர்களது சந்ததியை விளங்கச் செய்து கொண்டிருக்கிறான்.

7. சாமண்ணாவின் தம்பி ராமஸ்வாமி அய்யரின் இரண்டு பெண்களான மீனாம்பாள், மதுராம்பாள் இருவரும் விவாகமாகி சில வருஷங்கள் தங்கள் கணவர்களுடன் வாழ்ந்திருந்து பாலியவயதிலேயே இவ்வுலகை விட்டு நீங்கினர். புதல்வர் கள் மூவரும் விவாகம் செய்துகொண்டு தங்கள் தகப்பனார் பெயர் விளங்க ஐயராமன், ஸ்ரீராமன், பலராமன் என்னும் 3 பிள்ளைகள் மற்றும் வேறு பிள்ளைகள், பெண்களுடன் சந்தோஷமாக கவர்மெண்டு உத்தியோகங்கள் வகித்து சௌக்கியமாக வசித்துவருகின்றனர்.

8. விசாலாக்ஷியின் தங்கை சிவகாமி, லலிதா (செல்லம்) என்னும் பெண்ணையும் நடராஜன் என்னும் பிள்ளையையும் பெற்று சிறுவயதிலேயே தமக்கையிடம் ஒப்பித்து பாலியவயதிலேயே இவ்வுலக வாழ்க்கையை வெறுத்துச் சென்றாள். அவள் இறந்த 6 மாதத்துக்குள் அவள் கணவர் வைத்தியும் இறந்துபோனார். இவ்விரண்டு குழந்தைகளையும் விசாலாக்ஷியே எடுத்து வளர்த்துப் படிக்கவைத்து முன்னுக்குக் கொண்டுவந்தாள். அவர்கள் சௌக்கியமாக விவாகம் செய்துகொண்டு குழந்தைகளுடனிருக்கிறார்கள்.

9. சுப்புக்குட்டி ஐயர், துரையப்பா இவர்களது வம்சத்தினரும், பாலாம்பாள் அம்மாளின் புதல்வி விசாலாக்ஷியின் வம்சத்தினரும் ஆங்காங்கு சௌக்கியமாக ஈசன் அருளால் வாழ்ந்துவருகின்றனர்.

மங்களம்

மங்களானி பவந்து.
ஓம்.
மங்களம்.

ஸாக ஸக கக கமக ரீக பமகரீ
காப தஸா பாத பமக ரிமக ரிஸநிஸா

சீர்மையுடைய இந்து தேசம் செழித்து வாழ்கவே
சென்னை ராஜதானி யெங்கும் செல்வம் பெருகவே
பார் புகழும் தஞ்சை நகரின் பிரபலம் பெருகவே
பிரஹசரணப் பிராமணர்களின் பெருமை விளங்கவே
நீடுபுகழ் நீடாமங்கலம் நிலைத்து ஓங்கவே
நேய விஸ்வாம்பாள் அனுக்கிரகம் நிலைத்துக் காக்கவே
ஏர்வையுள்ள வைகளத்தூர் ஏற்றம் அடையவே
ஈஸ்வரய்யர் சந்ததியார் என்றும் வாழ்கவே

சுபம்! சுபம்!! சுபம்!!!